കൽവാഴ

Kalvazha
Novel

Sooryakandan

Translation
Dr. S Fathima

CHINTHA PUBLISHERS
Thiruvananthapuram

First Edition
March 2025

Published
Chintha Publishers, Thiruvananthapuram

Typesetting
DBH Overbridge, Thiruvananthapuram

Printed at
Akshara Offset, Thiruvananthapuram

Cover Design
Vinod Mangoes

ISBN : 978-93-48009-84-5

CO - 3614 / 7359

Email: chinthapublishers@gmail.com
Website: www.chinthapublishers.com

A version is available at National Libraries
Kolkata, Mumbai, Chennai and Delhi

Distribution
DESHABHIMANI BOOK HOUSE
H O Thiruvananthapuram 695035

Branches & Agencies
Head Office Kunnukuzhi • Statue Thiruvananthapuram
Saphalyam Complex Thiruvananthapuram
Machingal Lane Thrissur • IG Road Kozhikode
Mavoor Road Kozhikode • NGO Union Building Kannur
Central Bus Terminal Complex Thavakkara Kannur
Revenue Tower Ernakulam • Sulthanpetta Palakkad
Postoffice Road Kottaym • Hospital Road Nilamboor
Old Municipal Bus Stand Kalpatta

കൽവാഴ

സൂര്യകാന്തൻ

പരിഭാഷ

ഡോ. എസ് ഫാത്തിമ

ചിന്ത പബ്ലിഷേഴ്സ്
തിരുവനന്തപുരം-695 035

സൂര്യകാന്തൻ

പ്രശസ്ത തമിഴ് സാഹിത്യകാരൻ. ജനനം: കോയമ്പത്തൂർ പേരൂർ രാമചെട്ടിപാളയം. എം എ ബി എഡ്, എം ഫിൽ, പി എച്ച് ഡി ബിരുദങ്ങൾ. ഇരുപത്തഞ്ചോളം ആനുകാലിക പ്രസിദ്ധീകരണങ്ങളിൽ എഴുതി വരുന്നു. മൂന്ന് കവിതാസമാഹാരങ്ങൾ, അഞ്ച് ലേഖനപരമ്പരകൾ, പന്ത്രണ്ട് ചെറുകഥാസമാഹാരങ്ങൾ, പത്ത് നോവലുകൾ എന്നിവ പ്രസിദ്ധീകരിച്ചിട്ടുണ്ട്. ഭാരതിയാർ, ഭാരതിദാസൻ, മധുര കാമരാജ്, അണ്ണാമലൈ, ചെന്നൈ, കേരള, കർണാടക യൂണിവേഴ്സിറ്റികളിൽ കൃതികൾ പാഠപുസ്തകങ്ങളാക്കിയിട്ടുണ്ട്. പല സൃഷ്ടികളും ഇംഗ്ലീഷ്, മലയാളം, കന്നഡ, ഹിന്ദി ഭാഷകളിൽ മൊഴിമാറ്റം നടത്തിയിട്ടുണ്ട്.

Latest Award: Ilakkia Maamani (ഇലക്കിയ മാമണി) given by Government of Tamil Nadu. അഖിലൻ സ്മാരക അവാർഡ്, ഇലക്കിയ ശന്തനു, ഇലക്കിയ വീഥി, ലില്ലി ദേവശിഖാമണി, തമിഴ്നാട് കലൈ ഇലക്കിയ പെരുമണം. അഴകിയ നായകി അമ്മാൾ സ്മാരക അവാർഡ്, ഉടുമലൈ ഇലക്കിയ പേരവൈ, ഭാരതിയാർ യൂണിവേഴ്സിറ്റി തമിഴറിർ എന്നീ പുരസ്കാരങ്ങൾ നേടിയിട്ടുണ്ട്.

വിലാസം : 11/9, മാരപ്പൗണ്ടർ സ്ട്രീറ്റ്
രാമചെട്ടിപാളയം, ചുണ്ടക്കാ മുത്തൂർ പി ഒ,
കോയമ്പത്തൂർ - 641010
ഫോൺ : 9080514047
E-Mail : suriyakanthan.rainbow@gmail.com

ഡോ. എസ് ഫാത്തിമ

അദ്ധ്യാപിക, എഴുത്തുകാരി, വിവർത്തക, തമിഴിൽ എം എ, ബി എഡ്, പി എച്ച് ഡി ബിരുദങ്ങൾ. വിവിധ ആനുകാലികങ്ങളിൽ പഠന ങ്ങൾ/പ്രബന്ധങ്ങൾ എഴുതുന്നു. ചിറ്റൂർ കോളേജിൽ അസിസ്റ്റന്റ് പ്രൊഫ സറായി പ്രവർത്തിക്കുന്നു.

തമിഴ് സെമ്മൽ അവാർഡ്, പ്രൊഫസർ ഇമയം അവാർഡ് (Perasiriar Imayam Viruthu) (2020), മദർ തെരേസ ഇന്റർനാഷണൽ അവാർഡ് (2020), ചിലമ്പൊലി ചെല്ലപ്പനാര് അവാർഡ് (Silampoli Chellappanaar Award) (2023) എന്നീ പുരസ്കാരങ്ങൾ നേടി.

വിലാസം : മകിഴ്‌വകം ഹൗസ്, അലയാർ
വണ്ടിത്താവളംപോസ്റ്റ്, പിൻ - 678534
ഫോൺ : 9400334135
ഇമെയിൽ : fathimasuja21@gmail.com

പ്രസാധകക്കുറിപ്പ്

ജീവിതം പരാജിതർക്കുകൂടിയുള്ളതാണ്. ഒരു ഉൾനാടൻ തമിഴ്ഗ്രാമത്തിൽ കൽവാഴ പോലെ ഇലകൾവിരിച്ച് തണലേകി ഫലം നൽകാതെ പോയ ഒരു ജീവിതമാണ് നടേശന്റേത്. അവന്റെ ജീവിതം പോലെയായിരുന്നില്ല, അയാളുടെ ജ്യേഷ്ഠൻ സുബ്രഹ്മണ്യന്റേതും അനുജന്റേതും. അവർ പ്രായോഗികജീവിതം നയിച്ചു. എല്ലാവർക്കും വഴങ്ങിക്കൊടുത്ത് പഠിത്തത്തിലും പ്രണയത്തിലും ജീവിതത്തിലും തോറ്റുപോയ നടേശന്റെ ജീവിതമാണ് ജാതിവെറി നിലനിൽക്കുന്ന ഒരു തമിഴ്ഗ്രാമത്തിന്റെ പശ്ചാത്തലത്തിൽ സൂര്യകാന്തൻ വരച്ചുകാട്ടുന്നത്. തമിഴകത്തിന്റെ ഉൾത്തുടിപ്പുകൾക്ക് ജീവൻ നൽകിയ സൂര്യകാന്തന്റെ വിഖ്യാത നോവലിന്റെ പരിഭാഷ.

ചിന്ത പബ്ലിഷേഴ്സ്

ഒന്ന്

ഇളംപച്ച നിറത്തിൽ ചെറു ഇലകളുള്ള ചങ്ങലംപരണ്ട വള്ളി വേലിയുടെ മധ്യഭാഗത്തായി കാണപ്പെട്ടു. ആ വള്ളി ഒഴികെ അടുത്തിരുന്ന മറ്റ് സസ്യങ്ങൾ എല്ലാം മുൾച്ചെടികളും മലനിരകളിലെ സസ്യജാതികളുമായിരുന്നു. അടുത്തകാലത്തായി പെയ്ത മഴ കാരണം ചെമ്മണ്ണിൽ ഈർപ്പം നന്നായി ഉള്ളതുകൊണ്ട് ചെടികൊടികളുടെ തളിരിലകളിൽ പച്ചപ്പ് സമൃദ്ധമായി കാണപ്പെട്ടു.

വിത്തിറക്കാൻ മതിയായ മഴയില്ലാത്തതുകൊണ്ട് പൊടിപ്പൂട്ടിട്ട് മണ്ണ് പാകപ്പെടുത്തി വെക്കാം. പറ്റിപ്പിടിച്ചിട്ടുള്ള കോരപ്പുല്ലുകളെയും കരികപുല്ലുകളെയും വേരോടെ പിഴുതെറിഞ്ഞ്, വേണ്ടത്ര മഴ ലഭിക്കുകയാണെങ്കിൽ വിത്തിറക്കാൻ പാകത്തിന് ഉഴുതുമറിച്ചിടാം. അവിടവിടെയായി പറമ്പിൽ എരുക്കിൻ ചെടികളും കളച്ചിമുള്ള് ചെടികളും കാൽമുട്ട് വരെ വളർന്ന് വലുതായി തലയുയർത്തിനിൽക്കുന്നത് മനസ്സിന് ആശങ്ക ഉണർത്തി. കറുവേല മരങ്ങൾ അങ്ങുമിങ്ങുമായേ നിന്നിരുന്നുള്ളൂ എങ്കിലും അവരുടെ വകയായി നിലത്ത് മുള്ളച്ചുള്ളികമ്പുകളെ വീഴ്ത്തിയിരുന്നു. "പറമ്പ് ഉടമകൾ ഞങ്ങളെ വകവെച്ചില്ലെങ്കിൽ എന്താ? ഞങ്ങൾ ചെയ്യുന്നത് ചെയ്യും. നിങ്ങൾക്ക് വേണമെങ്കിൽ മുള്ളുകൾ നീക്കം ചെയ്ത് വൃത്തിയാക്കിക്കോ.... വേണ്ടെങ്കിൽ അത് അവിടെ കിടക്കട്ടെ....പിന്നെ ഞങ്ങൾടെ പക്കൽ ആരടുക്കും എന്ന് നോക്കാമല്ലോ?" എന്ന മട്ടിൽ അവ നിൽക്കുന്നുണ്ടായിരുന്നു.

വേലിയുടെ നടുവിൽ നിന്നിരുന്ന വേപ്പുമരത്തിൻ ശാഖകൾ പന്തലിച്ച് പറമ്പിലും പടിഞ്ഞാറുവശത്തെ ഇട്ടേരി വഴിത്തടത്തിലും നിഴൽ

പടർത്തിയിരുന്നു. അതിന്റെ പഴുത്ത ഇലകളും പഴങ്ങളും കുരുവും വേലിയുടെ ഇരുവശത്തും ചിതറിക്കിടക്കുന്നു.

നടേശൻ പറമ്പിലേക്ക് പോയിട്ട് രണ്ട് വർഷത്തിലേറെ ആയതുകൊണ്ട് അവിടത്തെ ചെറിയ മാറ്റങ്ങൾപോലും മനസ്സിലാക്കാൻ കഴിഞ്ഞു. മുത്തപ്പന്റെ കാലംതൊട്ടേ കൃഷിചെയ്തുവരുന്ന സ്ഥലമായിരുന്നു ആ പുഞ്ചപ്പാടം. അവന്റെ അപ്പനും കുറച്ചൊക്കെ വിളവെടുപ്പു നടത്തിയിരുന്നു.

അപ്പന് ആ പാടത്ത് പണിയെടുക്കാനോ ശ്രദ്ധചെലുത്താനോ കഴിഞ്ഞില്ല. ആൺമക്കളെക്കൊണ്ട് കൃഷി ചെയ്യിക്കാനും കഴിയാതെപോയി. ആ ഓർമ്മകൾ മനസ്സിൽ ഒരു വേദനയായി അവശേഷിച്ചു.

ആൺമക്കൾ ആ പറമ്പിനെ അപ്പന്റെ പക്കൽനിന്നും കിട്ടാനുള്ള പ്രധാനപ്പെട്ട സമ്പത്തുകളിൽ ഒന്നായിട്ടേ കരുതിയിരുന്നുള്ളൂ.

"ആമ്പിള്ളേര് അപ്പനമ്മമാരെ നോക്കുന്നതിനേക്കാൾ എന്ത് കുറവ് വരുത്തി ഞങ്ങ. പിന്നെയും അവൻമാര് വേണേങ്കില് കെട്ടിയവൾമാരുടെ കൂട്ടം കേട്ടിട്ട് ആടും. ഞങ്ങ അങ്ങനെയൊന്നുമല്ല. തിന്ന ചോറിന് നന്ദിയുള്ളവരായിരിക്കും." എന്നൊക്കെയായിരുന്നു പെമ്പിള്ളേരുടെ ന്യായവാദം.

വീട്ടിലെ മൂത്ത മകനായിരുന്നു സുബ്രഹ്മണി. ഏട്ടന് അപ്പനോട് ഒട്ടും യോജിപ്പില്ലായിരുന്നു. അവൻ പെങ്ങൻമാരോടും സഹോദരന്മാരോടും ഒരു സ്നേഹവും ഇല്ലാതെയാണ് വളർന്നത്. അവൻ എങ്ങനെയെങ്കിലും ഒന്നു പഠിക്കട്ടെ എന്ന് കരുതിയാ അടുത്തുള്ള സ്കൂളിലേക്ക് പറഞ്ഞുവിട്ടത്. അച്ഛന്റെ ആ ആഗ്രഹവും നടന്നില്ല. അവൻ നേരെ ചൊവ്വേ സ്കൂളിൽ പോകാതെ ചുറ്റി തിരിഞ്ഞ് നടന്നു. അപ്പൻ അവന് രണ്ടുമൂന്ന് കന്നുകാലികളെവാങ്ങി കൊടുത്ത് മേയ്ക്കാൻ പറഞ്ഞയച്ചു നോക്കി. അതും നടന്നില്ല. ഒരുപാട് നിർബന്ധിച്ചാൽ അതിനെയും കൊണ്ടുപോയി വിറ്റു കളയുമോ എന്ന പേടികൊണ്ട് "എങ്ങനെയൊ പോയി തൊലയട്ടെ" എന്നു വിട്ടു.

ഇളയമകൻ നടേശനും അവസാനത്തെ മകൻ ആറുമുഖനും മാത്രമേ സ്ലേറ്റും പുസ്തകവും എടുത്ത് അടുത്തുള്ള സ്കൂളിലേക്ക് ചെന്ന് ഹാജർ കൊടുത്തുള്ളൂ. നടേശൻ അപ്പനെ ഇടയ്ക്കിടെ കച്ചവടത്തിൽ സഹായിക്കുകയും ചെയ്തിരുന്നു.

ആ തെരുവിൽനിന്നും നാലഞ്ചുപേർ അപ്പനോടൊപ്പം കോയമ്പത്തൂർ അങ്ങാടിയിലെ ജോലിക്ക് പോയിട്ട് വരും. അവിടത്തെ തുണിക്കടയിലും പഞ്ഞി ഗോഡൗണിലും തലയണ, മെത്ത നിറയ്ക്കുന്ന ജോലിയാണ് ചെയ്തിരുന്നത്.

അപ്പന് സ്കൂൾ അവധി ദിവസങ്ങളിൽ നടേശനെയും തന്നോടൊപ്പം കോയമ്പത്തൂർക്ക് കൊണ്ടുപോയി തലയണ ഉണ്ടാക്കുന്നത് പഠിപ്പിക്ക

ണമെന്നുണ്ടായിരുന്നു. കൃഷിപ്പണിയിൽനിന്നും കാര്യമായിട്ട് ഒന്നും കിട്ടിയില്ല. കൊല്ലം മുഴുവൻ കൃഷിയെ വിശ്വസിച്ച് ഇരിക്കുന്നതിൽ ഒട്ടും യോജിപ്പില്ല.

അപ്പന് ദിവസക്കൂലിയാണെങ്കിലും അങ്ങാടി ജോലി വിശ്വസിച്ച് ചെയ്യാമെന്ന ആശ്വാസം ഉണ്ടായിരുന്നു. കിട്ടുന്ന പൈസയിൽ വേണ്ട സാധനങ്ങൾ വാങ്ങിച്ച് വീട്ടിലേക്ക് ഉന്മേഷത്തോടെ പോകാം.

പച്ചക്കറിയും അരിയും പരിപ്പും പിള്ളേർക്ക് കടലയും പൊരിയും വിലകുറച്ച് കിട്ടുന്നത് എന്തോ...അതും സഞ്ചിനിറച്ച് വാങ്ങി ബസ് കയറി വീടെത്തും. രാത്രി എട്ടുമണി ആയാലും ഒട്ടും ക്ഷീണമില്ലാതെ അപ്പൻ വരുന്നതും നോക്കി മറ്റുള്ളവരെക്കാളും ആകാംക്ഷയോടെ കാത്തിരിക്കുന്നത് മകൻ നടേശനാണ്.

അവനോട് മാത്രമേ അപ്പൻ എത്ര തലയണ ഉണ്ടാക്കിയെന്നും എത്ര കിടക്കകളും വിരിപ്പുകളും തുന്നികൊടുത്തുവെന്നുമുള്ള വിശേഷങ്ങൾ പറയുകയുള്ളൂ.

അത് അപ്പന് അന്നന്നത്തെ ക്ഷീണം മാറ്റാനും അടുത്ത ദിവസം ജോലിക്ക് പോകാനുള്ള ഉന്മേഷം പകരുകയും ചെയ്തു. ചില ദിവസങ്ങളിൽ രാവിലെ അപ്പൻ നടേശന്റെ സഹായത്തോടെ കടയിൽനിന്നും കൊണ്ടുവരുന്ന പഞ്ഞി വൃത്തിയാക്കുന്നത് അയൽപക്കക്കാർ കാണാറുണ്ടായിരുന്നു. വേണ്ടിവന്നാൽ നടേശനെ സ്കൂളിൽ അവധിയെടുപ്പിച്ച് അങ്ങാടിത്തെരുവിലേക്ക് കൂട്ടിക്കൊണ്ടുപോകാനുള്ള അവസരങ്ങളും ഉണ്ടാകാറുണ്ട്.

"സ്കൂളിലേക്ക് പോകുന്നവനെം ജോലിക്ക് സഹായിക്കാനാണെന്നു പറഞ്ഞ് കൊണ്ടുപോയിട്ട് എന്ത് കിട്ടാനാ? രണ്ടക്ഷരം പഠിക്കുന്നതും നിന്റെ അപ്പൻ കാരണം ഇല്ലാതാകും. അത്രതന്നെ."

എന്ന് പിറുപിറുത്തുകൊണ്ട് അമ്മ പൊന്നി തന്റെ നിസ്സഹായത മുറ്റത്തേക്കും തെരുവിലേക്കുമായി നടന്നുകൊണ്ടു പ്രകടിപ്പിച്ചു.

പെൺമക്കൾ ഇതൊന്നും കേട്ടമട്ട് കാണിക്കുകയില്ല. അതേസമയം അവർ അപ്പനെ ന്യായീകരിക്കുകയുമില്ല. എന്നാലും മകന്റെ പഠനത്തിൽ അമ്മയുടെ വേവലാതി ശരിയാണെന്ന് തോന്നും.

സ്കൂളിൽ അദ്ധ്യാപകർക്കും നടേശനെക്കുറിച്ച് നല്ല അഭിപ്രായമാണെന്ന കാര്യവും പെങ്ങൾമാർക്ക് അറിയാമായിരുന്നു. വീട്ടിൽ നന്നായി പഠിക്കുന്ന ഒരാളെങ്കിലും ഉണ്ടല്ലോ എന്ന സമാധാനമായിരുന്നു അവർക്ക്.

ആ പ്രദേശത്തെ മിക്കവാറും ആളുകൾ തങ്ങളുടെ സ്കൂൾ പഠനം പ്രാഥമികവിദ്യാഭ്യാസത്തോടെ നിർത്തുമായിരുന്നു. പക്ഷേ, നടേശനെ ഉപരിപഠനത്തിനായി ചുണ്ടക്ക മുത്തൂരിലേക്കോ പേരൂരിലേക്കോ അയച്ചു പഠിപ്പിക്കണമെന്ന ആഗ്രഹം എല്ലാവരുടെയും ഉള്ളിലും ഉണ്ടായിരുന്നു.

ഈ ആഗ്രഹം അപ്പന്റെ മനസ്സിലും ഉണ്ടായിരുന്നു. തന്നെപ്പോലെ ഒപ്പിടാനായി മാത്രം പഠിച്ചാൽ മതിയെന്ന് ഒരിക്കലും കരുതിയില്ല.

"കഴിയുന്നത്ര പഠിപ്പിക്കണമെന്ന് തന്നെയാണ് ഞാനും വിചാരിക്കുന്നത്. അതിന് ഈശ്വരൻ സ്വാമിനാഥശിവൻ തന്നെ മനസ്സുവെക്കണം" എന്ന് ഈശ്വരന്റെ മേലേ തന്റെ ഭാരം ഇറക്കിവെച്ചിട്ട്, "കുടുംബഭാരം ചുമക്കുന്നത് മാത്രമേ ഞാൻ ചെയ്യുന്നുള്ളൂ" എന്ന് അപ്പൻ പറയുന്നത് കേൾക്കുമ്പോൾ നടേശനും ഈശ്വരഭക്തി കൂടും.

തന്റെ വീടിന്റെ നേർ കിഴക്കോട്ട് നോക്കിയാൽ സദാശിവൻകോവിൽ കാണാം. വീടിന്റെ തിണ്ണയിലിരുന്നുതന്നെ നടേശൻ കൈകൂപ്പി തൊഴും. അവന് ദിവസേന ഒരു വട്ടമെങ്കിലും കോവിലിൽ പോയി തൊഴുതില്ലെങ്കിൽ ഉറക്കം വരില്ല.

ചെല്ലമുത്തുവിന്റെ പ്രായക്കാർ പിന്നീട് ഈ വിവരം അറിഞ്ഞപ്പോൾ, നടേശനെ പ്രോത്സാഹിപ്പിച്ചു.

അവൻ പറയുന്നത് ന്യായംതന്നെ. എങ്ങനെ ആലോചിച്ചാലും അതാണു ശരിയെന്നത് അവരുടെ ഉറച്ച വിശ്വാസമായി മാറി.

ചെല്ലമുത്തുവിനോട് ഇടപഴകിയവർക്കും പുതുതായി ജോലി സ്ഥലത്ത് പരിചയപ്പെടുന്നവർക്കും പെട്ടെന്ന് ഇഷ്ടപ്പെടുന്നതായിരുന്നു അയാളുടെ സ്വഭാവം. തൊഴിൽ നേരുള്ളവനായതുകൊണ്ട് രണ്ടുപണം കൂടുതൽ കൊടുത്താലും തെറ്റില്ലെന്ന് പറയാറുണ്ട്. പക്ഷേ, അപ്പൻ അങ്ങനെയൊന്നും ആഗ്രഹിക്കാതെ, ചെയ്ത ജോലിക്കുള്ള കൂലി മതിയെന്ന് പറയും.

"ആരുടെയും മനസ്സ് വേദനിപ്പിക്കില്ല."

"തന്നെക്കൊണ്ട് ആകുന്ന സഹായം അവർക്ക് ചെയ്തുകൊടുക്കുന്നതിൽ ഒരു പിശുക്കും അയാൾ കാണിക്കില്ല." അവർ പറയും, ഇവരുടെകൂടെ പണിയെടുക്കുന്നവർ ചെയ്യുന്ന ജോലിക്ക് ആഴ്ചക്കൂലി വാങ്ങിക്കുന്നവരാണ്. പക്ഷേ, അവരിൽ പലരും പതിവിലും കൂടുതൽ തുക വാങ്ങുന്നവരായിരുന്നു. അവരൊക്കെ കിട്ടുന്ന ലാഭത്തിന്റെ ഒരുവീതം കർശനമായി വാങ്ങും. അയാൾക്ക് ആ സ്വഭാവം ഒന്നുമില്ല. വിശ്വാസമാണ് വലുത് എന്ന ചിന്തയോടെ തന്റെ അധ്വാനത്തെ കുറഞ്ഞ വിലയ്ക്ക് വിൽക്കുന്നു എന്ന അഭിപ്രായം മറ്റുള്ളവരിൽനിന്നും കേൾക്കുമ്പോൾ അപ്പനോടുള്ള ഇഷ്ടം കൂടും.

സുബ്രഹ്മണി ചേട്ടൻ അനിയനെയും അച്ഛനെയും ഒട്ടും വകവെച്ചില്ല. മനഃപൂർവ്വം, അലസനായി വീട്ടിലേക്ക് വരികയും പോകുകയും ചെയ്തുകൊണ്ടിരുന്നു. എങ്ങോട്ടുപോയാലും ഭക്ഷണസമയത്ത് കൃത്യമായി വീട്ടിലെത്തും. സമ്പാദ്യം ഒന്നും കൊണ്ടുവന്നു കൊടുത്തില്ലെങ്കിലും ഒരു ഉളുപ്പും ഇല്ലാതെ നടക്കും. കാഴ്ചയിൽ കാട്ടാളന്റെ രൂപവും. ചാടിക്കടിക്കാൻ വരുന്ന സ്വഭാവമായതിനാൽ സഹോദരിമാർക്ക് അവനെ പേടിയായിരുന്നു. ഇവർ എന്തെങ്കിലും ഒന്നുപറഞ്ഞാൽ അവന് അതുമതി. വഴക്കുണ്ടാക്കാൻ. അതുകൊണ്ട് ആരും ഒന്നും പറയാതെ മാറി നടന്നു.

ഇത് ചേട്ടൻ ഒരു മറയാക്കി. ഉള്ളിന്റെ ഉള്ളിൽ ഇതൊരു മുൻകരുതലായി അപ്പനും അമ്മയും സൂക്ഷിച്ചിരുന്നു.

ചേട്ടൻ തന്റെ അതേ സ്വഭാവമുള്ള കുറച്ചുപേരുമായാണ് കൂട്ടുകെട്ട്. അവരോടൊപ്പം വഴിയോരത്തിരുന്ന് വെടിപറഞ്ഞു കൊണ്ട്പോകുന്നവരെയെല്ലാം വായ്നോക്കിയിരിക്കും. അവരുടെ എല്ലാ വിവരങ്ങളും തന്റെ പോക്കറ്റിൽ ഉണ്ടാവും.

മൂത്തമകൾ ഭാഗ്യം പ്രദേശവാസിയായ തന്റെ മാമനെ തന്നെയാണ് വിവാഹം കഴിച്ചത്. കെട്ടിയവൻ വലിയ സമ്പാദ്യക്കാരനല്ലെങ്കിലും വീട്ടിൽ ചടഞ്ഞുകൂടിയിരിക്കുന്ന സ്വഭാവക്കാരനല്ലായിരുന്നു. ഹോമിയോപ്പതി ചികിത്സാരീതി പഠിച്ച് വീട്ടിൽ ഉമ്മറത്തുതന്നെ മറയുണ്ടാക്കി ഒരു മുറി ഒരുക്കി. അവിടെ ചെറുകുപ്പികളിൽ ഹോമിയോപ്പതി ഗുളികകൾ നിരത്തിവെച്ച് ഒരു സ്ഥിരം തൊഴിൽ ഉള്ളവനായി പുറമെ കാണിച്ചു നടന്നു.

പുറത്ത് ഡോക്ടർ ചാമിക്കണ്ണ് എന്ന ബോർഡും തൂക്കിയിട്ടിട്ടുണ്ട്. ആ പ്രദേശത്തെ ചിലരൊക്കെ ചികിത്സയ്ക്കായി അവിടെച്ചെന്ന് മരുന്നു വാങ്ങി കഴിച്ചിട്ടുമുണ്ട്.

അവർക്കൊക്കെ സുഖം പ്രാപിച്ചോ...എന്നൊന്നും പറയാനാവില്ല. എങ്കിലും അവരോട് ഇടയ്ക്കൊക്കെ വന്നിട്ടു പോകാൻ പറയും.

ചികിത്സയേക്കാൾ കൂടുതൽ ഉപദേശമായിരിക്കും. എങ്കിലും ചികിത്സ ചുറുചുറുക്കോടെ നടക്കും. പക്ഷേ, എന്ത് ചെയ്തിട്ടും ഒരു ഗുണവുമില്ല. രോഗികൾ ക്ഷീണിതരായേ മടങ്ങുകയുള്ളൂ. അയാളുടെ മുന്നിൽ ആരെങ്കിലും പെട്ടുപോയാൽ അവരുടെ കാര്യം തീർന്നതുതന്നെ. എല്ലാവർക്കും ഇത് അറിയുകയും ചെയ്യും.

ഭാഗ്യത്തിന്റെ അനുജത്തി കമലത്തെ കിഴക്കുദേശത്തെ അയ്യാച്ചാമിക്കാണ് വിവാഹം ചെയ്തുകൊടുത്തത്. കഠിനാദ്ധ്വാനിയാണ്. അമ്മ പൊന്നിയെപ്പോലെ കമലത്തിന്റെ അമ്മായിയമ്മയും നിഷ്കളങ്കയാണ്. തന്റെ ജോലിയും നോക്കി ഒതുങ്ങിക്കൂടും. ആർക്കും ഒരു ഉപദ്രവവും ഉണ്ടാക്കില്ല.

അർദ്ധരാത്രി കഴിഞ്ഞാലേ നടേശന് ഉറക്കം വരികയുള്ളൂ. അങ്ങനെ ഉറക്കം പിടിച്ചാലും അവൻ സ്വപ്നത്തിൽ ആ തെരുവുകളിലും പരിസരത്തിലും ചുറ്റിക്കറങ്ങിക്കൊണ്ടിരിക്കും. ക്ലാസ്സിൽ തന്റെ കൂട്ടുകാരൻ തന്നോട് സഹായം ചോദിക്കുന്നതായും അത് സാധിക്കാതെ പോകുകയും കൂട്ടുകാരന് മാഷിന്റെ പക്കൽനിന്നും തല്ല് കിട്ടുന്നതും സ്വപ്നം കാണും. താൻ കാരണം ഒരുത്തൻ തല്ലുകൊണ്ടത് ദൈവം കാണാതിരിക്കുമോ.... തീർച്ചയായും കണ്ടിട്ടുണ്ടാകും. കാണുന്നത് മാത്രമല്ല, കാരണക്കാരൻ താനാണെന്നും അറിഞ്ഞിരിക്കും. കിടക്കയിൽനിന്നും എണീറ്റിരിക്കും. എന്തോ നഷ്ടപ്പെട്ടുപോയപോലെ ഓരോന്ന് ചിന്തിച്ചിരിക്കും. പകലന്തിയോളം ജോലികൾ ഉള്ളതുകൊണ്ടാണോ കോവിലിലേക്ക് പോകാൻ കഴി

യാത്തത്? അതോ ദൈവം തന്നെ അവിടേക്ക് പോകാനുള്ള സാഹചര്യം മുടക്കിയതാണോ?

സമയം വരുമ്പോൾ അവനുള്ളത് കൊടുക്കാമെന്ന് ദൈവം കരുതി വെച്ചിട്ടുണ്ടാകും. ഇന്നല്ലെങ്കിൽ നാളെ എന്നായാലും ശിക്ഷ ഉറപ്പ്. ഈ ശിക്ഷയിൽനിന്നും രക്ഷപ്പെടാൻ എന്താ ഒരു വഴി? രക്ഷപ്പെടുക എന്നത് ദൈവത്തെ കബളിപ്പിക്കുന്നത് പോലാവില്ലേ? അതുകൊണ്ട് ദൈവത്തിനോട് മാപ്പപേക്ഷിക്കുന്നതാണ് നല്ലത്. ആ പിശക് പറ്റിയ ദിവസംതന്നെ കോവിലിൽ ചെന്ന് പൂജ ചെയ്ത് മാപ്പപേക്ഷിക്കണമായിരുന്നു. പറ്റിയില്ലല്ലോ... അടുത്ത ദിവസം എങ്കിലും ആദ്യം ഒരു കടം വീട്ടണം. എന്നിട്ട് ദൈവകോപത്തിൽ നിന്നും രക്ഷപ്പെടണം.... എന്നൊക്കെ ചിന്തിച്ച് നടേശന്റെ ഉള്ള് പിടയും.

നടേശൻ മറ്റുള്ളവരെപ്പോലെ വഴിയിൽനിന്നും കളഞ്ഞുകിട്ടിയ പൈസകൊണ്ട് ഒന്നും വാങ്ങി കഴിക്കാറില്ല. ഇത് അറിയാവുന്ന അവന്റെ കൂട്ടുകാർ അവനെ നോക്കി കൊഞ്ഞനം കുത്തും. അതൊന്നും വകവെക്കാതെ പൈപ്പ് വെള്ളത്തിൽ കൈയും കാലും കഴുകി കോവിലിൽ ചെന്ന് തൊഴുത് സമാധാനത്തോടെ വീട്ടിലേക്ക് മടങ്ങും നടേശൻ.

വീടിന് പുറത്തുള്ള എല്ലാ വസ്തുക്കളും, പ്രത്യേകിച്ച് തെരുവിലുള്ളതെല്ലാം ഈശ്വരന് അവകാശപ്പെട്ടതാണെന്ന ആദർശവാദിയായിരുന്നു നടേശൻ.

ഇതുകേട്ട നടേശന്റെ അമ്മാവൻ ചാമക്കണ്ണ് "അങ്ങനെയെങ്കിൽ നിങ്ങടെ പറമ്പും സ്ഥലവും തെക്കുഭാഗത്ത് ഉണ്ടല്ലോ? അത് ആരുടേതാണ്?" എന്നു ചോദിച്ചു.

അതിന് ശാന്തതയോടെ "എന്റെ അപ്പന്റെ" എന്ന് മറുപടി നൽകി.

"അതു മാത്രം എങ്ങനെ നിന്റെ, അപ്പന്റേതാവും. നിന്റെ നോട്ടത്തിൽ അവകാശവാദം ഉന്നയിക്കാൻ പറ്റില്ലല്ലോ."

"അങ്ങനെവരുമ്പോ അപ്പന് അതിൽ അവകാശം ഇല്ല എന്നല്ലേ? പറയുന്നത്."

"അവകാശപ്പെടാം. ആ പറമ്പിൽനിന്നും വിളവെടുക്കുന്ന കമ്പ്, ചോളം, ചാമ മുതലായവയിൽ അവകാശപ്പെടാം. ആ പറമ്പിലുള്ള മരങ്ങൾ, ചെടികൾ എല്ലാറ്റിലും അവകാശമുണ്ട്. അതിൽ അതിന്റെ മറ്റു അവകാശികളായ ഞങ്ങൾക്കും നിങ്ങൾക്കും അവകാശമുണ്ട്. എന്തുകൊണ്ടെന്നാൽ അവയെ ആ പറമ്പിൽനിന്നും വീട്ടിലേക്ക് എടുത്തുകൊണ്ടുവരാൻ കഴിയുമെന്നതുകൊണ്ടാണ്."

നടേശൻ പറഞ്ഞ ഈ വിശദീകരണത്തെ മാമൻ എങ്ങനെ മനസ്സിലാക്കിയോ ആവോ! തന്റെ ഭാര്യയും നടേശന്റെ ജ്യേഷ്ഠത്തിയുമായ ഭാഗ്യത്തിനോട് ഇക്കാര്യം പറഞ്ഞതായി അവനറിയാൻ കഴിഞ്ഞു. അവൾ ആ കാര്യം അന്നുതന്നെ അമ്മായിയമ്മയോട് വളരെ നിഷ്കളങ്കതയോടെ വിവരിക്കുന്നുണ്ടായിരുന്നു.

"നിന്റെ കൂടപ്പിറപ്പിന്റെ വാക്ക് കേട്ടാൽ ആർക്കും ഒന്നും അവകാശപ്പെടാൻ പറ്റില്ലല്ലോ...."

"അതെന്തോ! എനിക്കറിയില്ല. അവനോടുതന്നെ ചേദിക്കണം."

"പറമ്പിലേക്ക് പോയി അലഞ്ഞുതിരിയേണ്ട. ഞങ്ങൾ രണ്ടാളും കന്നുകാലികൾക്കുള്ള കരിമ്പ് ചപ്പ് കൂട്ടിക്കെട്ടി ചുമടുകളാക്കി കൊണ്ടുവരാം. വീട്ടിലെ ചെയ്യാൻ കഴിയുന്ന ജോലികൾ മാത്രം ചെയ്താൽ മതി." എന്ന് മരുമകൾ അമ്മായിയമ്മയോട് പറയും.

അമ്മായിയമ്മയ്ക്ക് മരുമകളുടെ സ്നേഹവാക്ക് കേട്ട് വെറുതെ ഇരിക്കാൻ പറ്റില്ല. തൊഴുത്തിൽ കെട്ടിയിട്ടിരിക്കുന്ന പശുവിനും എരുമകൾക്കും കൈത്തീറ്റ കൊടുത്തിട്ട് വെറുതെ ഇരിക്കുന്നതിനേക്കാൾ അതിനെ പറമ്പിൽ മേയ്ക്കാൻ കൊണ്ടുപോയി വയറുനിറച്ചു വെള്ളം കുടിപ്പിക്കുന്നതാണ് ഭേദമെന്ന് അവർ വിചാരിക്കും.

പറമ്പിൽനിന്നും മരങ്ങൾ കൊണ്ടുവരിക, മഴക്കാലത്ത് ഉഴവ് ഇറക്കുക എന്നിങ്ങനെയുള്ള പണി എപ്പോഴും ഉണ്ടാവും.

അയ്യാച്ചാമി വെറുതെ വീട്ടിൽ ഇരിക്കുന്നത് ആർക്കും കാണാൻ കഴിയില്ല. അവനിണങ്ങിയ പെണ്ണായിട്ട് കമലവും ഉണ്ടായിരുന്നു. "അവർ രണ്ടുപേരുടെയും നല്ല സ്വഭാവത്തിന് ഈശ്വരൻ അറിഞ്ഞു കൊടുത്തിട്ടുണ്ട്" എന്ന് അയൽക്കാരോട് പൊന്നി എപ്പോഴും ഉരിയാടിക്കൊണ്ടിരിക്കും. അവളുടെ ആ വാക്കുകൾ ചെല്ലമുത്തു കാര്യമായിട്ടൊന്നും ശ്രദ്ധിക്കാറില്ല.

അയ്യാച്ചാമിക്ക് മൂന്ന് പെൺമക്കളാണെന്ന വിഷമം ഇല്ലാതില്ല. അതിനെന്തു ചെയ്യും? അവൾ തന്റെ മനസ്സിലെ വല്ലായ്മ ആരോടും വെളിപ്പെടുത്താറില്ല.

"ഇവരെ വളർത്തി വലുതാക്കി കെട്ടിച്ചയക്കുമ്പോളേക്കും ഒരു വഴിയാകും. ഇവന് ഈ ജന്മത്തിൽ വിശ്രമിക്കാനൊന്നും സമയം ഉണ്ടാവില്ല." ബന്ധുക്കൾ അഭിപ്രായപ്പെട്ടു.

കിഴക്കുദേശത്തെ അയൽവാസികൾ മുഴുവനും അയ്യാച്ചാമിയുടെ ബന്ധുക്കൾതന്നെ. പടിഞ്ഞാറുദേശത്തെ ചെല്ലമുത്തുവിന്റെ അയൽക്കാരും അങ്ങനെതന്നെ.

"അതൊക്കെ ശരി തന്നെ.... കൂടപ്പിറപ്പുകളൊക്കെയുണ്ടല്ലോ! അവർ കമലത്തിനെ സഹായിക്കാതിരിക്കുവോ! അവളുടെ കുടുംബത്തിന് കുറച്ചൊക്കെ ആശ്വാസമായിരിക്കുമല്ലോ?

പിന്നെ.... അവൾ വന്ന് 'എന്റെ കുടുംബത്തെ നോക്കാൻ പറ്റുന്നില്ല, സഹായിക്കണം' എന്ന് പറയുവോ! ഇതൊക്കെ പറയാതെതന്നെ നമ്മള് വേണം മനസ്സിലാക്കാൻ. അതല്ലേ രക്തബന്ധം എന്നൊക്കെ പറയുന്നത്....." എന്നൊക്കെ ബന്ധുക്കൾ സംസാരിക്കും.

തന്റെ മൂത്തമകൻ സുബ്രഹ്മണിയെക്കൊണ്ട് കമലത്തിന്റെ മകളെ വിവാഹം കഴിപ്പിക്കണമെന്ന് പൊന്നി ആഗ്രഹിച്ചതാണ്. പക്ഷേ, അവന്

പ്രായക്കൂടുതൽ ഉള്ളതുകൊണ്ട്, നാട്ടിലെ മറ്റേതെങ്കിലും അനുയോജ്യമായ പെൺകുട്ടിയെ വിവാഹം കഴിപ്പിക്കാമെന്ന് കരുതി.

കമലത്തിന്റെ ഭർത്തൃബന്ധത്തിൽ വിവാഹപ്രായമായ പെൺകുട്ടികൾ ഉള്ള കാര്യം അറിയുകയും അവൾതന്നെ ഒരു പെൺകുട്ടിയെ കണ്ടെത്തുകയും ചെയ്തു. "നിന്റെ വീട്ടിൽത്തന്നെ പെൺപിള്ളാര് ഉണ്ടായിരുന്നു. എന്തു ചെയ്യാൻ?.... പ്രായം ആയില്ലല്ലോ.... അവർക്ക് ഈശ്വരൻ എവിടെ കരുതിവെച്ചിട്ടുണ്ടോ....അവിടെയല്ലേ നടക്കുകയുള്ളൂ?" എന്നെല്ലാവരും കമലത്തെ സമാധാനിപ്പിച്ചു.

കമലത്തിന് മറ്റ് സഹോദരങ്ങളെക്കാളും കൂടുതൽ കരുതൽ നടേശനോടായിരുന്നു. അവനും മൂത്തസഹോദരിയോട് അങ്ങനെതന്നെ.

മറ്റുള്ളവർ നല്ല അഭിപ്രായങ്ങൾ പറയുന്നത് കേൾക്കുമ്പോൾ ചെല്ലമുത്തുവിന് തന്റെ ഈ മകനോടുള്ള വിശ്വാസവും പ്രതീക്ഷയും വർദ്ധിച്ചുവരുന്നതായി തോന്നി.

രണ്ട്

ആറുമുഖം ഏറ്റവും ഇളയവനായതുകൊണ്ട് അവന് കുടുംബത്തിലെ എല്ലാവരുടെയും സ്നേഹവും കരുതലും കൂടുതൽ കിട്ടിയിരുന്നു. അത് അവനെ വല്ലാതെ സന്തോഷിപ്പിച്ചു. ചെറുതായി സുഖിപ്പിക്കുകയും ചെയ്തു. അവന് ചെയ്യാവുന്ന കാര്യംപോലും ചെയ്യാതെ 'എല്ലാം മറ്റുള്ളവർ ചെയ്തോളും' എന്ന മട്ടിൽ അവഗണിച്ച് നടന്നു.

സ്കൂളിൽ കൊടുക്കുന്ന വീട്ടുപാഠം നടേശനെക്കൊണ്ട് ചെയ്യിച്ചു. തുടക്കത്തിൽ സഹായിക്കാനുള്ള യാചനയായിട്ടാണ് പ്രത്യക്ഷപ്പെട്ടത്. പക്ഷേ, പിന്നീട് അത് മടിയുടെ ആൾരൂപമായി ആവിർഭവിക്കുന്നു എന്ന് മനസ്സിലായപ്പോൾ നടേശൻ അനിയനെ ശാസിക്കാൻ തുടങ്ങി.

"നീ ഇങ്ങനെ മടിപിടിച്ചിരിക്കുന്ന സ്വഭാവം വിട്ടില്ലെങ്കിൽ പിന്നീട് ദുഃഖിക്കേണ്ടിവരും." എന്ന് താക്കിത് നൽകി. അനുജത്തി ധനലക്ഷ്മിയിലൂടെയാണ് ഇക്കാര്യത്തെക്കുറിച്ച് കൂടുതൽ അറിയാൻ കഴിഞ്ഞത്. ധനലക്ഷ്മി നടേശനും ആറുമുഖനും ഇടയ്ക്കുള്ളവളാണ്. അവൾ ആവുന്നത്ര അനുജനെ നന്നാക്കാൻ ശ്രമിച്ചുനോക്കി. പക്ഷേ, അവളെ വലിയേട്ടൻ സുബ്രഹ്മണി ശകാരിക്കുകയും ആറുമുഖത്തിന് പിന്തുണ നൽകുകയും ചെയ്തു.

ഭാഗ്യവും കമലവും ഇക്കാര്യങ്ങളെല്ലാം അറിയുന്നുണ്ടായിരുന്നു. അപ്പൻ ഒട്ടും ക്ഷീണമോ മുഷിപ്പോ ഇല്ലാതെ രാവും പകലും പണിയെടുത്ത് ഇന്നും കുടുംബത്തിന് താങ്ങായി നിൽക്കുന്നത് കാണുമ്പോൾ മനസ്സ് നിറയെ അവർ സന്തോഷിക്കുന്നുണ്ടായിരുന്നു.

സുബ്രഹ്മണിയെ നോക്കി "ഈ ചെക്കന് ഇതൊക്കെ കണ്ടിട്ടും ബുദ്ധിവരുന്നില്ലല്ലോ... നാട്ടിൽ ഓരോരുത്തര് അവനവന്റെ അച്ഛനമ്മയെ വീട്ടിലിരുത്തിയിട്ട് പുറത്തുപോയി കഷ്ടപ്പെട്ട് സമ്പാദിക്കുന്നു. നീയ്യോ.....

ഏതു നേരവും ഉമ്മറത്തിണ്ണയിലിരുന്ന് വായ് നോക്കുകയല്ലേ ചെയ്യുന്നത്. പോതിച്ചോറുംകൊണ്ട് ഒരുപാട് ദൂരം പോയി പണിയെടുത്ത് വന്നില്ലെങ്കിലും പോട്ടേ....സാരമില്ല. നിന്നോട് മലമറിക്കാനൊന്നുമല്ലല്ലോ പറയുന്നത്" എന്ന് പെങ്ങന്മാർ ഉപദേശിച്ചു.

ആ....എവിടെ... പെങ്ങൻമാരുടെ പറച്ചിൽകേട്ട് പേടിക്കാനോ അവനില്ല. അവർ അവിടെയിരുന്ന് പുലമ്പിക്കൊണ്ടിരിക്കും. അവൻ അവന്റെ കാര്യം നോക്കിപ്പോകും. സുബ്രഹ്മണിയുടെ പോക്കുകണ്ട് പൊന്നിക്ക് അവനോടുള്ള വെറുപ്പ് കൂടുകയായിരുന്നു.

സുബ്രഹ്മണിയുടെ കൂട്ടുകാരോ, സ്വന്തം വീട്ടിലേക്കുപോലും തിരിഞ്ഞു നോക്കാത്തവർ....അവർ അവനെ ഉപദേശിക്കാനൊന്നും മെനക്കെട്ടില്ല. പലപ്പോഴും അവർ തമ്മിലടിച്ചു വഴക്കിടുന്നതാണ് പതിവ്.

സുബ്രഹ്മണി എന്നും അവരോട് അവനെക്കുറിച്ച് പൊങ്ങച്ചം പറയും. "ഞാൻ അങ്ങാടിത്തെരുവിലേക്ക് പോയാലെ, എത്ര കടമുതലാളിമാരാ എന്നെ വിളിച്ച് ജോലി തരാൻ റെഡിയായി ഇരിക്കുന്നത്. അറിയാമോ? പക്ഷേ, അവിടെപ്പോയി പണിയെടുക്കാൻ എനിക്ക് ഇഷ്ടമില്ലാത്തതിനാൽ ഞാനാണ് വേണ്ടെന്നുവെച്ചിരിക്കുന്നത്" ഇങ്ങനെ ഇടയ്ക്കിടെ വീമ്പിളക്കും.

"അതൊക്കെ ശരിയാടാപ്പാ....നിനക്ക് ജോലിചെയ്യാൻ താൽപര്യമില്ലാ, വെറുതെ ഇരിക്കുന്നു. ഞങ്ങൾക്കെങ്കിലും ഒരു ജോലി വാങ്ങിച്ചുതന്നൂടെ! ഏതെങ്കിലും ഒരു കടയിൽ ഞങ്ങളെ ഇരുത്തിക്കൂടെ? ഞങ്ങളെങ്കിലും അവിടെ ജോലി ചെയ്യുമായിരുന്നല്ലോ...." കൂട്ടുകാർ ചോദിക്കും.

അവന് ഒരു മറുപടിയുമുണ്ടാവില്ല. തൽക്ഷണം അവൻ സ്ഥലം വിടും.

"ഇവനല്ലേ അവിടെപ്പോയി പണിയെടുക്കുന്നത്. ഒക്കെ പറച്ചിലേ ഉള്ളൂ." അവനെക്കുറിച്ച് അവർ അവനോടുതന്നെ പലവട്ടം സൂചിപ്പിക്കാതെയിരുന്നില്ല. എന്തു ചെയ്യാൻ? അവർ അവനെ അവഗണിച്ചു നടന്നാലും സുബ്രഹ്മണി അവരെ പിൻതുടർന്ന് കൂട്ടുകൂടാൻ ശ്രമിക്കും.

ചെല്ലമുത്തുവിന് അവന്റെ ഈ സ്വഭാവം വെറുപ്പുളവാക്കി. അവൻ ചുറുചുറുക്കോടെ തന്നോടൊപ്പം പണിയെടുത്താൽ കുടുംബത്തിന് ഒരു സഹായമാകും. മാത്രമല്ല എല്ലാവർക്കും അവനെക്കുറിച്ച് നല്ലൊരു അഭിപ്രായം ഉണ്ടാവുകയും ചെയ്യും. നാട്ടിലോ പുറത്തോ എവിടെയെങ്കിലും ഒരു പെൺകുട്ടിയെ കണ്ടെത്തി വിവാഹം കഴിപ്പിക്കുകയും ചെയ്യാം. ഇപ്പോഴത്തെ അവന്റെ സ്വഭാവം കണ്ടാൽ ആര് പെണ്ണ് കൊടുക്കും എന്ന ചിന്തകൾ അയാളെ അലട്ടിക്കൊണ്ടിരുന്നു.

ഭാഗ്യവും ഇക്കാര്യം കൂടെക്കൂടെ കമലത്തെ ഓർമ്മപ്പെടുത്തിക്കൊണ്ടിരിക്കും. അവളുടെ മനസ്സിലെ ആഗ്രഹത്തെക്കുറിച്ച് ഓർക്കുമ്പോൾ അവളോടുതന്നെ ദേഷ്യം തോന്നുകയും ചെയ്യും.

"നിന്റെ ആങ്ങളയുടെ പിഴപ്പ് നിനക്കറിയില്ലേ....കൂട്ടുകാരോടൊപ്പം തെണ്ടിനടന്നിട്ട് എവിടെയെങ്കിലും പോയി ആരുടെയെങ്കിലും തിണ്ണയി

ലിരുന്നു നേരമ്പോക്കുന്നവനുവേണ്ടി പെണ്ണ് ചോദിക്കാൻ വന്നിരിക്കുന്നു. ഇവനെപ്പോലത്തെ ഒരുത്തൻ. ഞങ്ങടെ വീട്ടിൽ ഉണ്ടെന്നിരിക്കട്ടെ. അവനുവേണ്ടി നിങ്ങടെ വീട്ടിലേക്ക് പെണ്ണ് ചോദിച്ച് വന്നാൽ പെണ്ണ് തരുമോ.... അപ്പോ... നിങ്ങൾ ഞങ്ങളോട് എന്തുപറയും?....... പറയൂ" എന്ന് മുഖത്തടിക്കുമ്പോലെ പറയുന്നവരാണല്ലോ നമ്മുടെ നാട്ടുകാർ എന്നോർക്കുമ്പോൾ...... അവൾ വല്ലാതെയാവും.

"അനിയൻ ആറുമുഖന് ഇവനെ കണ്ട് പഠിച്ചിട്ടാണോ ആവോ.... എല്ലാ ദുശ്ശീലങ്ങളും ചെറുപ്പത്തിലെ കിട്ടിയത്. വീട്ടിലെ നല്ല സ്വഭാവം ഉള്ളവരെ കണ്ട് പഠിച്ച് നല്ലവനായാൽ സന്തോഷം തന്നെ. ഈ വീട്ടിൽ എല്ലാം തലകീഴാണല്ലോ....... നടേശൻ വീട്ടിൽ നല്ല കുട്ടിയായി വളരുന്നു. ഏട്ടൻ സുബ്രഹ്മണിയും ആറുമുഖനും തിരിച്ചും. ചെണ്ടയ്ക്ക് രണ്ടു പുറവും അടിയെന്നപോലെ നടേശൻ ധർമ്മസങ്കടത്തിലാവും....നോക്കിക്കോ...."

ഭാഗ്യം കമലത്തിനോട് തുറന്ന് സംസാരിച്ചു. കമലത്തിന് തന്റെ സഹോദരൻ സുബ്രഹ്മണിക്ക് മകളെ വിവാഹം കഴിപ്പിച്ച് കൊടുത്താൽ അവൻ നന്നായിക്കോളുമെന്നും എല്ലാം ശരിയാവുമെന്നും പിന്നെ അവനായി അവന്റെ പാടായി ജീവിച്ചോളും എന്നൊരു ആഗ്രഹം ഉള്ളിന്റെ ഉള്ളിൽ ഇല്ലാതില്ലാ. ഇത് ഭാഗ്യത്തിന് കുറച്ചൊക്കെ മനസ്സിലാക്കാൻ കഴിഞ്ഞതുകൊണ്ട്, "ശരി...നോക്കാം" എന്ന് മാത്രം പറഞ്ഞ് നിറുത്തി.

നടേശന് തന്റെ അനുജൻ പത്താം ക്ലാസുവരെയെങ്കിലും പഠിക്കണം എന്നുണ്ടായിരുന്നു. ആറുമുഖൻ പതിവായി സ്കൂളിലേക്ക് പോകാതിരിക്കുകയും പഠനത്തിൽ ശ്രദ്ധിക്കാതിരിക്കുകയും ചെയ്യുമ്പോൾ ശകാരിക്കും.

സ്കൂളിലെ പ്രധാന അദ്ധ്യാപകൻ നടേശനോട് അല്പം സ്നേഹം ഉള്ളതുകൊണ്ട് ട്യൂഷന് വരാൻ പറഞ്ഞിരുന്നു. അവൻ അദ്ദേഹത്തിന് വേണ്ട സഹായങ്ങളും കൂട്ടത്തിൽ ചെയ്തുകൊടുത്തു. പ്രധാനാധ്യാപകൻ നൽകുന്ന ജോലി ഉത്തരവാദിത്വത്തോടെ പൂർത്തീകരിക്കുന്നവൻ എന്ന അഭിപ്രായം അവനെക്കുറിച്ചുണ്ട്. അദ്ദേഹം അവിടെ ഏഴെട്ടുപേർക്ക് ട്യൂഷൻ എടുക്കുന്നുണ്ടായിരുന്നു. നടേശന് തന്റെ അനുജനെയും തന്നോടൊപ്പം ട്യൂഷന് കൊണ്ടുചെല്ലണമെന്നുണ്ടായിരുന്നു. പക്ഷേ, അവന്റെ ശ്രമം നടന്നില്ല.

അവനെ പഠിപ്പിക്കാൻ ശ്രമിച്ചതിനുപകരം അനുജത്തി ധനലക്ഷ്മിയെ സഹായിച്ചിരുന്നെങ്കിൽ അവളെങ്കിലും പഠിച്ച് നന്നായേനെ! പക്ഷേ, പ്രാഥമികവിദ്യാഭ്യാസം കഴിയുന്നതിനുമുമ്പുതന്നെ അവളുടെ സ്കൂൾ പഠനം നിറുത്തി, വീട്ടിലെ ജോലികൾ ഏല്പിച്ചു. രണ്ടക്ഷരം പഠിച്ചതും ഇപ്പോൾ മറന്നിട്ടുണ്ടാവും. അനുജത്തിയോട് നടേശന് അനുകമ്പ തോന്നി.

പശുക്കളുടെയും എരുമകളുടെയും പാൽ വിൽപ്പന കഴിഞ്ഞ് ശേഷിക്കുന്നത് വീട്ടിലെ ആവശ്യത്തിനായി ഉപയോഗിക്കും. അതിൽ കുറച്ച്

ഉറ ഒഴിച്ച് തൈരാക്കി കടഞ്ഞ് മോരാക്കും. എന്നിട്ട് സമീപത്തുള്ള ചുണ്ട ക്കാമുത്തൂരിലേക്ക് ചെന്ന് അത് വിറ്റ് കാശുണ്ടാക്കും. അതുകൊണ്ടായി രുന്നു കുടുംബം അല്പം ബുദ്ധിമുട്ടില്ലാതെ കഴിഞ്ഞുപോയിരുന്നത്. ഇത് മനസ്സിലാക്കിയ പൊന്നി കന്നുകാലികളെ പരിപാലിക്കുന്നതിൽ കൂടുതൽ ശ്രദ്ധ ചെലുത്തുകയും ചെയ്തു.

പൊന്നി തന്റെ ബുദ്ധിമുട്ട് കണക്കിലെടുക്കാതെ ദിവസേന അവറ്റ കളെ മേയ്ക്കാൻ കൊണ്ടുപോകും. അതിന് അവൾക്ക് ആരുടെ സഹാ യവും വേണ്ട. ധനലക്ഷ്മിയെ വീട്ടിലെ ജോലികൾ ഏൽപ്പിച്ചിട്ട് അവർ പോകും. ആറുമുഖത്തിന് പശുക്കളെ മേയ്ക്കാൻ ഇഷ്ടമല്ലെങ്കിൽ വേണ്ട. നാലഞ്ച് വെള്ളാടിനെയെങ്കിലും വിലയ്ക്ക് വാങ്ങിച്ച് മേയ്ക്കാൻ പറഞ്ഞ യക്കാം എന്നൊക്കെ ഭാഗ്യം ചിന്തിച്ചു. അനുജനെ വിളിച്ചിരുത്തി ഇക്കാര്യം പറഞ്ഞുനോക്കി. അവൻ ഒരു മറുപടിയും നൽകിയില്ല. പറ്റില്ല എന്ന് പറ ഞ്ഞില്ലല്ലോ. അത് അവൾക്ക് കുറച്ചൊന്ന് ആശ്വാസമായി തോന്നി.

ഭാഗ്യത്തിന്റെ കുടുംബവരുമാനം വളരെ തുച്ഛമാണ്. ദിവസേന കഴി യാനുള്ളത് മാത്രമാണ് ലഭിക്കാറുള്ളത്. അതുകൊണ്ട് സ്വന്തം വീട്ടിലേക്ക് ഒരു സഹായമായി ഒന്നും ചെയ്യാൻ കഴിഞ്ഞില്ല. കിട്ടുന്ന ദിവസക്കൂലി കൊണ്ടാണ് അന്നന്നുള്ള ആവശ്യങ്ങൾ നടന്നുപോകുന്നത്. ഭർത്താവിന്റെ ഹോമിയോപ്പതി ചികിത്സകൊണ്ട് ഒന്നും നേടിയതും ഇല്ല. അയാളുടെ തൊഴിൽ കുറച്ചുകൂടി മെച്ചപ്പെടുത്താൻ ഇനിയും നിക്ഷേപം ആവശ്യ മായതുകൊണ്ട് അയാൾ ഭാഗ്യത്തിനോട്, “പിന്നെയേ.....നിന്റെ അപ്പന്റെ ടത്ത് പറഞ്ഞ് കുറച്ചുപണം വാങ്ങിച്ചിട്ട് വന്നാൽ ഉപകാരമായിരിക്കും. ഒരു തൊഴിലായാൽ കുറച്ച് കാശിറക്കണം. എന്നാലേ നാല് കാശുണ്ടാ ക്കാൻ കഴിയുള്ളൂ.” എന്ന് വ്യാഖ്യാനിച്ചുകൊണ്ടിരുന്നു. പക്ഷേ, അപ്പന്റെ പക്കൽ ഇക്കാര്യം പറഞ്ഞ് അവസരം മുതലെടുക്കാൻ ഭാഗ്യത്തിന് ഒട്ടും താൽപര്യമില്ലായിരുന്നു.

എല്ലാ ആഴ്ചയും അവധിദിവസങ്ങളിൽ അപ്പന്റെകൂടെ ഒരു സഹാ യിയായി ചെന്നിട്ടാണ് നടേശൻ തന്റെ പഠനത്തിനുള്ള ചെലവ് പോലും പരിഹരിക്കുന്നത്.

പാഠപുസ്തകങ്ങളും മറ്റും വാങ്ങാനുള്ള ചെലവിനായി അപ്പനെ ബുദ്ധിമുട്ടിക്കേണ്ടിവന്നില്ല. നടേശനോട് ഹെഡ്മാസ്റ്റർക്ക് സ്നേഹമു ള്ളതുകൊണ്ട് അവന് കുറച്ചധികം സമയം ചെലവഴിച്ചു ട്യൂഷൻ പറ ഞ്ഞുകൊടുക്കുകയും ചെയ്യും. അതിനുള്ള ഫീസ് മറ്റ് കുട്ടികളെപ്പോലെ രൂപ ആയിട്ട് കൊടുക്കേണ്ടതില്ല. പകരം ഹെഡ്മാസ്റ്ററുടെ വീട്ടിൽ കാലത്ത് 1/2 ലിറ്റർ പാലും വൈകിട്ട് 1/2 ലിറ്റർ പാലും കൊടുക്കും.

ചെല്ലമുത്തുവിന് വലിയ വരുമാനം ഇല്ലെങ്കിലും കുടുംബത്തെ ദാരിദ്ര്യം കൂടാതെ നയിക്കാൻ കഴിയുന്നതുകൊണ്ട് മനസ്സിന് ഒരു സമാധാനം ഉണ്ടായിരുന്നു. ബന്ധുക്കളും അങ്ങനെതന്നെ കരുതി.

കമലത്തിന്റെ പ്രയത്നംകൊണ്ട് കിഴക്കുദേശത്ത് ഒരു പെണ്ണിനെ തന്റെ സഹോദരന് കണ്ടെത്തുകയും ഭാഗ്യത്തോടൊപ്പം ചെന്നുകാണു

കയും ചെയ്തു. "ഈ ബന്ധത്തിന് ആ ചെക്കൻ സമ്മതിക്കുവോ! എന്തോ! അതോർക്കുമ്പോൾ മനസ്സിന് വല്ലാത്തൊരു വിഷമം" അവൾ പറഞ്ഞു.

"ഇതിന് അവൻ എന്തെങ്കിലും ഏടാകൂടം പറഞ്ഞാൽ ഉണ്ടല്ലോ അവനെ വീട്ടിൽനിന്നും ഇറക്കിവിട്ടേക്കാം. അമ്മയോടും പച്ചവെള്ളം കൊടുക്കരുതെന്ന് പറഞ്ഞേക്കാം." ഭാഗ്യം ദേഷ്യംകൊണ്ട് പൊട്ടിത്തെറിച്ചു.

പക്ഷേ, സുബ്രഹ്മണിക്ക് തനിക്കായി സഹോദരിമാർ കണ്ടെത്തിയ പെൺവീട്ടിലെ സുഖസൗകര്യങ്ങളെക്കുറിച്ചായിരുന്നു ചിന്ത. അതിലൂടെ എങ്ങനെ സുഖിച്ചു ജീവിക്കാം എന്നൊക്കെയായിരുന്നു ചിന്തിച്ചത്. സുബ്രഹ്മണ്യൻ ആധിപിടിച്ച് അങ്ങോട്ടുമിങ്ങോട്ടും നടക്കുന്നതുകണ്ട് കൂട്ടുകാർ, "പുള്ളിക്കാരൻ എന്തോ വലിയ ഗൂഢാലോചനയിൽ ആണല്ലോടാ..... എന്തായാലും ഒരു വണ്ടിയും കിട്ടും. അതിൽ കയറി സുഖമായി യാത്ര ചെയ്യാം എന്നൊക്കെ കണക്കുകൂട്ടലിലായിരിക്കും. ഇനി അവന്റെ തലപോലും ആലിൻചുവട്ടിലോ അങ്ങാടിത്തെരുവിലോ കാണില്ല...." എന്ന് പരസ്പരം സംസാരിച്ചുകൊണ്ടിരുന്നു.

അങ്ങനെ രണ്ടുവീട്ടുകാർക്കും ഇഷ്ടപ്പെട്ടു. കല്യാണം ഉറപ്പിച്ചു. അടുത്തുള്ള സദാശിവൻകോവിലിൽവച്ച് താലികെട്ടും കഴിഞ്ഞു. അങ്ങനെ സുബ്രഹ്മണിക്ക് ഒരു കുടുംബവുമായി. വീട്ടിൽ ബന്ധുമിത്രാദികൾ വന്നും പോയും ഇരുന്നു.

അതുകണ്ട് "എങ്ങനെയോ ഈ മകന് ഒരു നല്ല കാര്യം നടത്തിക്കഴിഞ്ഞല്ലോ" എന്ന നിറവിലായിരുന്നു അപ്പന്റെ മനസ്സ്. വിവാഹച്ചടങ്ങിന്റെ പകുതിയോളം ജോലികളെങ്കിലും തന്നെക്കൊണ്ട് ചെയ്യാൻ സാധിച്ചതിൽ മനസ്സിലെ ഉന്മേഷവും കൂടി.

നമ്മുടെ രണ്ട് പെൺമക്കളെയും നമ്മുടെ ദേശത്തിനകത്ത് തന്നെ വിവാഹം കഴിപ്പിച്ചു. മൂത്തമകനും അവിടന്നുതന്നെ പെണ്ണും കിട്ടി.

ഇനി ഉള്ളത് രണ്ട് ആൺമക്കളും ഒരു മകളുമാണ്. അതിന് ഇനിയും സമയമുണ്ടല്ലോ. ആദ്യം മകൾ ധനലക്ഷ്മിക്കാണ് ചെക്കനെ നോക്കേണ്ടത്. പിന്നെ നടേശന്. അവന്റെ ഭാഗ്യം എങ്ങനെയുണ്ടെന്ന് നോക്കാം. അവസാനത്തെ മകൻ ആറുമുഖനും ശുഭകാര്യം നടത്താതിരിക്കാൻ കഴിയില്ലല്ലോ.

"നടക്കുവോ! ഇല്ലയോ! എന്ന് വ്യാകുലപ്പെട്ട സുബ്രഹ്മണ്യന്റെ വിവാഹംതന്നെ എത്ര പെട്ടെന്നാണ് കഴിഞ്ഞത്."

ഇതിനൊക്കെ കാരണമായ തന്റെ മൂത്ത രണ്ടുപെൺമക്കളെക്കുറിച്ചുള്ള ചിന്തകൾ അപ്പന്റെ മനസ്സിൽ നിറഞ്ഞുനിന്നു. അമ്മയ്ക്കും ഇതേ വികാരം തന്നെയായിരുന്നു. രണ്ടുപേരും സന്തോഷത്തോടെ ബന്ധുമിത്രാദികളോട് സംസാരിച്ചുകൊണ്ടിരുന്നു.

"ഇനിയെങ്കിലും മര്യാദയ്ക്ക് ജോലിക്കുപോയി എന്തെങ്കിലും കൊണ്ടുവന്നാൽ നല്ലത്. അതിനുവേണ്ടിയല്ലേ ഇവർ ഈ ഏർപ്പാടൊക്കെ

ചെയ്തത്" എന്ന അഭിപ്രായമാണ് ബന്ധുക്കൾ പലരുടെയും മനസ്സിൽ ഉണ്ടായിരുന്നത്.

കിഴക്കുദേശത്തെ ഈ ബന്ധംവഴി പൊന്നിയുടെ കുടുംബത്തിന് ധാരാളം സംബന്ധക്കാരെ കിട്ടിയത് മനസ്സിനെ സന്തോഷിപ്പിച്ചു. "അമ്മയുടെ പ്രതീക്ഷയ്ക്കൊത്ത് ഇനിയെങ്കിലും അവൻ ജീവിച്ചാൽ മതിയായിരുന്നു. ഇല്ലെങ്കിൽ രണ്ടുവീട്ടുകാരുടെയും പ്രാക്ക് കേൾക്കേണ്ടിവരും" മുതിർന്നവർ ഉൽക്കണ്ഠപ്പെട്ടു.

ഒന്നുരണ്ട് മാസങ്ങൾ കഴിഞ്ഞു. സുബ്രഹ്മണി അവിടെയും ഇവിടെയും ജോലി ചെയ്യുന്നു എന്ന മട്ടിൽ കറങ്ങിനടന്നു. പുതുമണവാളന്റെ മര്യാദകൾ കുറച്ചുകുറച്ചായി മങ്ങിത്തുടങ്ങി.

"ഞാനാണോ പണിക്ക് പോകില്ലെന്ന് പറയുന്നത്. ഒരുത്തനും എനിക്ക് പണി തരുന്നില്ലല്ലോ" എന്നാണ് സുബ്രഹ്മണിയുടെ പരാതി. മറ്റുള്ളവരെ വിമർശിക്കുന്ന രീതിയിലാണ് അവന്റെ പെരുമാറ്റവും.

നാട്ടിൽ പ്രാഥമികവിദ്യാഭ്യാസം കഴിഞ്ഞ നാലഞ്ചുപേരെ ഹൈസ്കൂൾ വിദ്യാഭ്യാസത്തിനായി മാഷ് പേരൂർ സാന്തലിംഗം സ്കൂളിൽ ചേർത്തു. അതിൽ ഒരാൾ നടേശനായിരുന്നു.

അവനോടുള്ള മാഷിന്റെ കരുതലും അപ്പനമ്മമാരോട് അവനുള്ള സ്നേഹവും സ്കൂളിലെ ഹെഡ്മാസ്റ്ററുടെ ശ്രദ്ധ പിടിച്ചുപറ്റി.

"മാഷിന് ചീത്തപ്പേര് വരാതെ നോക്കേണ്ടത് നിങ്ങടെ ഉത്തരവാദിത്വമാണ്. നിങ്ങൾ നന്നായി പഠിച്ച് നിറയെ മാർക്ക് വാങ്ങണം. കേട്ടോ....." എന്ന് ഹെഡ്മാസ്റ്റർ ഇടയ്ക്കിടെ ഓർമ്മിപ്പിച്ച് പ്രോത്സാഹിപ്പിക്കും.

നടേശൻ പഠനത്തിൽ മാത്രമല്ല കായികമത്സരങ്ങളിലും പങ്കെടുത്ത് തന്റെ കഴിവ് തെളിയിച്ചു. അവൻ നേടിയ സമ്മാനങ്ങളുമായി അധ്യാപകരുടെ മുന്നിൽ ചെല്ലുമ്പോൾ അദ്ദേഹം അഭിമാനപൂരിതനായി നിൽക്കും.

ഹെഡ്മാസ്റ്റർ തന്നാലാവുന്ന സഹായങ്ങൾ അവന് ചെയ്ത് കൊടുക്കാൻ ഒട്ടും ശങ്കിച്ചില്ല.

വിദ്യാർത്ഥികളോട് സംസാരിക്കുമ്പോൾ "നടേശനെ കണ്ടുപഠിക്കൂ" എന്ന് താരതമ്യം ചെയ്ത് സംസാരിക്കുകയും ചെയ്യും. അത് കേൾക്കുമ്പോൾ ചിലപ്പോഴൊക്കെ ചമ്മൽ തോന്നും. തന്റെ അച്ചടക്കവും സത്യസന്ധതയും ആയിരിക്കും ഇതിന് കാരണം എന്നതിൽ അവൻ ആനന്ദിച്ചു.

നടേശൻ എല്ലാവർഷവും പരീക്ഷയിൽ നല്ല മാർക്കോടെ പാസായപ്പോൾ പഠനം കഴിഞ്ഞാലുടൻ നല്ലൊരു ജോലി കിട്ടും എന്ന് മനസ്സിൽ സ്വപ്നം കണ്ട് നടക്കുകയാണ് അപ്പൻ.

തന്റെ മൂന്ന് മക്കളിൽ അവസാനകാലത്ത് ഒരു ഇറ്റ് കഞ്ഞി നൽകാൻ നടേശനേ ഉണ്ടാവുകയുള്ളൂ എന്ന വിശ്വാസവും കൂടിക്കൂടി വന്നു. അതിനൊത്ത് അപ്പനോടും അമ്മയോടുമുള്ള നടേശന്റെ സ്നേഹം പ്രകടമാകുന്നത് സഹോദരങ്ങൾ അറിയുന്നുണ്ടായിരുന്നു.

ചോറ്റുപാത്രത്തിൽ കൊണ്ടുപോകുന്ന ഉച്ചഭക്ഷണം സാന്തലിംഗം

സ്കൂൾമുറ്റത്തിന്റെ തെങ്ങിൻചുവട്ടിലിരുന്നു കഴിക്കുമ്പോൾ നടേശൻ അമ്മയെയും അപ്പനെയും ഓർക്കും. അവർ രണ്ടാളും ഭക്ഷണം കഴിച്ചു കാണുമോ എന്ന ശങ്ക അവന്റെ കണ്ണ് ഈറനണിയിക്കും.

തിരക്കിട്ട ജോലിക്കിടയിൽ ഭക്ഷണം കഴിക്കാൻപോലും സമയമില്ലാതെ അപ്പനും അമ്മയും കാലികളെ മേയ്ക്കാൻ പോയിട്ടുണ്ടാവും എന്നോർത്ത് നടേശൻ വിഷമിക്കുന്നതുകണ്ട് കൂട്ടുകാർ അവനെ ആശ്വസിപ്പിക്കും.

ഞാൻ നന്നായി പഠിച്ച് ജോലി നേടിയാലേ എന്റെ വീട്ടിലെ കഷ്ടപ്പാടുകൾ കുറച്ചെങ്കിലും കുറയുകയുള്ളൂ. അപ്പനമ്മയുടെ കഷ്ടപ്പാടുകൾ മാറുകയുള്ളൂ എന്ന ചിന്തകൾ അവനെ അലട്ടിക്കൊണ്ടിരുന്നു.

ഭാഗ്യവും കമലവും അനുജൻ നടേശന്റെ പഠനത്തോടുള്ള ആഗ്രഹവും കഠിനാധ്വാനവും കണ്ട് അഭിമാനിച്ചു. മറ്റ് രണ്ട് സഹോദരങ്ങൾ ഒന്നിനും കൊള്ളാത്തവരായതിന്റെ സങ്കടം തീർക്കാൻ ഇവനെങ്കിലും ബുദ്ധിയും വിവരവും ഉള്ളവൻ ആയല്ലോ എന്ന് സ്വയം ആശ്വസിച്ചു.

അപ്പനും അമ്മയും നടേശന്റെ ഹൈസ്കൂൾ വിദ്യാഭ്യാസം കഴിയുന്നത് പ്രതീക്ഷിച്ചിരിക്കുകയാണ്. “അവന്റെ നല്ല മനസ്സിന് നല്ലതേ നടക്കൂ” സദാശിവൻകോവിലിലെ കാരണവർ നല്ലണ്ണൻ, പൂജിച്ച കുങ്കുമവും ഭസ്മവും കൊടുത്തുകൊണ്ട് നടേശനെ ആശീർവദിച്ചു.

മൂന്ന്

നടേശന്റെ അളിയൻ അയ്യാച്ചാമിക്കെന്നും പാടത്ത് ഉഴവും വരമ്പ് വെട്ടലും എന്നിങ്ങനെ തിരക്കിട്ട ജോലികൾ ഉണ്ടായിക്കൊണ്ടിരിക്കും. ആ ജോലികളെല്ലാം തീർത്ത്, കമലം വെട്ടിയിട്ട കരിമ്പ് ചപ്പുകളെ കെട്ടുകളാക്കി വണ്ടിയിൽ കയറ്റി വീട് എത്തുമ്പോഴേക്കും നേരം സന്ധ്യയായിരിക്കും.

"കൂലിക്കുവേണ്ടി അടുത്തവന്റെ പാടത്തും പറമ്പിലും ദിവസേന പണിയെടുത്തുകൊണ്ടിരുന്നാൽ നമ്മുടെ പാടവും പറമ്പും നശിച്ചുപോവുകയുള്ളൂ. വിശപ്പടക്കുവാനുള്ളതേ കൂലിപ്പണിയിൽനിന്നും കിട്ടുകയുള്ളൂ. നാലാളെപ്പോലെ ജീവിക്കണമെങ്കിൽ നമ്മുടെ പാടത്ത് പാടുപെട്ടാലെയുള്ളൂ."

എന്ന് കാലിത്തൊഴുത്തിൽ കാലികളെ അങ്ങോട്ടുമിങ്ങോട്ടും മാറ്റിക്കെട്ടുന്നതിനിടെ കമലം പിറുപിറുക്കുന്നത് അയ്യാച്ചാമിക്ക് കേൾക്കാമായിരുന്നു. അവന്റെ മനസ്സിലും ഇതേ വിഭ്രാന്തിതന്നെയായിരുന്നു. ഇതൊക്കെ മറക്കാൻ കഴിയുമോ! കുടുംബം എന്നാൽ നമ്മുടെ ശരീരത്തിലെ നാഡിഞരമ്പിലൂടെ ഒഴുകുന്ന രക്തത്തിൽ നിരന്തരം ഉണ്ടാവുന്ന മിടിപ്പല്ലേ!....ജീവൻ ഉള്ളിടത്തോളം ഈ വീണ്ടുവിചാരം ഇല്ലാത്തവനായി ഒരിക്കലും ജീവിക്കാൻ കഴിയുകയില്ല."

മഴ പെയ്തൊഴിഞ്ഞ വേളകളിൽ നേരം വെളുത്താൽ പറമ്പിലേക്ക് ഓടിയെത്തുന്നവരിൽ ഒന്നാമനായി ഇവനും ഉണ്ടാകും. മഴയുടെ തോതനുസരിച്ച് മഴ പോരാ....ഈർപ്പം പോരാ.... ഇനിയും കുറച്ചുമഴകൂടി പെയ്യണമായിരുന്നു..... ഇതുമതി....ഉഴുതാനുള്ള പാകത്തിന് മഴ പെയ്തിട്ടുണ്ട്.... ഇപ്പോൾത്തന്നെ ഇതെല്ലാം ഉഴുതിടണമെന്നൊക്കെ കണക്കുകൂട്ടി ജോലികൾ ചെയ്യാൻ തുടങ്ങും.

അമ്മായിയച്ഛന്റെ പറമ്പ് ഉഴുതാതെ കോറപ്പുല്ലും കറുകപ്പുല്ലും യഥേഷ്ടം വളർന്നുകിടക്കുന്നത് കണ്ട് അവൻ വിഷമിക്കും. "ഇത്തവണ മഴ പെയ്താൽ നമ്മളെങ്കിലും ഉഴുതുമറിച്ചു കൊള്ളോ ചാമയോ വിതച്ച് കൊടുക്കാം." എന്ന് ഭാര്യയോട് പറഞ്ഞു.

"നടേശൻ ആ സമയത്ത് സ്കൂളിന് അവധി എടുത്താൽ അളിയന് വിത്ത് വിതയ്ക്കാൻ ഒരു സഹായമാവും."

പക്ഷേ, സുബ്രഹ്മണി ഇതുകണ്ടാൽ കുപിതനാകും. "ആൺ മക്കൾ ഞങ്ങൾ ഉള്ളപ്പോൾ ഇയാൾക്ക് എന്തിന് ഇത്ര തെണ്ണം. മൂന്നേക്കർ ഉള്ളതും തട്ടിയെടുക്കാനാണോ ഇയാളുടെ ഭാവം." എന്ന് സംശയം ഉള്ളിൽ പുകഞ്ഞുകൊണ്ടിരുന്നു.

അനുജൻ ആറുമുഖനെ വിളിച്ചുനിർത്തി "എന്താടാ നമ്മൾക്കില്ലാത്ത ശ്രദ്ധ കമലയുടെ ഭർത്താവിന് എന്തിനാടാ? വാടകകൊടുത്തിട്ടാണെങ്കിലും കാലികളെ കൊണ്ടുവന്ന് ഉഴുതുമറിച്ച് എന്തെങ്കിലും നമ്മൾ ചെയ്യാതിരിക്കുവോ?"

അതിനുള്ള ഒരു മറുപടിയും അവന്റെ ഭാഗത്തുനിന്നും വരാതായാൽ "നിന്നോടുവന്ന് പറഞ്ഞ എന്നെ വേണം പറയാൻ. എല്ലാം എന്റെ തെറ്റാണ്. മിണ്ടാപ്പൂച്ചകളായിട്ട് നിങ്ങളൊക്കെ ഇരിക്കുന്നതുകൊണ്ടാണ് നാട്ടുകാരൊക്കെ തലയിൽ കയറി നിരങ്ങുന്നത്." എന്ന് സുബ്രഹ്മണ്യൻ കലിതുള്ളും.

അവന്റെ വാക്കുകൾ വകതിരിവില്ലാതെ പോകുന്നത് ഭാഗ്യത്തിന്റെ ശ്രദ്ധയിൽപ്പെട്ടു. അളിയൻ ചാമിക്കണ്ണിനെ അവന്റെ വരുതിയിലാക്കി "മൂത്ത മരുമകൻ നിങ്ങൾക്കൊരു ശല്യവും ഇല്ലാതെ നടക്കുന്നുവെന്നു വെച്ച് എല്ലാവരും അങ്ങനെ ഉണ്ടാവുവോ?" എന്ന് മുനവെച്ച് അയാൾ സംസാരിക്കുന്നത് എന്തുകൊണ്ടാണെന്ന് ഭാഗ്യത്തിന് മനസ്സിലായി. പെട്ടെന്ന് അളിയനോട് കാട്ടുന്ന സ്നേഹപ്രകടനത്തിൽ എന്തോ വശപ്പിശക് ഉള്ളതായി അവൾക്ക് തോന്നി.

ഇതുകേട്ടതുമുതൽ കമലം കലി തുള്ളാൻ തുടങ്ങി. "വെറുതെ കിട്ടിയ കാളകളുടെ പല്ലെണ്ണാൻ നടക്കുന്നു. എപ്പോൾ തുടങ്ങിയതാണോ ഈ ബുദ്ധി. ഇനി മേലാൽ അവൻ ഇങ്ങനെ പറയട്ടെ....വെച്ചിട്ടുണ്ട്. എന്നോട് അവൻ ചോദിക്കാൻ വരട്ടെ......ഞാൻ പറഞ്ഞോളാം." എന്ന് നിലവിളിക്കാൻ തുടങ്ങി.

മുറ്റത്ത് തള്ളക്കോഴി തന്റെ കുഞ്ഞുങ്ങൾക്ക് തീറ്റ ചിണക്കിക്കൊണ്ടിരുന്നു. കമലത്തിന്റെ പെൺമക്കൾ കുടമെടുത്ത് വെള്ളം കോരാൻപോയി. തന്റെ ചേച്ചിയെ കാണുമ്പോൾ സുബ്രഹ്മണി, എന്തിനെങ്കിലും ആ വഴി വന്നാൽ ഉപദേശിക്കണം എന്ന് പറയണമെന്ന് കമലം കാത്തിരിക്കുമ്പോഴാണ് അവളുടെ വേദന അറിഞ്ഞപോലെ ചീരക്കെട്ടുമായി ഭാഗ്യം മുറ്റത്തേക്ക് കയറിവന്നത്.

അത് കണ്ടിട്ടും കാണാത്തതുപോലെ പണിയെടുത്തുകൊണ്ടിരുന്ന അനുജത്തിയോട് "വീട്ടിലേക്ക് വന്നാൽ നിനക്ക് തരാനായി പച്ചക്കറിയും

എടുത്തുവെച്ചിരുന്നു. ചീരയെങ്കിലും കയ്യിലിരിക്കട്ടെ എന്നുകരുതി കൊണ്ടുവന്നതാണ്. ഇന്നാ പിടി" എന്നു പറഞ്ഞ് ഭാഗ്യം ചീരക്കെട്ട് കമലത്തിന്റെ കൈയിൽ കൊടുത്തു.

കമലം ഉരൾ കുത്തുന്നത് നിർത്തി ഉലക്ക ഒരു കൈയിൽ പിടിച്ചു കൊണ്ട് തെല്ല് ആശ്വാസത്തോടെ ചേച്ചിയുടെ മുഖത്തേക്ക് നോക്കി. കമലം വിയർപ്പുകൊണ്ട് കുളിച്ചിരുന്നു. ശൂ......ശൂ...കോഴിയെ ഓട്ടിച്ചിട്ട് താഴി പതിച്ച തിണ്ണത്തലപ്പിൽ ഇരുന്നു.

"ഇന്നലെ ഇവിടെ വന്ന ചീരക്കാരിയിൽനിന്നും ഞാനും ഒരു കെട്ട് വാങ്ങിട്ട് ഇനിയും ബാക്കികിടക്കുന്നു. ഇത് മണത്തക്കാളി ചീരപോലുണ്ടല്ലോ!"

"അതെ.....വായ്പ്പുണ്ണിന് നല്ല മരുന്നാ....കുട്ടികൾക്ക് തോരൻ ഉണ്ടാക്കിക്കൊടുക്കൂ."

"ഓ....കൊടുക്കാം ചേച്ചി...."

കമലത്തിന്റെ ഉള്ള് കിടന്ന് പിടയ്ക്കുന്നുണ്ടായിരുന്നു. താൻതന്നെ കാര്യങ്ങൾ പറഞ്ഞാലോ എന്നോർത്ത് ചാളയുടെ എറവാറത്ത് നോക്കിയിരുന്നപ്പോൾ.

"കമലേ.....ഈ സുബ്രഹ്മണി എന്തിനുള്ള പുറപ്പാടാണ്.... ആവശ്യമില്ലാതെയാണ് ഓരോ പ്രശ്നങ്ങൾ ഉണ്ടാക്കിക്കൊണ്ടിരിക്കുന്നത്. ഞാൻ ഇവിടേക്ക് വന്നുതന്നെ അവനോട് എന്തിനാ ഇങ്ങനെയൊക്കെ ചെയ്യുന്നത് എന്ന് നീ ഒന്നു ചോദിക്കണമെന്ന് പറയാനായിരുന്നു."

ഭാഗ്യം ഇക്കാര്യം പറഞ്ഞു തുടങ്ങിയത് കമലത്തിന് കുറച്ച് ആശ്വാസമായി. സുബ്രഹ്മണിയുടെ പ്രവൃത്തി അവൾക്കും ഇഷ്ടപ്പെട്ടില്ലെന്നുതോന്നുന്നു. അത് പറയാനായിരിക്കും ചേച്ചി ഇങ്ങോട്ട് വന്നതെന്ന് കമലത്തിന് മനസ്സിലായി.

"വേറേയൊന്നുമല്ല ചേച്ചീ വെറുതെ കിടക്കുന്നല്ലോ എന്നു കരുതി എന്റെ കെട്ടിയോൻ നിലം ഉഴുത് വിതച്ചുകൊടുത്തത് അവന് പിടിച്ചില്ല എന്നു തോന്നുന്നു. നടേശൻ ഒറ്റയ്ക്ക് അത് ചെയ്യും. പാവം. അവനു വേണ്ടി ഇയാൾ സഹായിച്ചത്, പുലിവാൽ പിടിച്ചത് പോലെയായി.

സുബ്രഹ്മണിക്ക് ഇഷ്ടപ്പെട്ടില്ലെങ്കിൽ വേണ്ട ആർക്ക് ചേതം.... കാരണവന്മാർ പറയുന്നതുപോലെ തിന്നുകയുമില്ല തീറ്റിക്കുകയുമില്ല.... എന്ന കണക്കിലാണ് അവന്റെ പോക്ക്.... അതുമാത്രമല്ല ചേച്ചി. അതുമിതും പറഞ്ഞ് നടന്നിട്ട് ഇയാളുടെ തൊഴിലിനെയും ഇല്ലാതാക്കും എന്നു തോന്നുന്നു."

കമലം തന്റെ മനസ്സിലെ വേവലാതിയൊക്കെ ചേച്ചിയുടെ പക്കൽ ഇറക്കി വച്ചു. "ശരി...എന്നാൽ പിന്നെ അവർ രണ്ടാളും പോയി പറമ്പ് ഉഴുത് മറിച്ച് വിളവ് എടുക്കട്ടെ. അവരുടെ സങ്കടമൊക്കെ തീരുമല്ലോ..... വിളവായാൽ വീട്ടിലേക്ക് വരുമല്ലോ" കമലം തന്റെ അഭിപ്രായം പറഞ്ഞു നിർത്തി.

"ആവൂ....എന്നാ പിന്നെ വേണ്ടില്ലല്ലോ.....പരമശിവൻതന്നെ വന്ന് നോക്കണം."

"ആര് കശാപ്പ് കടക്കാരൻ കന്തപ്പന്റെ അനിയൻ പരമശിവനോ?" എന്ന് ചേദിച്ചതും ചിരി അടക്കാനായില്ല.

"ഞാൻ ഈശ്വരൻ പരമശിവനെന്നാണ് പറഞ്ഞത്."

"നീ പറഞ്ഞതും ശരിയാണ്. ഈശ്വരൻതന്നെ അവനെ ശിക്ഷിച്ചു നന്നാക്കണം. എന്നാലേ അവൻ നേരേയാകുള്ളൂ."

സംസാരിച്ചുകൊണ്ടിരിക്കുന്നതിനിടെ കമലത്തിന്റെ മൂന്ന് പെൺമക്കളും വെള്ളം കോരി തിരിച്ചെത്തി. വെള്ളം നിറച്ച കുടം ഇറക്കി വെച്ച് വലിയമ്മയുടെ അമ്മയും കാര്യമായിട്ട് സംസാരിച്ചിരിക്കുന്നത് കണ്ട് അകത്തോട്ട് പോയി.

തനിച്ചിരിക്കുമ്പോൾ പലപ്പോഴും ആറുമുഖത്തിന് നടേശൻ ചേട്ടന്റെ വാക്കുകൾ കേട്ട് നടക്കണമെന്നൊക്കെ തോന്നാറുണ്ട്..... പക്ഷേ, രാത്രി പുറത്തേക്ക് പോകുന്ന അവൻ തോന്നിയ സമയത്ത് തിരിച്ചെത്തുന്ന സ്വഭാവം തുടങ്ങിയിരിക്കുന്നു.

രാത്രിസമയങ്ങളിൽ നടേശൻ പൂവരശിന്റെ ചുവട്ടിൽ കിടന്നുകൊണ്ട് മിന്നാമിനുങ്ങുകൾ പാറി നടക്കുന്നത് കണ്ട് രസിക്കുമായിരുന്നു. അപ്പോൾ എവിടെയൊക്കയോ കൊച്ച് കൊച്ച് ആത്മവിശ്വാസത്തിന്റെ നക്ഷത്രങ്ങൾ മിന്നിത്തിളങ്ങുന്നതായി തോന്നി.

സുബ്രഹ്മണിച്ചേട്ടന്റെ ജീവിതശൈലിയും രീതികളും നടേശന് ഒട്ടും ഇഷ്ടമായില്ല. ഇനിയും ഒരു ജോലി പോലും സമ്പാദിക്കാതെ, കുടുംബത്തെയും നോക്കാതെ, ഉത്തരവാദിത്വം ഇല്ലാതെ വിവാഹജീവിതത്തിന് മുമ്പുള്ളതുപോലെതന്നെ ഇപ്പോഴും ഒന്നിനും കൊള്ളാത്തവനായി നടക്കുന്നു. ഇങ്ങനെയുള്ളവൻ എങ്ങനെ അനുജനെ നേർവഴിക്ക് നയിക്കും. നടന്നതുതന്നെ എന്നീ ചിന്തകൾ നടേശനെ വേട്ടയാടിക്കൊണ്ടിരുന്നു. അതിന്റെ ക്ഷീണം തീർക്കാനാണോ ഇവൻ തനിച്ച് രാത്രികാലങ്ങളിൽ ഇവിടെ കിടക്കുന്നത്. ദേശക്കാർ തമ്മിൽ തമ്മിൽ മുറുമുറുത്തു.

സുബ്രഹ്മണിയുടെ അമ്മായിയച്ഛൻ ഒരു മില്ലിൽ ജോലി ചെയ്ത് വിരമിച്ചയാളാണ്. ഇപ്പോൾ വീട്ടിൽ വിശ്രമമാണ്. രണ്ട് ആൺമക്കൾക്കും ജോലി ശരിയാക്കി കൊടുക്കാൻ അദ്ദേഹത്തിന് സാധിച്ചില്ല. അവർ രണ്ടാളും ഓരോ ഭാഗത്തായി വർക്ക്ഷോപ്പ് പണിക്ക് പോകുന്നു. ഇനി ഒരു മകൾ കൂടിയുണ്ട് വിവാഹപ്രായം എത്തിനിൽക്കുന്നു.

മരുമകൻ സുബ്രഹ്മണി ഒരു ജോലിയിലും ഉറച്ചുനിൽക്കുന്നില്ല. അയാളുടെ സങ്കടം കൂടിക്കൂടി വന്നു. തന്റെ സമപ്രായക്കാരോട് ഇടയ്ക്കിടെ ഇക്കാര്യം പറഞ്ഞ് സങ്കടപ്പെടും.

"മകൾ എന്തു ചെയ്യും. കുറച്ചുദിവസം ക്ഷമിച്ചു നോക്കി. പിന്നെ ചോറ്റ് പാത്രത്തിൽ ചോറുമെടുത്ത് കൂലിപ്പണിക്ക് പോയിത്തുടങ്ങി. കെട്ടിയവൻ കൊണ്ടുവരുന്നതും കാത്തിരുന്നാൽ പിള്ളേര് പട്ടിണിയിൽ ആവും."

"പെറ്റ തള്ളയ്ക്കും അപ്പനും പേരുദോഷം ഉണ്ടാക്കുമല്ലോ ഇവൻ."

"ഇനിയെന്ത് ഉണ്ടാക്കാൻ. എല്ലാം നശിപ്പിച്ചു കഴിഞ്ഞു. ഇനിയൊന്നും ബാക്കിയില്ല. പാവങ്ങൾ! അവർക്ക് എന്ത് ചെയ്യാൻ കഴിയും. അവരല്ലല്ലോ ഇവനോട് തെണ്ടിത്തിരിഞ്ഞ് നടക്കാൻ പറയുന്നത്. ഇവൻ മടിയാനായിപ്പോയതിന് അവർ എന്ത് പിഴച്ചു."

"എങ്ങനെയോ...... പോയി തൊലയട്ടെ.....അഞ്ചിൽ വിളയാത്തത് അമ്പതിൽ വിളയില്ലല്ലോ. ചെറുപ്പംതൊട്ടേ മറ്റുള്ളവരുടെ വാക്കുകൾ കേൾക്കാതെ താന്തോന്നിയായി നടന്നുപോയി. ഇനിയൊന്നും അവനെ തിരുത്താൻ പറ്റില്ല."

എന്നൊക്കെ സുബ്രഹ്മണിയുടെ പ്രവൃത്തിദോഷത്തെക്കുറിച്ച് നാട്ടുകാർ ഓരോന്നും പറയുന്നത് കേട്ട്, ചെല്ലമുത്തുവിന് കിഴക്ക് ദേശത്തിലെ ആളുകളുടെ മുഖത്ത് നോക്കാൻപോലും സാധിക്കാതെയായി.

"ജനിപ്പിച്ചാൽ പോരാ മക്കളെ നല്ലവരായി വളർത്താനും കഴിയണം."

നാട്ടുകാർ ഇങ്ങനെ പരോക്ഷമായും പ്രത്യക്ഷമായും അധിക്ഷേപിക്കാൻ ഒട്ടും മടിക്കില്ല എന്ന് പൊന്നിക്കും അറിയാമായിരുന്നു.

ഇതൊന്നും വകവെയ്ക്കാതെ സുബ്രഹ്മണി ചുണ്ടക്കാമുത്തൂർ ബസ്സ്റ്റാൻഡിൽ അടുത്തുള്ള ലോട്ടറിക്കടയിൽ ഇരുന്നു സൊറ പറയുകയായിരുന്നു. ആ ലോട്ടറി ടിക്കറ്റുകൾ മുഴുവൻ വാങ്ങിച്ച് പെട്ടെന്ന് ഒരു പണക്കാരൻ ആകാനുള്ള കാത്തിരിപ്പിലാണ് അവനെന്ന് നാട്ടുകാർക്കുതോന്നി.

അവിടുത്തെ പെട്ടിക്കടക്കാരനോടും ചായക്കടക്കാരനോടും പലിശയ്ക്ക് പണം പിരിക്കാൻ വരുന്നവരോടും ഏറ്റവും അടുത്ത പരിചയക്കാരൻ എന്ന നിലയിലായിരുന്നു അവന്റെ സംസാരവും പെരുമാറ്റവും.

ജനിപ്പിച്ചവരോടും കൂടപ്പിറപ്പുകളോടും വിവാഹത്തിനു മുമ്പ് എങ്ങനെയാണോ അവൻ പെരുമാറിയത് അതുപോലെയാണ് അവൻ തന്റെ ഭാര്യയോടും മക്കളോടും പെരുമാറുന്നത്, ഒട്ടും സ്നേഹമില്ലാതെ.

ഇത് കാണുമ്പോൾ ഏറെ വിഷമിച്ചത് നടേശനായിരുന്നു. തന്നെക്കാൾ മുതിർന്നവനായിട്ടും വിവാഹം കഴിഞ്ഞിട്ടും സഹോദരങ്ങളെക്കുറിച്ചോർക്കാതെ കാര്യഗൗരവമില്ലാതെ എങ്ങനെ ഇങ്ങനെ നടക്കാൻ കഴിയുന്നത്......ഇതെല്ലാം ചിന്തിക്കുമ്പോൾ നടേശന്റെ ഹൃദയംതകരുന്നത് പോലെ തോന്നി.

ആ വേദന പുറത്തുകാണിക്കാതെ നടന്നു നടേശൻ. അവൻ തന്റെ ആരോഗ്യംപോലും ശ്രദ്ധിക്കാതെയായി. ക്രമേണ എല്ലാം അവന്റെ ചുമലിലായി. അവൻ വല്ലാതെ പാടുപെടുന്നു.

ആര് എന്ത് പറഞ്ഞാലും മടികൂടാതെ ചുറുചുറുക്കോടെ ചെയ്യുന്നവനാണ് നടേശനെന്ന് അവന്റെ അധ്യാപകന് അറിയാമായിരുന്നു. അദ്ദേഹം അവന്റെ എല്ലാമാറ്റങ്ങളും ശ്രദ്ധിക്കുന്നുണ്ടായിരുന്നു.

"ചുമ്മാ തെണ്ടിത്തിരിഞ്ഞുനടക്കുന്നവന്റെ ശരീരത്തിന് ഒരു ചേതവുമില്ലല്ലോ. ചൂടും വെയിലും കാര്യമാക്കാതെ രണ്ട് ഉറുപ്പിക ഉണ്ടാക്കാൻ അലഞ്ഞു പാടുപെട്ടാൽ അല്ലേ അതിന്റെ വേദന അറിയാൻ കഴിയൂ....

ഒന്നും കാര്യമായി എടുക്കാതെ മറ്റുള്ളവർ സമ്പാദിച്ചുകൊണ്ടുവരുന്നത് ചെലവഴിച്ചും ഭക്ഷിച്ചും ഇരിക്കുന്നവന്റെ ദേഹത്ത് ചെളി പറ്റുമോ."

"നമ്മള് നടേശനെ ജനിച്ചത് മുതൽ കാണാൻ തുടങ്ങിയതല്ലേ. അവനോളം വരുന്നവർ ആരുമില്ല. അപ്പനും അമ്മയ്ക്കും വേണ്ടതെല്ലാം ചെയ്തു ചെയ്ത് എല്ലുങ്കോലായി."

സഹോദരിമ്മാർ രണ്ടാളും അനുജനെക്കുറിച്ചോർത്ത് സങ്കടപ്പെട്ടു.

"ഇത്തവണത്തെ പരീക്ഷ കഴിയുന്നതോടുകൂടി അവന്റെ ഹൈസ്കൂൾ പഠനം കഴിയും. അതിൽ അവൻ പാസായാൽ മതിയായിരുന്നു. അതിനുവേണ്ടിയാണ് കഞ്ഞിയും വെള്ളവും പോലും കുടിക്കാതെ കുട്ടി കൈയിൽ ഏതുസമയവും പുസ്തകം കൊണ്ടുനടക്കുന്നതും ശ്രദ്ധയോടെ പഠിച്ചുകൊണ്ടിരിക്കുന്നതും."

പൊന്നിക്ക് മകന്റെ പഠനത്തിൽ ഏറെ കരുതലുണ്ട്. കാലിത്തൊഴുത്തിന്റെ ചായ്പ്പിൽ അവന് പഠിക്കാനുള്ള ശാന്തമായ അന്തരീക്ഷം ഉള്ളതിനാൽ അവിടെച്ചെന്നിരുന്ന് പഠിക്കും. ഒരു തടസ്സവും ഇല്ലാതെ ആളുകളുടെ ശല്യവും ഇല്ലാതെ പഠനവിഷയങ്ങൾ മനഃപാഠമാക്കാനും പഠിച്ചത് എഴുതി നോക്കാനും അവന് അനുയോജ്യമായ സ്ഥലം അതായിരുന്നു.

നടേശൻ രാത്രിയിൽ ഉറക്കമൊഴിച്ച് പഠിക്കുന്നതും അതിരാവിലെ എഴുന്നേറ്റ് പഠിക്കുന്നതും കാണുമ്പോൾ ചെല്ലമുത്തുവിന് അവനിലുള്ള വിശ്വാസം വർദ്ധിച്ചുവന്നു.

എല്ലാപരീക്ഷകളും കഴിഞ്ഞ് അവൻ തിരിച്ചെത്തിയതും, "ഞാൻ പാസാകും" എന്ന് ആത്മവിശ്വാസത്തോടെ പറയും. അതിന് ശേഷം വേണം. നല്ലൊരു ജോലിക്ക് അപേക്ഷിക്കാൻ പറയാൻ. പഠിപ്പിനനുസരിച്ചുള്ള സമ്പാദ്യം കിട്ടും. എന്നിങ്ങനെ ചെല്ലമുത്തു സ്വപ്നം കണ്ടുകൊണ്ടിരുന്നു.

വേനലവധി കാലത്ത്, നടേശൻ അപ്പൻ ഉണരുന്നതിന് മുൻപേ എഴുന്നേറ്റു. അപ്പനെ സഹായിച്ചു. അപ്പനോടൊപ്പം പഞ്ഞി ഗോഡൗണിലേക്ക് ചെന്ന് ജോലി ചെയ്തു. ഇതൊക്കെ കാണുമ്പോൾ ചെറിയ തോതിൽ മുതൽ മുടക്കി അവൻ സ്വന്തമായി ഒരു കട തുടങ്ങി അദ്ധ്വാനിച്ചാൽ അതിനനുസരിച്ചുള്ള വരുമാനം കിട്ടുമല്ലോ എന്നുള്ള ആലോചനകൾ ചെല്ലമുത്തുവിന്റെ മനസ്സിൽ ഉടലെടുത്തു.

അതേസമയം 'ഈ കഷ്ടപ്പാട് തന്നോട് പോട്ടെ! അവൻ പഠിച്ചവനല്ലേ എളുപ്പമുള്ള വല്ല ജോലിയും നേടി ഉയരട്ടെ' എന്ന ബോധം മനസ്സിൽ മിന്നിമായും. ഈ ചിന്തകൾ ചെല്ലമുത്തുവിനെ വല്ലാതെ ഉലയ്ക്കും.

തന്നോടൊപ്പംകൂടി തലയണയും കിടക്കയും തുന്നിച്ചേർക്കുന്ന ജോലി ചെയ്ത് മറ്റു മക്കളെപ്പോലെ തന്റെ കൈയിലുള്ള പണം പിടുങ്ങി തിന്നാതെ കുടുംബത്തിന് സമ്പാദിച്ച് തരുന്നവനല്ലേ.... എന്നോർക്കു

മ്പോൾ മനസ്സിൽ കുളിരു കോരിയിടും. ചെല്ലമുത്തുവിന് അവനെ കെട്ടിപ്പിടിച്ച് തലോടാൻ തോന്നും.

ദിവസവും ജോലി കഴിഞ്ഞെത്തുന്ന നടേശൻ ദേഹശുദ്ധി വരുത്തി അടുത്തുള്ള ശിവൻകോവിലിലേക്കുചെന്ന് തൊഴുതുവരും. തിരികെ വരുമ്പോൾ നെറ്റിനിറയെ തിരുനൂറ് ചാർത്തിയിരിക്കും. അമ്മയ്ക്ക് കുറച്ച് തിരുനൂറ് കൊണ്ടുചെന്ന് കൊടുക്കുകയും ചെയ്തു.

ആൽമരച്ചുവട്ടിലെ തിണ്ണയിൽ ആൾപെരുമാറ്റം ഇല്ലാത്തതുകൊണ്ട് അൽപം നേരം അവിടെച്ചെന്ന് ഇരുന്നാലോ..... എന്ന് നടേശന് തോന്നി. തൊട്ടടുത്ത് വേപ്പുമരം ഉള്ളതുകൊണ്ട് അവിടത്തെ കാറ്റിന് വല്ലാത്തൊരു സുഖമാണ്. അവിടെയിരുന്നാൽ അടുത്തുള്ള സ്കൂളും മൈതാനവും കാണാം. ആ സ്കൂളിൽ പഠിച്ച ഓർമ്മകൾ ഇപ്പോഴും പച്ചപ്പോടെ മനസ്സിൽ മായാതെ തങ്ങി നിൽക്കുന്നു. സ്കൂൾ മുറ്റത്ത് വൈകുന്നേരം ശിലസ്വാമി മാഷ് ചൊല്ലിക്കൊടുത്ത

"വെള്ളി പനിമലയിൽ മിതുലാവുവോം....അടി
മേലൈ കടൽ മുഴുതും കപ്പൽ വിടുവോം
പള്ളി തളമനൈത്തും കോയിൽ സെയ്കുവോം....
എങ്ങൾ ഭാരതദേശമെന്റ്റെ തോൾ കൊട്ടുവോം...."

എന്ന ഭാരതിയാറിന്റെ വരികൾ ഹൃദയത്തിൽ ഉരുണ്ട് കൂടും. കണ്ണുകളിൽ ഈറൻ അണിയും.

നടേശൻ തന്റെ സ്വന്തം തറവാടിനെ എന്നപോലെയാണ് ആ സ്കൂൾ കെട്ടിടത്തെ കണ്ടിരുന്നത്. അവൻ അങ്ങനെ തനിച്ചിരിക്കുന്നത് അവിടേക്ക് വന്ന നല്ലണ്ണന്റെ മകൻ ദണ്ഡപാണിയുടെ ശ്രദ്ധയിൽപ്പെട്ടു. ദണ്ഡപാണി അടുത്തെത്തി നടേശന്റെ തോളത്ത് കൈവെച്ചു.

"എന്തനിയാ ഇവിടെയിരിക്കുന്നത്" എന്ന് സ്നേഹത്തോടെ ചോദിച്ച അവൻ നടേശനെക്കാളും മുതിർന്നവനാണ്. പടിഞ്ഞാറുദേശത്ത് വടക്കുഭാഗത്തായിട്ടാണ് അവന്റെ വീട്.

"കോവിലിൽ വന്നതാ ചേട്ടാ.... കുറച്ചുസമയം ഇവിടെയിരുന്നു പോയി.... വരൂ ചേട്ടാ......നമുക്ക് നടക്കാം." നടേശൻ അയാളോടൊപ്പം നടന്നു.

മറ്റന്നാൾ പരീക്ഷാഫലം വരുമെന്ന് ക്ലാസിലെ കൂട്ടുകാർ പറഞ്ഞത് നടേശൻ ഓർത്തു. മനസ്സിന് വല്ലാത്തൊരു ഭാരവും വല്ലായ്മയും തോന്നി. എന്താവും എന്നറിയില്ല. വീട്ടിൽ ചെന്നെത്തിയിട്ടും സമാധാനത്തിൽ ഒരു ഭാഗത്ത് ഇരിക്കാൻ പറ്റുന്നുണ്ടായിരുന്നില്ല. എവിടെ നോക്കിയാലും അവിടെ തന്റെ റിസൾട്ട് അടങ്ങിയിരിക്കുന്ന പത്രം മിടിക്കുന്നതായി തോന്നി.

പുറത്തിറങ്ങി മുറ്റത്തുനിന്ന് മാനത്തേക്ക് നോക്കി. കാർമേഘങ്ങൾ അങ്ങിങ്ങായി കാണുന്നുണ്ടായിരുന്നു. മഴപെയ്യാനുള്ള ലക്ഷണങ്ങൾ അറിയിച്ചുകൊണ്ട് ഇരുട്ടിന്റെ കനം കൂടിക്കൂടി വന്നു. മനസ്സിന്റെ ഭാരം കുറയ്ക്കാനായി തണുത്ത കാറ്റ് തഴുകിയെത്തി. ഇരുട്ട് അകന്നുപോകുകയും

നക്ഷത്രങ്ങൾ പ്രകാശിക്കുന്ന തെളിഞ്ഞ മാനം ഉണ്ടാവുകയും ചെയ്താൽ എത്ര മനോഹരമായിരിക്കും എന്ന് നടേശൻ ആശിച്ചുപോയി.

നേരം വെളുക്കാനുള്ള കാത്തിരിപ്പ് തുടർന്നു. രാത്രിക്ക് ആ ദേശം വിട്ടുപോകാൻ മനസ്സില്ലാതെ എങ്ങും വ്യാപിച്ച് കിടക്കുന്നതായി തോന്നി.

കിടക്കയിൽനിന്ന് എഴുന്നേറ്റതും കിഴക്കുഭാഗത്തായി കാണുന്ന അമ്പലത്തിലേക്ക് നോക്കി കൈ തൊഴുത് പ്രാർത്ഥിച്ചു. കാലത്തെ ദിനചര്യകൾ കഴിഞ്ഞ് വടക്കുദേശത്തെ തന്റെ കൂട്ടുകാരൻ പൊന്നുചാമിയെ കാണാൻപോയി. അവൻ പറഞ്ഞ വാർത്ത കേട്ട് നടേശൻ ഞെട്ടി. തലേന്നാൾ വൈകുന്നേരംതന്നെ പത്ര ഓഫീസിൽ ജോലി ചെയ്യുന്ന ഒരാൾ വഴി പരീക്ഷാഫലം അറിഞ്ഞതായി മറ്റു കൂട്ടുകാർ അവനോടുവന്ന് പറഞ്ഞത്രേ!

“നമ്മള് രണ്ടാളും പാസായി എന്ന് പറഞ്ഞോ?.... അറിയാമെങ്കിൽ വേഗം പറ.” നടേശൻ നെഞ്ചിടിപ്പോടെ ചോദിച്ചു.

“അവരൊക്കെ പാസായത്രെ..... അത് മാത്രമേ പറഞ്ഞുള്ളൂ....മറ്റുള്ളവരുടെ മുഴുവൻ റിസൾട്ട് പത്രം വന്നതും നമുക്ക് നോക്കാം.” പൊന്നുചാമി ആശ്വസിപ്പിച്ചു.

പക്ഷേ.... എന്തോ.... നടേശന്റെ മനസ്സിന് ഒരു സമാധാനവും കിട്ടിയില്ല. അവിടെനിന്നിറങ്ങി നടന്നുവീടെത്തി.... അമ്മ ഊണ് കഴിക്കാൻ വിളിച്ചു. പക്ഷേ, അവന് വിശപ്പില്ലായിരുന്നു. കുളി കഴിഞ്ഞ് നേരെ കോവിലിൽ പോയി മനസ്സുരുകി പ്രാർത്ഥിച്ചു. ശയനപ്രദക്ഷിണം നടത്തി. “ഇന്ന് വൈകിട്ട് നിന്നെ വന്ന് കാണുമ്പോൾ എന്റെ മനസ്സ് തണുപ്പിക്കണേ ഈശ്വരാ....” എന്ന പ്രാർത്ഥനയോടെ അവന്റെ ചുണ്ടുകൾ കെഞ്ചുന്നുണ്ടായിരുന്നു.

ഉച്ചവെയിൽ മുറ്റത്ത് ചിതറിക്കിടക്കുന്നുണ്ടായിരുന്നു. “പത്രത്തിൽ പരീക്ഷാഫലം വന്നു. അമ്പലത്തറയിൽ എല്ലാവരുംകൂടി നോക്കിക്കൊണ്ടിരിക്കുന്നു.” എന്ന് ആരോ പാതയിൽ സംസാരിച്ചു കൊണ്ടുപോകുന്നത് കേട്ടു.

നടേശൻ ചാടി എഴുന്നേറ്റ് അമ്പലത്തറയിലേക്ക് ഓടി. അവിടെ പത്രത്തിൽ നോക്കിയിരിക്കുന്നവരുടെ ഇടയ്ക്ക് കയറി തന്റെ നമ്പർ ഉണ്ടോ എന്ന് ആകാംക്ഷയോടെ പരതി നോക്കി. പത്രം നിറയെ നമ്പറുകൾ പ്രിന്റ് ചെയ്തിരിക്കുന്നു.

‘ഞാൻ പാസായി’ ‘നീ പാസായി’ എന്ന ശബ്ദങ്ങൾ അവന്റെ കർണ്ണങ്ങളിൽ തട്ടിത്തെറിക്കുന്നുണ്ടായിരുന്നു. നടേശന്റെ നമ്പർ മാത്രം കാണാനില്ല. എന്ത് സംഭവിച്ചു കാണും. ഈ ദിനപത്രത്തിൽ ആ നമ്പർ മാത്രം എങ്ങനെ ഇല്ലാതായി? അവന് വിശ്വസിക്കാനായില്ല. അവിടെ നിൽക്കാനും കഴിയുമായിരുന്നില്ല. താഴെ വീണുപോകുമോ എന്ന് പേടിച്ചു. ഒന്നും ആരോടും ഉരിയാടാൻ കഴിയാതെ പതിയെ നടന്നകന്നു. ആരോ തന്നെ വഞ്ചിച്ചതാവും എന്ന് ഹൃദയം മന്ത്രിക്കുന്നതുപോലെ തോന്നി. വീട്ടിലെത്തി തിണ്ണയിൽ തളർന്നിരുന്നു.

നാല്

അപ്പനും അമ്മയ്ക്കും കാര്യം മനസ്സിലായി. ഇത്രയും ദിവസങ്ങൾ കഷ്ടപ്പെട്ടതിന് ഫലമുണ്ടായില്ലല്ലോ..... നടേശന്റെ അദ്ധ്വാനമെല്ലാം വ്യർത്ഥമായെന്ന്....

നടേശന്റെ മനസ്സ് തോൽവി അംഗീകരിക്കാൻ പാടുപെട്ട് ആടിയുലഞ്ഞു. വിവരം അറിഞ്ഞ അധ്യാപകൻ നടേശന്റെ വീട് തേടി വന്ന് ആശ്വസിപ്പിച്ചു. “ഇതിനൊക്കെ മനസ്സ് കൈവിടാൻ പാടില്ല. അടുത്ത തവണ ഒരിക്കൽക്കൂടി പരീക്ഷ എഴുതി പാസാകാമല്ലോ. ധൈര്യമായി ഇരിക്കൂ.” മാഷ് അവനെ തന്നോടൊപ്പം കൂട്ടിക്കൊണ്ടുപോയി.

പാസായാൽ ഒരു ജോലി സമ്പാദിച്ച് കുടുംബത്തിലെ കഷ്ടപ്പാടൊക്കെ അവൻ മാറ്റും എന്ന അപ്പനമ്മമാരുടെ വിശ്വാസമാണ് തകർന്നടിഞ്ഞത്. ഇതിനെക്കുറിച്ച് ചിന്തിച്ച് അവർ ഒരുപാട് വിഷമിച്ചു. ഇടത്തരം പഠനക്കാരൊക്കെ പാസായിരിക്കുന്നു.

ഞാൻ എഴുതിയ പരീക്ഷയിൽ എനിക്ക് മാത്രം എങ്ങനെയാണ് മാർക്ക് കുറഞ്ഞത്. അതിനെക്കുറിച്ച് സാവധാനം അന്വേഷിച്ച് കണ്ടെത്തണം. ഇനിയും നന്നായി പഠിച്ച് മികച്ച മാർക്ക് നേടാനുള്ള ശ്രമം തുടങ്ങണം. അതാണ് വേണ്ടത്. നടേശൻ തന്റെ വിഷമത്തിൽനിന്നും സ്വയം കരകയറാൻ ശ്രമിച്ചു.

ആറുമുഖത്തെ കണ്ടിട്ട് ഒരാഴ്ചയായി. അന്വേഷിച്ചപ്പോൾ അവൻ ഒരു വർക്ക്ഷോപ്പിലേക്ക് ജോലിക്ക് പോകുന്നു എന്ന് അമ്മ പറഞ്ഞറിഞ്ഞു. അനുജന്റെ മനംമാറ്റത്തിൽ നടേശൻ തന്റെ ദുഃഖം മറക്കാൻ ശ്രമിച്ചു.

തനിക്കും ഇതുപോലെ ഒരു ജോലി കിട്ടിയാൽ നന്നായിരുന്നു. അനുജന്റെ കൂടെക്കൂടി പണിക്ക് പോകാമായിരുന്നു. പഠനത്തിൽ തോറ്റു വീട്ടിൽ

കുത്തിയിരിക്കുകയാണല്ലോ? എന്നോർത്ത് വിഷമിക്കുന്ന അപ്പനമ്മമാർക്ക് അത് ആശ്വാസമായേനെ......

അനുജന് പകരം അവനാണ് പഠിച്ചത്. കഠിനമായി അദ്ധ്വാനിച്ചിട്ടും ഫലം കണ്ടില്ല. ഞാനും ജോലിക്ക് പോയി സമ്പാദിച്ചാൽ, അനുജനും ചേട്ടനും ഇപ്പോൾ ജോലിക്ക് പോയി സമ്പാദിക്കുന്നു എന്ന് ആശ്വസിക്കും അച്ഛനും അമ്മയും. അനുജന്റെ പാത പിന്തുടരുന്നതിൽ തെറ്റില്ല. തന്റെ വഴിക്ക് അവനെ നയിക്കാൻ ശ്രമിച്ചു. പക്ഷേ, നടന്നില്ല. ഇപ്പോൾ അതിൽ വിഷമവും ഇല്ല.

നടേശന്റെ മനസ്സിൽ ഇങ്ങനെയൊരു ആലോചനയാണ് ഉള്ളത് എന്നറിഞ്ഞപ്പോൾ ചെല്ലമുത്തു അതിന് സമ്മതിച്ചില്ല. തന്നെ സഹായിക്കാനായി തന്റെ കൂടെ ഇടയ്ക്കിടെ അങ്ങാടിത്തെരുവിലേക്ക് വന്നതുകൊണ്ടാണ് അവൻ പരീക്ഷയിൽ തോറ്റത് എന്ന കുറ്റബോധം ചെല്ലമുത്തുവിനെ വല്ലാതെ അലട്ടുന്നുണ്ടായിരുന്നു. ഭാര്യ പൊന്നിയോട് "ജോലി കൂലി എന്ന് അലഞ്ഞുതിരിയാതെ പഠിച്ച് പാസാകാൻ പറ അവനോട്.... അല്ലെങ്കിൽ ഇത്രയും ദിവസം പാടുപെട്ട് പഠിപ്പിച്ചത് എല്ലാം നമ്മൾ തന്നെ ഇല്ലാതാക്കിയത് പോലെയാവും." എന്ന് ചെല്ലമുത്തു വ്യാകുലപ്പെട്ടു.

പൊന്നി നടേശനോട് അപ്പന്റെ വിഷമമെല്ലാം സങ്കടപ്പെട്ടു പറഞ്ഞ് പറഞ്ഞ് നടേശൻ അപ്പൻ പറഞ്ഞത് അനുസരിക്കാൻ ബാധ്യസ്ഥനായി.

പടിഞ്ഞാറുഭാഗത്തെ നാലഞ്ചു വീടിന് അപ്പുറത്താണ് ഗോവിന്ദച്ചാമിയുടെ വീട്. നടേശനെ വീടിന്റെ പരിയാംപുറത്തുനിന്ന് നോക്കിയാൽ കാണാൻ കഴിയും. മില്ലിൽ പണിക്ക് പോയിരുന്നയാളാണ് ഗോവിന്ദച്ചാമി. വിശ്രമജീവിതത്തിൽ തന്റെ സ്വത്ത് വകകളിൽ കൃഷി ചെയ്ത് വരുകയാണ്. അയാളുടെ ഒറ്റമോൾ കലാവതി പത്താം ക്ലാസിൽ പഠിച്ചുവരുന്നു. നടേശനോടൊപ്പം അവളും ട്യൂഷന് വരുമായിരുന്നു. പഠനത്തിൽ മിടുക്കിയാണ്.

സേതു സാറിന് ഇടയ്ക്കിടെ പച്ചക്കറികൾ കൊണ്ടുവന്നു കൊടുക്കും. ചില ദിവസങ്ങളിൽ ട്യൂഷൻ വിടാൻ വൈകുമെങ്കിൽ അവളുടെ അമ്മ വന്നു കൂട്ടിനിരിക്കും. ക്ലാസ് കഴിഞ്ഞശേഷം വീട്ടിലേക്ക് കൂട്ടിക്കൊണ്ടുപോകും. അല്ലാത്തപക്ഷം സാറ് നടേശനോട് കലാവതിയെ അവളുടെ വീട്ടിൽ കൊണ്ടാക്കാൻ പറയും. നടേശൻ അതനുസരിച്ച് അവൾക്ക് തുണ പോകും.

ക്ലാസിൽ പഠിക്കുന്ന ആൺകുട്ടികളുടെ കൂട്ടത്തിൽ ഒന്നാമൻ നടേശനാണെന്നും പെൺകുട്ടികളിൽ കലാവതിയാണെന്നും വിളിച്ചറിയിക്കുമ്പോൾ രണ്ടാളും അഭിമാനിക്കും. ഇത്രയും വർഷം ഇല്ലാത്ത തോൽവിയാണ് ഇക്കൊല്ലം നടേശനുണ്ടായത്. ഇതറിഞ്ഞ കലാവതി നടേശന്റെ ചേച്ചിമാരായ ഭാഗ്യത്തിനോടും കമലത്തിനോടും "നടേശൻ ചേട്ടന് കണ്ണു തട്ടിയതാവും" എന്നു വിഷമത്തോടെ പറഞ്ഞതായി നടേശൻ അറിഞ്ഞു.

മാർക്ക്ലിസ്റ്റ് വന്നപ്പോൾ രണ്ടു വിഷയങ്ങളിൽ മാർക്ക് കുറഞ്ഞുപോയിരുന്നതായി അറിയാൻ കഴിഞ്ഞു. ആ വിഷയങ്ങളിൽ മാത്രം

ശ്രദ്ധിച്ചുപഠിച്ചാൽ ഉറപ്പായും പാസാകാൻ കഴിയുമെന്ന് അദ്ധ്യാപകരും ധൈര്യം പകർന്നു കൊടുത്തു.

ഒരിക്കൽ പഠിച്ച് പരീക്ഷ എഴുതിയ പാഠഭാഗങ്ങൾ വീണ്ടും പഠിക്കണമെന്ന് ഓർക്കുമ്പോൾ മനസ്സിന് ഒരു മടുപ്പ് തോന്നി. ഒരു യുദ്ധക്കളത്തിലേക്ക് നോക്കിനിൽക്കുന്ന പോലൊരു പ്രതീതി.

എന്നാലും സാരമില്ല വീണ്ടും യുദ്ധം ചെയ്തല്ലേ പറ്റൂ. നടേശൻ തന്നെ സ്വയം ആശ്വസിപ്പിച്ചു. അമ്പലത്തിലേക്ക് തൊഴാൻ ചെന്നു.

സന്നിധിയിൽ തൊഴുത് പ്രാർത്ഥിച്ചതിനുശേഷം കുറച്ചുനേരം അവിടെ ഇരുന്നു. തൊട്ടടുത്തു ചെറിയൊരു പന്തൽപോലെ ചെറുമണി പൂക്കൾ നിൽപ്പുണ്ട്. ചുവപ്പും വെള്ളയും കലർന്ന നിറത്തിലുള്ള ചുവന്ന വരകൾ ഉള്ള കുഞ്ഞുമണിപൂക്കൾ. മൊട്ടുകൾ ഒരു ചെറുവിരലിന്റെ പകുതിയോളം വരും. അവ പടർന്ന് പന്തലിച്ച് നിൽക്കുന്നത് കണ്ടു. ഇനി കുറച്ചുദിനങ്ങളിൽ അവയെല്ലാം വിരിഞ്ഞ് അവിടെ സുഗന്ധം പടർത്തും. ആ പൂക്കളെ സ്കൂളിൽ പഠിക്കുന്ന കാലം മുതൽക്കേ തലോടിയും മണത്തും അറിഞ്ഞവനാണ് നടേശൻ. എങ്കിലും ഇപ്പോഴും ആ പ്രൗഢിക്ക് മങ്ങലേൽക്കാതെ, യുവത്വം കുറയാതെ, ഒട്ടും മടിക്കാതെ അവ ഉത്സാഹത്തോടെ പൂക്കുന്നത് കാണുമ്പോൾ മനസ്സിന് ഒരു കുളിർമയാണ്.

ഒരു പ്രതിഫലവും പ്രതീക്ഷിക്കാതെ പൂക്കൾ വിരിയിക്കുന്നതാണ് തന്റെ കർത്തവ്യം എന്ന മട്ടിലാണ് ആ വള്ളി നിലകൊള്ളുന്നത്. അത് നടേശന് വല്ലാതെ ഇഷ്ടപ്പെട്ടിരുന്നു. ഈശ്വരന്റെ കാരുണ്യം അതിന് കിട്ടുന്നുണ്ടോ, ഇല്ലയോ. പക്ഷേ, അവന്റെ ദൃഷ്ടിയിൽ എത്തുന്ന ദൂരെവരെ അവ പൂത്തുലഞ്ഞു നിൽക്കുന്നു. ആ മുറ്റത്ത് തന്റെ സഹപ്രായക്കാരോടൊപ്പം ദേവരാജ് മാഷിന്റെ പക്കൽ ട്യൂഷൻ പഠിച്ച ഓർമ്മകൾ ഒരു പൂവ് വിരിയുന്നതുപോലെ മനസ്സിൽ തെളിഞ്ഞുവന്നു.

ദേവരാജ് മാഷിന് അവിടെവന്ന് പഠിപ്പിക്കാനുള്ള സമയമില്ലാത്തതുകൊണ്ട് അധികനാൾ ട്യൂഷൻ പഠിക്കാൻ കഴിഞ്ഞില്ല. പക്ഷേ, ചിലർ മാഷിന്റെ വീട്ടിൽ ചെന്ന് ട്യൂഷൻ പഠിച്ചു. അക്കൂട്ടത്തിൽ നടേശനും ഉണ്ടായിരുന്നു.

ദേവരാജ് മാഷിന്റെ വീട് പൂവരശ്മരത്തിന്റെ വടക്കുഭാഗത്തുള്ള പാതയുടെ അങ്ങേയറ്റത്തായിരുന്നു. അദ്ദേഹവും പ്ലസ്ടു പഠനം കഴിഞ്ഞ് ഒരു ജോലിക്കായി അന്വേഷിച്ചു നടന്ന് കിട്ടാതായപ്പോൾ തന്റെ അച്ഛന്റെ കൂടെ തലയണ കിടക്ക തുന്നിച്ചേർക്കുന്ന ജോലിക്കായി അങ്ങാടിത്തെരുവിലേക്ക് പോയിരുന്നു.

മാഷിന്റെ വീട്ടിൽ മൂലയ്ക്ക് പഞ്ഞിച്ചാക്കുകളും തുണിയും കെട്ടി കിടക്കുന്നത് ഒരുതരം ഗന്ധം ഉളവാക്കുന്നതായിരുന്നു. ആ ഗന്ധം ഇപ്പോഴും ഓർമ്മകളിൽ മായാതെ തങ്ങിനിൽക്കുന്നു. അപ്പനമ്മയുടെ, സഹോദരങ്ങളുടെ, ബന്ധുമിത്രാദികളുടെ സ്നേഹം നടേശന്റെ ഹൃദയത്തിൽ പലതരം ചിന്തകൾ ഉളവാക്കി.

നാട്ടിലെ അധ്യാപകൻ തന്റെ ക്ലാസിലെ പഠിക്കുന്ന കുട്ടികൾക്കുള്ള നോട്ടുപുസ്തകങ്ങളും പാഠപുസ്തകങ്ങളും കോയമ്പത്തൂരിൽനിന്നും വിലയ്ക്ക് വാങ്ങിച്ചുകൊണ്ടുവന്നുകൊടുക്കും. ആ പുസ്തകത്താളുകളിൽ നിന്നും പുറത്തുവരുന്ന പുത്തൻ മണം ഇപ്പോഴും മറക്കാനാവാതെ മനസ്സിൽ തങ്ങിനിൽക്കുന്നു. ആ പെൻസിലും റബ്ബറും ഇപ്പോൾ ദ്രവിച്ചു പോയിരിക്കുന്നു.

പ്രാഥമിക വിദ്യാലയത്തിൽ പഠനസമയം ചെലവഴിച്ച ക്ലാസ് മുറികൾ മാറുന്നതുപോലെ പഠിച്ച പാഠങ്ങളും അധ്യാപകരും മാറി മാറി വന്നതൊക്കെ ഓർമ്മകളിൽ ഓടിയെത്തി. ആ നാടും തെരുവും വീടുകളും എല്ലാം മാറിയതുപോലെ മനുഷ്യരിലും പതിയെ മാറ്റങ്ങൾ വന്നു.

എന്നാലും അവരുടെ പ്രവൃത്തികളിൽ വലിയ തോതിൽ മാറ്റങ്ങൾ ഒന്നും ഉണ്ടായില്ല. അതേ ജോലികളിൽത്തന്നെ ഇപ്പോഴും തുടർന്നുകൊണ്ടിരിക്കുന്നവർ എന്തിനാ ഇപ്പോൾ ഞാൻ ഇതൊക്കെ ചിന്തിച്ച് എല്ലാത്തിനെയും വിശകലനം ചെയ്യുന്നത്. ആവശ്യമില്ലാതെ.....സ്വയം വിമർശിച്ചു നടേശൻ.

സന്ധ്യാനേരത്ത് കൂട്ടുകാരോടും മുതിർന്നവരോടും സംസാരിച്ചുകൊണ്ടിരുന്നു. പൂവരശ്മരത്തിന്റെ പടിഞ്ഞാറുഭാഗത്ത് രണ്ടായി പിരിയുന്ന തെരുവിന്റെ വടക്കുവശത്തായി ദണ്ഡപാണി എരുക്കില പറിച്ചുകൊണ്ടിരുന്നു. ഇലയുടെ ഞെട്ടിൽനിന്നും ഒഴുകുന്ന പാൽ താഴെ വീഴുന്നതിന് മുമ്പ് എത്തണമെന്നുപറഞ്ഞ് ഗോവിന്ദച്ചാമിയാണ് അവനെ അയച്ചത്. ദണ്ഡപാണിക്ക് തൊഴുത്തിൽനിന്നും കന്നുകാലികൾക്കായി തീറ്റ എടുക്കുന്നതിനിടെ തേളിന്റെ കടിയേറ്റു. കടുത്ത വേദന ഉണ്ടായതിനെത്തുടർന്ന് അവൻ വൈദ്യരുടെ പക്കൽ ചികിത്സയ്ക്കായി ചെന്നപ്പോഴാണ് എരുക്കില പറിച്ചിട്ട് വരാനായി ഗോവിന്ദച്ചാമി ആവശ്യപ്പെട്ടത്. നടേശനും അവനെ സഹായിക്കാനായി കൂടി. സമയം നീളുന്തോറും വേദനയും കൂടിക്കൂടി വന്നു.

വൈദ്യർ ഗോവിന്ദച്ചാമി എരുക്കിലകൾ വാങ്ങി അതിന്റെ ഞെട്ടിൽ നിന്നും ഒഴുകുന്ന പാൽ ദണ്ഡപാണിയുടെ കൈയിൽ, തേൾ കടിച്ച ഭാഗത്തായി ഇറ്റിച്ചുകൊടുത്തു.

ഇവിടെയും വേദനിക്കുന്നുണ്ടോ എന്ന് വൈദ്യർ ചോദിച്ചുകൊണ്ട് കടിച്ച ഭാഗത്തായി തുണികൊണ്ടു വീശിക്കൊടുത്തു. കണ്ണടച്ച് പ്രാർത്ഥിച്ച് ആ ഭാഗത്ത് പച്ചില ഇട്ടു കൊടുത്തു.

“പേടിക്കാനൊന്നുമില്ല......” നടേശൻ അവനെ തിണ്ണയിൽ ഇരുത്തി.

“തേളിനെ കൊന്നോ രക്ഷപ്പെട്ടോ?” നടേശൻ അന്വേഷിച്ചു.

“രക്ഷപ്പെട്ടടാ.....”

“അത് ഇനി അടുത്തെവിടെയെങ്കിലും കല്ലിന്റെ ഇടുക്കിൽ പോയി കിടക്കുന്നുണ്ടാകും. ശരി പോട്ടെടാ.... ഇനിയെങ്കിലും നോക്കിയും കണ്ടും പണിയെടുക്ക്.”

"എന്റമ്മോ.....ചുറ് ചുറാന്ന് കടച്ചിൽ അരിച്ച് കേറുന്നു....വേദന സഹിക്കാൻ പറ്റുന്നില്ലെടാ...."

"ഒക്കെ ശരിയാവും മരുന്നുവെച്ച് കെട്ടിയിട്ടുണ്ടല്ലോ....വേദന കുറയും....കൈ താഴ്ത്തി പിടിക്കാതെ ഒരു തലയണയുടെ മേലെ വെച്ച് കിടക്ക്.... നേരം വെളുക്കുന്നതുവരെ ആഹാരം കഴിക്കാൻ പാടില്ല. വൈദ്യൻ പറഞ്ഞത് ഓർമ്മയുണ്ടല്ലോ" ഇത്രയും പറഞ്ഞ് നടേശൻ മുറ്റത്തേക്കിറങ്ങി പതിയെ ദണ്ഡപാണിയെയും കൂട്ടി നടന്നു. ദണ്ഡപാണിയുടെ ക്ഷീണവും സങ്കടവും കണ്ട് അവന് ധൈര്യം പകർന്ന് വീട് വരെ തുണ പോയി.

തേൾ കുത്തിയാൽ ഉപയോഗിക്കാവുന്ന മരുന്നാണ് എരുക്കില. പാടത്ത് പണിക്കുപോയപ്പോൾ കിട്ടിയ അതിന്റെ ഒരു തൈ കൊണ്ടുവന്നു നട്ടത് ഇപ്പോൾ ഓർമ്മയിൽ തെളിഞ്ഞു. അത് വളർന്ന് വലുതായി ഒരാളുടെ ഉയരത്തിൽ വേലിയിൽ ചാരി നിൽക്കുന്നു. അത് കാണുന്നവരൊക്കെ ഈ ഇലയുടെ പാൽ തേൾ കടിയേറ്റാൽ ഇറ്റിച്ച് കൊടുത്താൽ മതി എന്നുപറയുന്നത് കേട്ടിട്ടുമുണ്ട്.

അതിനേക്കാൾ ഏറെ ആശ്ചര്യം തോന്നിയത് തേളു കടിച്ചാൽ ഗോവിന്ദച്ചാമിയെ ആളുകൾ അന്വേഷിച്ച് വരുന്നതാണ്. പാമ്പ്, തേൾ പോലുള്ള വിഷജന്തുക്കൾക്ക് അയാളോടു അടുക്കാൻ സാധിക്കില്ല. എല്ലാറ്റിനേയും മന്ത്രം കൊണ്ടുതന്നെ ഓടിക്കുമെന്ന് പറയാറുണ്ട്. "കളവ് പോയ സാധനം ഏതായാലും മഷി ഇട്ട് നോക്കി കണ്ടുപിടിക്കാൻ മിടുക്കനാ.... ഇന്ന സ്ഥലത്ത് ആ സാധനം ഉണ്ട്.... ഇത്ര ദിവസത്തിനുള്ളിൽ അത് നിനക്ക് കിട്ടും എന്നോ ആ വസ്തു നിങ്ങളെ വിട്ട് ഒരുപാട് ദൂരെ പേയിക്കഴിഞ്ഞു.... എന്നോ....നശിച്ചു.... ഇനി നിന്റെ കൈയിൽ കിട്ടില്ല എന്നൊക്കെ പ്രവചനം നടത്തുന്നത് നടേശൻ കേട്ടിട്ടുണ്ട്.

അദ്ദേഹത്തിന്റെ മകൾ കലാവതിയും ഇങ്ങനെയൊക്കെ പറയാറുണ്ട്. ആ കൈനോട്ടമഷി കഠിനവ്രതം നോറ്റ്, പലതരം മരുന്നുചെടികൾ ചേർത്ത് ഉണ്ടാക്കുന്നതാണെന്ന് കലാവതി പറഞ്ഞുകേട്ടിട്ടുണ്ട്. ഇക്കാര്യങ്ങളൊക്കെ നടേശന്റെ മനസ്സിൽ കിടന്ന് മറിയുന്നുണ്ടായിരുന്നു. നമ്മുടെ പ്രശ്നത്തിന് ഒരു പരിഹാരം കിട്ടുവോ.... ഇരിക്കപ്പൊറുതി ഇല്ലാതായി. ദണ്ഡപാണിയെ കാണാൻ ചെന്നു. കാര്യങ്ങൾ വിവരിച്ച് അവന്റെ അഭിപ്രായം ആരാഞ്ഞു.

അവൻ അല്പനേരം ആലോചിച്ചു. എന്നിട്ട് പറഞ്ഞു. "നീ പറയുന്നത് കേട്ടാൽ അയാളുടെ മകൾക്ക് മാത്രമേ ആ മഷി ഉണ്ടാക്കുന്ന കൂട്ട് അറിയുകയുള്ളൂ.... അല്ലേടാ.....അത് രഹസ്യമാക്കി വെച്ചിരിക്കുകയാണെന്ന് തോന്നുന്നു. അങ്ങനെയാണെങ്കിൽ ഔദാര്യത്തിന് നിനക്കു വേണ്ടി ഒന്നും ചെയ്യില്ല."

"അത് മാത്രമല്ലടാ നമ്മള് ഇതിനെക്കുറിച്ച് ചോദിച്ച് ചെന്നാൽ ദേഷ്യത്തിന് എന്തെങ്കിലും മന്ത്രവാദം ചെയ്താലോ.....! ഉപദ്രവിച്ചാലോ.....!

എന്തുചെയ്യുമെടാ? പറ....." ദണ്ഡപാണിയുടെ വാക്കുകൾ കേട്ട് നടേശൻ പരിഭ്രമിച്ചു.

"ഇല്ലെങ്കിലും എന്തിനാ വയ്യാവേലിക്ക് പോകുന്നത്....ഇല്ലേയില്ല...." നടേശൻ ആ ചിന്തയും ഉപേക്ഷിച്ചു. ദേവരാജ് മാഷ് ഒരിക്കൽ മഷിനോട്ട വിദ്യയെക്കുറിച്ച് പറഞ്ഞ ഒരു അഭിപ്രായം ഓർമയിൽ വന്നു.

"ആ മഷി കൊണ്ടൊന്നും ചോദ്യക്കടലാസിലെ ചോദ്യങ്ങൾ ഏതൊക്കെയെന്ന് അറിയാൻ കഴിയില്ല. പരീക്ഷാഫലവും കാണാൻ കഴിയില്ല. അതൊക്കെ നുണയാടാ.... വിശ്വസിക്കാതെ മനസ്സിരുത്തി പഠിച്ച് നേർവഴിക്ക് പാസാകാനുള്ള വഴി നോക്ക്." ഈ വാക്കുകൾ നടേശന്റെ മനസ്സിന് ആശ്വാസമേകി.

"ഹാവൂ.... കലാവതിയോട് ഈ മാന്ത്രികമഷിയെക്കുറിച്ച് ചോദിക്കണം എന്ന് വിചാരിച്ചതാണ്.... നന്നായി ചോദിക്കാത്തത്. തന്റെ പേനയിലുള്ള മഷിക്കാണ് യഥാർത്ഥ ശക്തി. അതിനെയാണ് വിശ്വസിക്കേണ്ടത്." അതുകൊണ്ട് നടേശൻ ഉറപ്പിച്ചു.

ചെല്ലമുത്തുവിന്റെ സമപ്രായക്കാരിൽ ഏറെയും കൃഷിക്കാരാണ്. ചിലർ കിട്ടിയ ജോലികൾ ചെയ്തു കഴിയുന്നു. കൂലിപ്പണിക്കാർക്കും ദിവസക്കൂലിക്ക് പോകുന്നവർക്കുമൊന്നും മതിയായ വരുമാനം കിട്ടാറില്ല.

ആ ഗ്രാമത്തിൽ നാലഞ്ച് ജാതിക്കാർ ജീവിക്കുന്നുണ്ട്. അതിൽ ഏറെ ആളുകളും കൃഷി ചെയ്ത് ജീവിക്കുന്ന പൊങ്കുവേളാളർ ജാതിക്കാരുമാണ്. ചിലർ നായ്ടു കൂട്ടരും മറ്റു ചിലർ ചെല്ലമുത്തു ഉൾപ്പെടുന്ന ജംഗമ ജാതിക്കാരുമാണ്. ഇതുകൂടാതെ വേറെ ചെറു ജാതിക്കാരും ഉണ്ടായിരുന്നു.

പത്തിൽ അഞ്ചുഭാഗം ജംഗമജാതിക്കാരും മൂന്നുഭാഗം കൊങ്കുവെള്ളാളരും രണ്ടുഭാഗം നായ്ടു കൂട്ടരും ജീവിച്ചു വരുന്നു. ഇവരെല്ലാവരും ഇടത്തരം വരുമാനമുള്ളവരാണ്. പുറമെ നാട്ടുകാർ ഒരുപോലെ ഇടപഴകുന്നവരാണെങ്കിലും മനസ്സുകൊണ്ട് ജാതിവ്യവസ്ഥകളെ മുറുകെ പിടിച്ചിരിക്കുന്നവരാണ്. പൊതുവിദ്യാലയം, പൊതുപൈപ്പ്, പൊതുപാത എന്നിവ മാത്രമേ തങ്ങളുടേത് എന്ന് അവകാശപ്പെടാത്തതായുള്ളൂ.

അവരെല്ലാം തനതായ ആചാരങ്ങളും ചടങ്ങുകളും പാലിക്കുന്നവരാണ്. അവരുടേത് മാത്രമായ അമ്പലങ്ങളും നോമ്പ് നോൽക്കലും ഉത്സവങ്ങളും ഉണ്ടായിരുന്നു.

സദാശിവൻകോവിലിൽ കാലംകാലമായി ജംഗമ ജാതിയിൽപ്പെട്ട നല്ലണ്ണനാണ് പൂജാകർമ്മങ്ങൾ ചെയ്തുവരുന്നത്. നല്ലണ്ണൻ നാട്ടിലെ മുതിർന്ന കാരണവർമാരിൽ ഒരാളാണ്. അദ്ദേഹം സ്വാതന്ത്ര്യ സമരകാലം ഇപ്പോഴും മനസ്സിൽ കൊണ്ടുനടക്കുന്നയാളാണ്. ഗാന്ധിയോടും നെഹ്റുവിനോടും ഏറെ ബഹുമാനവും സ്നേഹവും ഉള്ള അദ്ദേഹം നടേശനെ പോലുള്ള യുവാക്കൾക്ക് ദേശസ്നേഹം പകർന്നുകൊടുക്കുകയും ചെയ്യും. ഖദർ വസ്ത്രം ധരിക്കാനാണ് അദ്ദേഹത്തിന് കൂടുതൽ ഇഷ്ടം.

അദ്ദേഹം സ്കൂളിൽ സ്വാതന്ത്ര്യദിനത്തിന് പതാക ഉയർത്തി സംസാരിക്കും. ഖദറിന്റെ പ്രാധാന്യത്തെക്കുറിച്ച് ഏറെ വിവരിക്കും. "അത് നമ്മുടെ ദേഹത്ത് പറ്റിപ്പിടിച്ചിരിക്കുന്നതുപോലെ ദേശസ്നേഹത്തെ നമ്മൾ ധരിക്കണം" അദ്ദേഹം വ്യക്തമാക്കി. അദ്ദേഹത്തിന്റെ വീട്ടിലെ മുറിയിൽ സ്വാതന്ത്ര്യസമര നേതാക്കളുടെ ചരിത്രപുസ്തകങ്ങൾ ഏറെയുണ്ടായിരുന്നു. പഞ്ചായത്ത് വകയായി മാഗസിനുകളും പത്രങ്ങളും നല്ലണ്ണന് മുടങ്ങാതെ കിട്ടുമായിരുന്നു. സമയം കിട്ടുമ്പോഴൊക്കെ നടേശൻ അതുവാങ്ങി നല്ലണ്ണന്റെ കുട്ടിത്തിണ്ണയിലിരുന്ന് വായിക്കാറുണ്ടായിരുന്നു. ചിലപ്പോഴൊക്കെ വായിക്കാൻ രസമുള്ള ഭാഗങ്ങൾ ചൂണ്ടിക്കാണിച്ച് നടേശനെക്കൊണ്ട് വായിപ്പിക്കാനും നല്ലണ്ണൻ മറന്നില്ല.

ഒരു വീട്ടിൽ ഒരാളെങ്കിലും വിദ്യാഭ്യാസം നേടിയവർ ആകണമെന്ന ആദർശം ഉള്ളയാളാണ് നല്ലണ്ണൻ. അതുകൊണ്ടുതന്നെ തന്റെ മകൻ ദണ്ഡപാണിയെ പഠിപ്പിക്കാൻ ശ്രമിച്ചത്. പക്ഷേ, അവൻ പ്രാദേശിക സ്കൂൾ വിദ്യാഭ്യാസം കഴിഞ്ഞതും തന്റെ പഠനം നിർത്തി. അക്കാരണത്താൽ നടേശനെ പോലുള്ള മിടുക്കരായവരെ കണ്ടാൽ തന്നാലായ സഹായം ചെയ്തുകൊടുക്കാൻ നല്ലണ്ണന് ഉത്സാഹമാണ്.

സദാശിവൻകോവിലിലെ പൂന്തോട്ടത്തിൽ ഏറെ ചെടികളും നട്ടുപിടിപ്പിച്ചത് നല്ലണ്ണൻതന്നെ. അടുത്തുള്ള അമ്പലക്കിണറ്റിൽനിന്നും വെള്ളം കോരിയെടുത്ത് ചെടികൾ നനച്ച് പരിപാലിക്കുന്നത് തന്റെ കടമയായിട്ടാണ് നല്ലണ്ണൻ കരുതിയിരുന്നത്.

വിദ്യാർത്ഥികളെ ആ പൂന്തോട്ടത്തിലുള്ള കുരുന്നുചെടികളായി കണ്ടാണ് അവരുമായി ഇടപഴകിയത്. ആ സ്വഭാവമാണ് നടേശന് ഏറെ ഇഷ്ടമായതും. വായിക്കുന്തോറും വളരുന്ന എൻസൈക്ലോപീഡിയയാണ് നല്ലണ്ണൻ എന്നത് നടേശന് അറിയാം.

അടുത്തുള്ള ഗ്രാമമായ ചുണ്ടക്കാമുത്തൂരിൽനിന്നും ത്യാഗി പൊന്നയ്യ നല്ലണ്ണനെ കാണാൻ വരും. ആ നാടിന്റെ നന്മയ്ക്കും സ്കൂൾ വിദ്യാർത്ഥികളുടെ ഉന്നമനത്തിനും ചെയ്യാവുന്ന കാര്യങ്ങൾ ചർച്ച ചെയ്യും. അവർക്ക് വേണ്ട സഹായങ്ങൾ ചെയ്തുകൊടുക്കുന്നത് നടേശനാണ്. "ഈ ചെക്കൻ മിടുക്കനാട്ടോ. ആരുടെ മകനാണ്?" എന്ന് പൊന്നയ്യ ആരായും.

"തൊട്ടടുത്ത തെരുവിലെ ചെല്ലമുത്തുവിന്റെ മകനാണ്. എനിക്ക് പേരക്കുട്ടിയായിട്ട് വരും. വിത്തുഗുണം പത്ത് ഗുണം എന്നല്ലേ."

വളരെ സ്നേഹത്തോടെ പറയുന്ന ഈ വാക്കുകൾ കേൾക്കുമ്പോൾ നടേശന് നാണം വരും. അവരുടെയൊക്കെ പ്രതീക്ഷകളെ എങ്ങനെ സാധിച്ചു കൊടുക്കും എന്നായി അടുത്ത ആധി.

ഒരിക്കൽ ക്ലാസുള്ള സമയത്ത് അവർ ഹെഡ്മാസ്റ്ററെ കണ്ട് സംസാരിക്കാനായെത്തി. അവരോടൊപ്പം വിദ്യാഭ്യാസ ഓഫീസറും ഉണ്ടായിരുന്നു. അപ്രതീക്ഷിതമായി അവർ നടേശന്റെ ക്ലാസിലേക്ക് വന്നു. കുട്ടി

കൾ എല്ലാവരും എഴുന്നേറ്റുനിന്ന് "നമസ്കാരം സാർ" എന്ന് ഒരുമിച്ച് പറഞ്ഞു.

ക്ലാസ് കൈകാര്യം ചെയ്തുകൊണ്ടിരുന്ന അധ്യാപകനും അവർക്ക് നമസ്കാരം പറയുകയും അവരെ സ്വാഗതം ചെയ്യുകയും ചെയ്തു. ഓഫീസർ കുട്ടികൾ ഓരോരുത്തരോടും സംസാരിക്കുകയും അവരുടെ പഠനത്തെക്കുറിച്ച് അന്വേഷിക്കുകയും ചെയ്തു. നടേശനോട് പുസ്തകത്തിലെ ഒരു പാഠഭാഗം ചൂണ്ടിക്കാണിച്ച് വായിക്കാൻ ആവശ്യപ്പെട്ടു. അവൻ എഴുന്നേറ്റുനിന്ന് വായിച്ചു. എല്ലാവരും അത് ശ്രദ്ധയോടെ കേട്ടിരുന്നു.

നടേശൻ പുസ്തകം പിടിച്ചിരുന്ന രീതി കണ്ട്, "ഇങ്ങനെയല്ല പിടിക്കേണ്ടത്. വലതുകൈയുടെ ചെറുവിരലും പെരുവിരലും പുസ്തകത്തിൽ മുൻവശം വരത്തക്കവണ്ണം പിടിക്കണം. ശേഷിക്കുന്ന മൂന്ന് വിരലുകൾ പുസ്തകത്തിന്റെ പുറംഭാഗം പിന്താങ്ങിക്കൊണ്ട് വായിക്കാൻ ശീലിക്കണം..... ട്ടോ" എന്ന് വിദ്യാർത്ഥികളോട് വിശദീകരിക്കുകയും അത് വ്യക്തമായി കാണിച്ച് കൊടുക്കുകയും ചെയ്തു.

അതുപോലെ ക്ലാസിലെ ഒരു പെൺകുട്ടിയോട് നോട്ട് പുസ്തകത്തിൽ ഒരു ഖണ്ഡിക എഴുതാനായി ആവശ്യപ്പെടുകയും അത് നിരീക്ഷിക്കുകയും ചെയ്തു.

അവർ ആ പെൺകുട്ടി എഴുതുന്നതും മറ്റുള്ളവരെയും ഒരുപോലെ നിരീക്ഷിക്കുന്നുണ്ടായിരുന്നു. ആ കുട്ടി എഴുതിക്കഴിഞ്ഞ ഉടൻ ഓഫീസർ അത് വാങ്ങിച്ചുനോക്കി അധ്യാപകരോട് കുട്ടികളുടെ കൈയക്ഷരത്തിൽ കുറച്ചുകൂടി ശ്രദ്ധ ചെലുത്താൻ ആവശ്യപ്പെട്ടു.

ശേഷം ആ കുട്ടിയുടെ കൈയിൽ പെൻസിൽ കൊടുത്ത് ഒരു വാചകം എഴുതാൻ പറഞ്ഞു. പിന്നീട് ആ കുട്ടിയുടെ കൈയിൽനിന്ന് പെൻസിൽ തിരികെ വാങ്ങി അതെങ്ങനെ ശരിയായ രീതിയിൽ പിടിക്കണമെന്ന് വിശദീകരിച്ചുകൊടുത്തു നല്ലണ്ണൻ. എഴുതുമ്പോൾ തള്ളവിരലിന്റെ മീതെ അമർന്നിരിക്കത്തക്കവണ്ണം അത് പിടിച്ച് എഴുതണം, നല്ലണ്ണൻ വ്യക്തമായി കാണിച്ചുകൊടുക്കുകയും ചെയ്തു.

ഇതൊക്കെ കാണുമ്പോൾ ഒരു സാധാരണ കാര്യമായിട്ടേ തോന്നുകയുള്ളൂ. പക്ഷേ, അടിസ്ഥാനപരമായ പഠനവും എഴുത്തും പ്രാധാന്യം അർഹിക്കുന്നവയാണ്. അത് ശരിക്കും മനസ്സിലാക്കി പഠിച്ചിട്ടു വേണം മുന്നോട്ടുപോകാൻ. 'എല്ലാം മുറയ്ക്ക് പഠിച്ച് നന്നായി ചെയ്താൽ ഭാവിയിൽ ഏറെ ഗുണം ഉണ്ടാവും, വിദ്യാഭ്യാസ ഓഫീസർ ക്ലാസിലെ എല്ലാ കുട്ടികളോടുമായി പറഞ്ഞു.

"ഇങ്ങനെ ചില ഓർമ്മകൾ നടേശന്റെ മനസ്സിൽ ചിറകുവിരിച്ച് പാറി നടന്നു. കോവിലിലെ കാവിൽനിന്നും പൂക്കൾ പറിച്ച് കൊണ്ടിരുന്ന അവന്റെ മനസ്സ്, അടുത്ത പരീക്ഷയിൽ മാർക്കുകൊണ്ടുള്ള ഒരു പൂമാല തന്നെ അപ്പനമ്മമാർക്കായി സമർപ്പിക്കണം എന്ന് തീരുമാനിച്ചു. അവരുടെ ദുഃഖം ഇല്ലാതാക്കണേ....എന്ന് മനസ്സുരുകി പ്രാർത്ഥിച്ചു.

അഞ്ച്

ഭാഗ്യവും കമലവും തങ്ങളുടെ സഹോദരൻ നടേശൻ പഠിക്കാനായി കഠിനമായി പരിശ്രമിക്കുന്നതുകണ്ട് "അനുജന് ഈശ്വരൻ നല്ല വഴി കാട്ടും എന്ന് ഉറച്ചു വിശ്വസിച്ചു." ആ വിശ്വാസം അവരുടെ മനസ്സിൽ പച്ചപ്പോടെ ഇനിയും ശേഷിക്കുന്നു. എങ്കിലും ആ ലക്ഷ്യത്തിൽ എത്തിച്ചേരാതെ കാര്യങ്ങൾ നീണ്ടുപോകുന്നത് കണ്ട് വിഷമിച്ചു. അവൻ അന്നുതന്നെ പാസായതാണെങ്കിൽ ഇപ്പോൾ ഒരു ജോലി നേടി നമ്മുടെ സങ്കടങ്ങളൊക്കെ തീർന്നിട്ടുണ്ടാവും. അവന് ഒരു കല്യാണവും ചെയ്തു വെയ്ക്കാമായിരുന്നു. ഇവന്റെ താഴെ ഇനിയും രണ്ടുപേർ ഉണ്ടല്ലോ. അപ്പനമ്മമാരുടെ അവസ്ഥയെക്കുറിച്ച് ഓർത്ത് അവർ സങ്കടപ്പെട്ടു.

പക്ഷേ, ഇനിവരും പരീക്ഷകൾ എഴുതിക്കഴിഞ്ഞാൽ, ഉടൻ അപ്പനോടൊപ്പം അപ്പന് തുണയായി തലയണ കിടക്ക തുന്നിച്ചേർക്കാൻ പോയിട്ട് പണം സമ്പാദിക്കണം എന്ന മാനസിക അവസ്ഥയിലാണ് നടേശൻ ഉള്ളതെന്ന് അവർക്കുതോന്നി.

അളിയൻ ചാമിക്കണ്ണനാകട്ടെ "ഇവൻ എന്റെ കൂടെനിന്ന് ഹോമിയോപ്പതി ചികിത്സയ്ക്ക് സഹായിച്ചാൽ തൊഴിൽ മെച്ചപ്പെടും. ടൗണിൽ ഒരു ക്ലിനിക്ക് വെച്ച് അധികം വരുമാനം ഉണ്ടാക്കാം." എന്നൊക്കെ പദ്ധതിയിടുകയും നിരന്തരം പറഞ്ഞുകൊണ്ടിരിക്കുകയും ചെയ്തു. "പഠിപ്പിനൊത്ത ജോലിനോക്കാതെ തലയണയും കിടക്കയും തുന്നാൻ പോയാൽ രോഗിയാകുകേയുള്ളൂ" എന്ന് ശകാരിക്കുകയും ചെയ്തു. ഈ ചിന്തകളൊക്കെ നടേശന്റെ മനസ്സിനെ വലിഞ്ഞുമുറുക്കി.

ഇളയ ജ്യേഷ്ഠത്തിയുടെ ഭർത്താവ് അയ്യാച്ചാമിയോ "അളിയന്മാരിൽ ഇവനെങ്കിലും പഠിപ്പിനൊത്ത ജോലി വാങ്ങിച്ചാൽ മതിയായിരുന്നു."

എന്ന അഭിപ്രായം ഉള്ളയാളാണ്. രണ്ട് അളിയന്മാരിൽ ഇളയവനാണ് ഭേദം. ഇതിനെക്കുറിച്ച് അനുജത്തി ധനലക്ഷ്മി ചേച്ചിമാരോട് പറയുകയും ചെയ്തു. "ഹാ.... അവർ അവരവരുടെ കഴിവിന് അനുസരിച്ച് ഓരോന്നും ചെയ്തുകൊണ്ടിരിക്കുന്നു" എന്ന് സമാധാനിച്ചു.

ചാമിക്കണ്ണന് വെയിലത്തും ചൂടത്തും ഒട്ടും പണിയെടുക്കാനാവാത്ത ശരീരപ്രകൃതമായിരുന്നു. മെലിഞ്ഞൊട്ടിയ ശരീരം. അവനെ കാണുന്നവർ "ഇയാൾക്കാണ് ആദ്യം ചികിത്സ വേണ്ടത്" എന്ന് കളിയാക്കുമായിരുന്നു. ഭാഗ്യത്തിന്റെ അദ്ധ്വാനത്തിലാണ് ആ കുടുംബത്തിന്റെ ചെലവ് കഴിഞ്ഞുപോകുന്നത്. ഒരേയൊരു ആൺകുട്ടി മതിയെന്ന തീരുമാനത്തിൽ പേറു നിറുത്തി. "ഇവൾക്ക് എല്ലാറ്റിനും പിശുക്ക് തന്നെ" കൂട്ടുകാരികൾ അവളെ കളിയാക്കി ചിരിക്കുമായിരുന്നു.

"വരവിനൊത്തല്ലേ ചെലവ് ചെയ്യാൻ പാടുള്ളൂ..... 'മാവുള്ളത്ര അപ്പം എള്ളുള്ളത്ര എണ്ണ' എന്ന് പറയുന്നത് അതുകൊണ്ടാണ്." "ഭാഗ്യ ചേച്ചിക്ക് ഇനിയും രണ്ടുമൂന്നു കുട്ടികൾ ഉണ്ടെങ്കിൽ നോക്കാണ്ട് വലിച്ചെറിയുമോ?" എന്ന് അവളുടെ കഠിനാദ്ധ്വാനത്തെ ചൂണ്ടിക്കാട്ടി കൂട്ടുകാരികൾ ചോദിച്ചു.

ചാമിക്കണ്ണ് മാത്രമല്ല അവന്റെ അപ്പൻ മുത്തപ്പന്റെ കാലംതൊട്ടേ ഇങ്ങനെതന്നെ ദേഹം അനങ്ങാതെ, വേദനിക്കാതെ പണിയെടുത്ത് ജീവിക്കുന്നവരാണ്. പച്ചില വൈദ്യം എന്നൊക്കെ പറഞ്ഞ് പാലക്കാട് കൊഴിഞ്ഞാമ്പാറ, നല്ലേപ്പിള്ളി എന്നീ സ്ഥലങ്ങളിലൊക്കെ പോയി ചികിത്സിച്ചിട്ട് വരും. അന്നത്തെ അസുഖത്തിന് നന്നായി ഫലിക്കുന്നുണ്ടായിരുന്നു. പക്ഷേ, ഇപ്പോഴത്തെ അസുഖത്തിന് ചാമിക്കണ്ണിന്റെ ഗുളികകൾ കൊണ്ട് ഫലമില്ല എന്ന് പറയുന്നവരോട്, ചാമിക്കണ്ണ് ഒട്ടും വിട്ടുകൊടുക്കില്ല.

"ദേ ഇത് കണ്ടോ. ഇതിൽ ഒരു ഗുളിക കഴിച്ചാൽ മതി. നിങ്ങടെ അസുഖമൊക്കെ പമ്പകടക്കും. നാളെത്തന്നെ മല കയറി വിറകുവെട്ടിക്കൊണ്ട് വരണമെന്നുണ്ടോ. അതിനും എന്റെ കൈയിൽ മരുന്നുണ്ട്. പക്ഷേ, നിങ്ങൾ അതിന് ഒരു റുപ്പിക പോലും തരില്ലല്ലോ..... ഓശിന് വൈദ്യം ചെയ്യാൻ എനിക്ക് സർക്കാർ വല്ല പാരിതോഷികോം തരുന്നുണ്ടോ.... ഇല്ല.... മാസം ശമ്പളം തരുന്നുണ്ടോ.... ഇല്ലല്ലോ..... ഞാൻ എനിക്ക് പറ്റുന്നതുപോലെ സഹായം ചെയ്യുന്നുണ്ട്. ഇതൊക്കെ എവിടെ ഇവിടത്തെ ജനങ്ങൾ അറിയുന്നുണ്ട്. എന്നു പറഞ്ഞ് അവരുടെ നാവടക്കും. ന്യായീകരിക്കും."

"ഈ നാട്ടിലെ ഭൂരിഭാഗം ജനങ്ങളും സ്വന്തം കാര്യം സിന്ദാബാദ് എന്ന തരക്കാരാണ്." എന്ന് ഒട്ടും കൂസൽ ഇല്ലാതെ മുഖത്തുനോക്കി ഇടയ്ക്കിടെ അവരോട് വിളിച്ചുപറയാൻ മടിക്കില്ല.

തെക്കേ കളത്തിൽ വസിക്കുന്ന മിരാസുതാർ ദുരൈച്ചാമിക്ക് കുറച്ച് കൈയാളുകൾ ഉണ്ടായിരുന്നു. അവർക്ക് ജോലിയും കൂലിയും ഇല്ലെങ്കിലും എപ്പോഴും തെക്കുവടക്ക് കറങ്ങി നടക്കും. അവർ ന്യായം അന്യായം ഒന്നും നോക്കാറില്ല. പറയുന്ന ജോലി എന്തും ചെയ്യും. ഒരി

ക്കൽ ഹോമിയോപ്പതി ഡോക്ടർ ചാമിക്കണ്ണ് ഇടയ്ക്ക് ചെന്നുപെട്ടത് എടുപിടി അപ്പനണ്ണന്റെയും കട്ട പഞ്ചായത്ത് കൃഷ്ണന്റെയും മദ്ധ്യത്തിലാണ്. അന്നു മുതൽ അതൊരു പുലിവാല് പിടിച്ച കഥയായി തുടരുന്നു.

"മൈനറേ മൈനറേ" എന്ന് വിളിച്ച് കൂടെക്കൂടെ ദുരൈച്ചാമിയെ സുഖിപ്പിച്ച് കാപ്പി കുടിക്കാനുള്ള വക ഒപ്പിച്ചെടുക്കാൻ കൃഷ്ണൻ മറക്കാറില്ല. ആൽമരച്ചുവട്ടിൽ എപ്പോഴും അവനും അവന്റെ കൂട്ടാളികളും ഉണ്ടാകും. മുറുക്കാനും ബീഡിയും വാങ്ങണമെങ്കിൽ അപ്പണ്ണനെ പറഞ്ഞയക്കും. ചിലപ്പോഴൊക്കെ ആ പണി ചാമിക്കണ്ണിന്റെ ചുമതലയിലാവും.

കിഴക്കുദേശത്തെ പെണ്ണുങ്ങൾ വെള്ളം കോരിയെടുക്കാൻ ആ വഴിക്ക് വരുമ്പോൾ അവരെയൊന്ന് വിരട്ടാൻ വേണ്ടിയാണ് കൃഷ്ണൻ ഈ വേലത്തരമൊക്കെ കാട്ടുന്നത്. അവന്റെ കണക്കൊക്കെ പീടികയിൽ പറ്റ് വെക്കും. ആ പറ്റ് പിന്നീട് ദുരൈച്ചാമി തീർത്തുകൊടുക്കും.

ചാമിക്കണ്ണിന് ആദ്യം തൊട്ടേ ഈ കൂട്ടുകെട്ട് ഇഷ്ടമല്ലായിരുന്നു. മടിയായിരുന്നു കൂട്ടുകൂടാൻ. പക്ഷേ, മാറിനിന്നാൽ ദുരൈച്ചാമിക്ക് ദേഷ്യം തോന്നിയാലോ എന്നാലോചിച്ചിട്ടാണ് കൂട്ടുകൂടുന്നത്. ദിവസങ്ങൾ ചെല്ലുന്തോറും അവരുടെ ആധിപത്യം കൂടിക്കൂടി വന്നു. അവൻ അവിടെ ചെന്നില്ലെങ്കിലും ആളെ പറഞ്ഞയച്ച് ജോലി ചെയ്യിപ്പിക്കും. കൃഷ്ണൻ ചിലപ്പോഴൊക്കെ വിസമ്മതിക്കും. പക്ഷേ, പിന്നെ എപ്പോഴെങ്കിലും അയാൾ കൃഷ്ണനെ കണ്ടാൽ നാലാൾ മുന്നിൽവെച്ച് വിലകെട്ട വാക്കുകൾ പറയുകയും അപമാനിക്കുകയും ചെയ്യും. അതിൽപ്പിന്നെ ആ നാണക്കേട് ഭയന്ന് തീട്ടത്തിൽ ചവിട്ടി നിൽക്കുന്ന അറപ്പോടെയാണ് അവരുടെ കൂടെ നിൽക്കുന്നത്.

ഭാഗ്യത്തിന് ആ സംഘത്തെ കണ്ടാൽ കലിയിളകും. അതിൽ ആരെങ്കിലും ചാമിക്കണ്ണിനെ വിളിക്കാനായിവന്നാൽ നല്ലതുപോലെ ആട്ടും തുപ്പും കൊടുത്ത് പറഞ്ഞുവിടും. അതുകൊണ്ട് അവൾ വീട്ടിലുള്ള സമയം അവർ അവിടെ ചെല്ലാറില്ല. വീട്ടിലെത്തി അവർ അകത്തേക്ക് എത്തിവലിഞ്ഞ് നോക്കിയിട്ട് "ചാമിക്കണ്ണ് അവിടെയില്ല എന്ന് പറയും." "തൂ..... ആ തൂമ ഇവിടെ ചികിത്സിച്ച് പിടുങ്ങിയത് പോരാഞ്ഞിട്ട് പുറത്തേക്ക് പോയിരിക്കുന്നു. അവിടെ ഏത് വെളുവില്ലാത്തവൻ ആണോ പിടികൊടുത്തത് അവന്റെ തലയിൽ കേറി നിരങ്ങുന്നുണ്ടാവും" കൃഷ്ണൻ ഉറഞ്ഞാടും.

സ്കൂൾ പി ടി എ സെക്രട്ടറി സ്ഥാനം നിർവഹിക്കുന്നത് ദുരൈച്ചാമിയാണ്. അതുകൊണ്ടുതന്നെ ഇടയ്ക്കിടെ സ്കൂൾ സന്ദർശിക്കുകയും അവിടത്തെ അധ്യാപികമാരോട് സൊറ പറഞ്ഞിരിക്കുകയും ചെയ്യും. അതിൽ അതിയായി ആനന്ദിച്ചു ദുരൈച്ചാമി.

ഉച്ചഭക്ഷണം പദ്ധതി മുടങ്ങാതെ വിദ്യാർത്ഥികൾക്ക് ലഭിക്കുന്നതിനായി പ്രവർത്തിക്കുന്ന നല്ലണ്ണനും ചുണ്ടക്കാമുത്തൂരിലെ പൊന്നയ്യനും പഞ്ചായത്ത് യൂണിയനിൽ കേറിയിറങ്ങി. ഭക്ഷണത്തിനോടൊപ്പം ആഴ്ച

യിൽ രണ്ടുതവണ പാൽ വിതരണം ചെയ്യാനുള്ള അപേക്ഷയുമായാണ് അവർ കയറിയിറങ്ങുന്നത്. അതുകൊണ്ടുതന്നെ രക്ഷിതാക്കൾക്ക് അവരോട് വല്ലാത്തൊരു ആദരവാണ്. ദുരൈച്ചാമിക്ക് ആ ആദരവ് കിട്ടാത്തതുകൊണ്ട് വളരെ അമർഷവുമാണ്.

എല്ലാമാസവും പ്ലാസ്റ്റിക് കവറിൽ പാൽപ്പൊടി സ്കൂളിലേക്ക് മടങ്ങാതെ എത്തും. അത് ഹെഡ്മാസ്റ്റർ കണക്കുനോക്കി വരവ് വെച്ച് കഞ്ഞിപ്പുരയിലെ ആയമ്മയെ ഏൽപിച്ച് എല്ലാ കുട്ടികൾക്കും കിട്ടത്തക്കവിധത്തിൽ പാൽ കലക്കി കൊടുക്കാനായി പറയും. ആയമ്മ അത് വാങ്ങി രണ്ടു വലിയ ബക്കറ്റ് ചൂടുവെള്ളത്തിൽ പാൽ പാക്കറ്റ് പൊട്ടിച്ചിട്ട് ഇളക്കി ആവി പറക്കുന്ന പാൽ ഉണ്ടാക്കിവെക്കും.

ഉച്ചതിരിഞ്ഞ് രണ്ടുപീരിഡിനുശേഷം ഇന്റർവെൽ സമയത്ത് പിള്ളേര് വീട്ടിലേക്കുചെന്ന് പാൽ കുടിക്കാനുള്ള മൊന്തയുമായി വരും. ലാസ്റ്റ് പീരിഡ് ബെല്ലടിച്ചാൽ ഉടൻ കുട്ടികൾ വരി വരിയായിനിന്ന് മൊന്തയിൽ പാൽ വാങ്ങി തിണ്ണയിൽ പോയിരുന്നു പത ഊതി ഊതി കുടിക്കും. പക്ഷഭേദമില്ലാതെ എല്ലാവരും ഒരുമിച്ചുകൂടി കുടിച്ച് ആസ്വദിച്ച ആ പാലിന്റെ സ്വാദും മണവും ഇപ്പോഴും ഓർമ്മയിൽ തങ്ങി നിൽക്കുന്നു.

പാടവും കൃഷിയും ഉള്ള വീട്ടിലെ കുട്ടികൾ സാമ്പത്തികമായി മുൻപന്തിയിൽ നിൽക്കുന്നതിനാൽ അവർക്ക് സ്കൂളിൽനിന്നും ഉച്ചഭക്ഷണം നൽകുന്നതല്ല എന്ന നിയമം ഉണ്ടായിരുന്നു. സാമ്പത്തികമായി പിന്നോക്കമുള്ള പാവപ്പെട്ട കുടുംബത്തിലെ കുട്ടിക്കായാണ് ഈ പദ്ധതി കൊണ്ടുവന്നത്. പക്ഷേ, പാൽ വിതരണത്തിൽ മാത്രം ആ വിവേചനം ഇല്ല. എല്ലാവർക്കും മുലയൂട്ടുന്ന അമ്മയുടെ മനസ്സ് പോലെ വ്യത്യാസമില്ലാതെ പാൽ ലഭിക്കും.

പാലാറ്റുന്ന ശബ്ദം കേട്ടാൽ ഉടൻ ഇന്റർവെൽ ബെല്ലടിക്കാൻ ആയി കാത്തിരിക്കുന്നതും ചായക്കോപ്പ എടുക്കാനായി വീട്ടിലേക്ക് ഓടിയതും തിരികെച്ചെന്ന് പാൽ വാങ്ങി കുടിച്ചതെല്ലാം നടേശന്റെ മനസ്സിൽ പമ്പരം പോലെ കറങ്ങുന്നുണ്ടായിരുന്നു.

ശേഷിക്കുന്ന പാൽ ആയമ്മ അവിടെയുള്ള പാവപ്പെട്ട അമ്മമാർക്ക് വീതിച്ചുകൊടുക്കും. ബാക്കി പാലുണ്ടെങ്കിൽ "ഒന്നോ രണ്ടോ ഗ്ലാസ് പാൽ നിങ്ങൾ എടുത്തോളീൻ" എന്ന് ഹെഡ്മാസ്റ്റർ പറഞ്ഞിട്ടുള്ളതുകൊണ്ട് ആയമ്മ കുറച്ച് പാൽ വീട്ടിലേക്ക് കൊണ്ടുപോകും. പാൽപ്പാത്രങ്ങൾ കഴുകി വൃത്തിയാക്കി വാതിൽ കുറ്റിയിട്ട് കഞ്ഞിപ്പുര പൂട്ടി താക്കോൽ ഏൽപ്പിച്ച് അവർ വീട്ടിലേക്ക് എത്തുമ്പോഴേക്കും സമയം ഒരുപാടു വൈകിയിരിക്കും.

ദുരൈച്ചാമി തന്റെ കൂട്ടാളികളോട് സംസാരിക്കുമ്പോൾ മാഷിന്റെ വീട്ടിലേക്കും ആയമ്മയുടെ വീട്ടിലേക്കും പാൽപ്പൊടി സ്വന്തം ആവശ്യത്തിനായി കൊണ്ടുപോകുന്നു എന്ന് വ്യാജപ്രചാരണം നടത്താൻ ആളെ വിട്ടു.

പി ടി എ അംഗം എന്ന നിലയ്ക്ക് ചിലർ എന്റെ അടുത്ത് പരാതി നൽകിയിട്ടുണ്ട്. അതുകൊണ്ട് പഞ്ചായത്തുയൂണിയനിൽ ഇതിനെതിരെ അന്വേഷണം ആവശ്യപ്പെട്ട് കത്ത് എഴുതി. കൃത്യമായി കണക്കുകൾ സൂക്ഷിച്ചിട്ടുള്ളതുകൊണ്ട് ഹെഡ്മാസ്റ്റർ ഒട്ടും പേടിച്ചില്ല.

സ്കൂളിലേക്ക് പരിശോധനയ്ക്കായി ബന്ധപ്പെട്ട അധികാരികൾ വന്നപ്പോൾ ആ കണക്കുകളൊക്കെ കാണിച്ചുകൊടുത്തു. എത്ര പാൽപ്പൊടി പാക്കറ്റ് ലഭിച്ചു, എത്ര ദിവസം എത്ര കുട്ടികൾക്ക് അത് വിതരണം ചെയ്തു. എന്നത് കൃത്യമായി വിവരിച്ചുകൊടുത്തു. "സംശയത്തിന്റെ പേരിൽ ഞങ്ങൾ പരിശോധിക്കാൻ വന്നതാണ്. ക്ഷമിക്കണം. നിങ്ങൾക്ക് ഇതേ രീതിയിൽത്തന്നെ നിങ്ങളുടെ ജോലി തുടരാം. അതിനെന്ത് സഹായം വേണമെങ്കിലും ഞങ്ങളുടെ ഭാഗത്തുനിന്നും പ്രതീക്ഷിക്കാം." ക്ഷമചോദിച്ചുകൊണ്ട് അധികാരികൾ തിരിച്ചുപോയി.

"ഇതുപോലുള്ള പ്രശ്നങ്ങൾ ഇടയ്ക്കിടെ ഇളക്കിവിട്ടാലേ നമ്മളെക്കുറിച്ച് പേടിയും ബഹുമാനവും സ്കൂളുകാർക്ക് ഉണ്ടാവുകയുള്ളൂ." കട്ട പഞ്ചായത്ത് കൃഷ്ണൻ തന്റെ കൂട്ടുകാരോട് പറഞ്ഞ് അഹംഭാവിച്ചു.

നടേശൻ ആ വഴി പോകുന്നതുകണ്ട് "ടാ... നോക്കടാ നിന്റെ അളിയൻ പോകുന്നു. നിനക്ക്....അവനെ വശത്താക്കാൻ കഴിഞ്ഞില്ലല്ലോടാ.... പൊട്ടൻ പഠിക്കുന്നു പഠിക്കുന്നു.....എന്ത് പഠിപ്പോ! അവൻ പഠിച്ചുകഴിഞ്ഞാലേ പിന്നെ നിനക്ക് അവനെ പിടിക്കാൻ കിട്ടില്ല. അത് കൊണ്ടേ.... എങ്ങനെയെങ്കിലും അവനെ ഇപ്പോൾത്തന്നെ വരുതിയിലാക്കിക്കോ.... അപ്പോഴേ നിന്റെ വാക്കിന് ഒരു വില ഉണ്ടാവുകയുള്ളൂ.... വേണമെങ്കിൽ പറ ഇപ്പത്തന്നെ അവനെ വിളിച്ചു രണ്ടുവിരട്ട് വിരട്ടിയേക്കാം." അപ്പണ്ണൻ ചാമിക്കണ്ണിനെ എരിപിരി കയറ്റി.

"അതൊന്നും വേണ്ടടാ.... അവൻ പാവമാ. നല്ല ചെക്കനാ..... ഈ നേരത്ത് അവൻ കേവിലിലേക്കാണ് പോകുന്നത്." ചാമിക്കണ്ണിന്റെ മറുപടി അവരെ നിരാശപ്പെടുത്തി.

ഇനിയും എന്തെങ്കിലും പറഞ്ഞ് കാര്യം കൂടുതൽ വഷളാകുമോ എന്ന് പേടിച്ചു. "ശരി ശരി. നിങ്ങള് സംസാരിച്ച് ഇരിക്കൂ....എനിക്ക് കുറച്ച് തിരക്കുണ്ട്.... പോയിട്ട് വരാം" ചാമിക്കണ്ണ് അവിടെനിന്നും തടി തപ്പാൻ നോക്കി. "ദേ കണ്ടോ കണ്ടോ നിന്റെ അടവ് ഇവിടെ വേണ്ട. നീ ഇവിടെ വന്നിരിക്ക്. നിന്റെ അളിയനെ ഞങ്ങൾ ഒന്നും ചെയ്യില്ല." അപ്പണ്ണൻ അവനെ തടഞ്ഞു.

"പിന്നെ എനിക്ക് പത്ത് ദിവസമായിട്ട് നെഞ്ചെരിച്ചിൽപോലെ കൂടെക്കൂടെ ഏമ്പക്കം വന്നുകൊണ്ടേയിരിക്കുന്നു. എന്തെങ്കിലും ദഹനക്കേടായിരിക്കുമോ എന്റെ നാഡി പിടിച്ചുനോക്കി പറ...." അണ്ണൻ വിഷയം മാറ്റി.

ഇവൻ എന്നെ വിടുന്ന മട്ടില്ല എന്ന് മനസ്സിലാക്കിയ ചാമിക്കണ്ണ് "ഇതൊക്കെ ശരിയാക്കാവുന്നതേയുള്ളൂ. നാളെ കാലത്ത് വെറുംവയറ്റിൽ എന്നെ വന്ന് കണ്ടാൽ മതി. ഒന്നും കഴിക്കാൻ പാടില്ല." അപ്പണ്ണനോട് പറഞ്ഞു.

"വെറുംവയറ്റിൽ വരാണ്ട് ഗർഭം ധരിച്ചു വരുവോ....നിന്റടത്ത് ചികിത്സിക്കാൻ" കൂട്ടത്തിലുള്ള ചട്ടിയുരുട്ടി കളിയാക്കി.

"ടാ ടാ....ചെളി പറയാതടാ......അളുമ്പ് പറയാൻ നാട്ടിൽ നിങ്ങളെ കഴിഞ്ഞ് വേറെ ആരുമില്ല. പെമ്പിള്ളാര് വരുന്ന സമയമാണ്. നോക്കിയും കണ്ടും വേണം സംസാരിക്കാൻ."

"ശരി ശരി ഇവന്റെ സൂക്കേട് മാറ്റാൻ മരുന്ന് കൊടുക്കൂ."

"പത്ത്യം ഉണ്ടെങ്കിൽ പറയണേ..."

"അതിനെന്താ. മുന്നൂദിവസം വേണമെങ്കിലും പച്ചവെള്ളം കുടിക്കാതെ പട്ടിണി കിടക്കാൻ ഞാൻ റെഡിയാ" അപ്പണ്ണൻ പറഞ്ഞു.

"അതെ.... അതെ..... എവിടെയെങ്കിലും വിരുന്നാണ് എന്ന് പറഞ്ഞാ മതി. അപ്പോ അവിടെ പന്തിയിൽ മുമ്പിൽ ഉണ്ടാവും."

"അതൊക്കെ നിന്റെ സ്വഭാവമാടാ.... ചട്ടിയുരുട്ടി."

"മിണ്ടാതിരിക്കടാ..... നീ ചട്ടിയിൽ അല്ലാണ്ട് അണ്ടാവിലാണോ ചോറ് ഉരുട്ടുന്നത്. പോടാ ഇവിടേന്ന്. ചട്ടിയുറുട്ടിക്ക് കലിയിളകി. "മതിയാക്കീണ്ട രണ്ടാളും..... അവരവരുടെ പാട് നോക്കി പോകാൻ നോക്കീൻ. അടി കൂടാണ്ട്......" അവിടെയുള്ളവർ അവരെ സമാധാനപ്പെടുത്തി.

ഈ തക്കംനോക്കി ചാമിക്കണ്ണ് പതിയെ അവിടന്ന് അപ്രത്യക്ഷമായി. വീടെത്തിയപ്പോൾ ഭാഗ്യവും കമലവും സംസാരിച്ചിരിക്കുന്നത് കണ്ടു. അയാളെ കണ്ടതും അവർ വിഷയം മാറ്റി.

സുബ്രഹ്മണ്യനെക്കൊണ്ട് വേറെ എന്തെങ്കിലും പ്രശ്നം വന്നിട്ടുണ്ടാകും. അതിനെക്കുറിച്ചാവും രണ്ടാളും സംസാരിച്ചത്. എന്ന വിശ്വാസത്തിലും ഊഹത്തിലും ചാമിക്കണ്ണ് അകത്തേക്ക് കയറിപ്പോയി. എന്നാലും മനസ്സിലെ ശങ്ക മാറാത്തതുകൊണ്ട് എന്തോ തിരയുന്നതുപോലെ ഭാവിച്ച് പാത്തും പതുങ്ങിയും അവർ സംസാരിക്കുന്നത് ഒളിഞ്ഞു കേട്ടു.

"നമ്മള് രണ്ട് പെണ്ണുങ്ങൾ മാത്രം സംസാരിച്ചിരുന്നിട്ട് എന്തുകാര്യം? വീട്ടിലെ ആണുങ്ങൾ എന്തെങ്കിലും വായ തുറന്നാൽ അല്ലേ.... എന്തിനാടാ നിനക്ക് ഇത്ര അഹംമതി, മര്യാദയ്ക്ക് കുടുംബം നോക്കിക്കൂടെ.. എന്നൊക്കെ അവനോട് ഇത്തിരി കർശനമായിട്ട് ചോദിച്ചാലല്ലേ നേരെയാകുള്ളു" സഹോദരിമാർ വ്യസനിക്കുന്നത് കേട്ടു.

"ആ... ഒരു കണക്കിന് ഇതും നല്ലതുതന്നെ. നമ്മുടെ ആങ്ങളമാർ ചെയ്യുന്ന തെണ്ടിത്തരത്തിന് മറ്റുള്ളവരെ കുറ്റം പറഞ്ഞിട്ട് എന്ത് കാര്യം? വെറുതെ വഴക്കുണ്ടാകും എന്നല്ലാതെ." ഒരു വിധത്തിൽ അതോർത്ത് ആശ്വസിച്ചു.

ചുണ്ടക്കാമുത്തൂരിലെ ഒരു ചെട്ടിയാരുടെ മകളുമായി സുബ്രഹ്മണിക്ക് അടുപ്പം ഉണ്ടെന്നറിഞ്ഞ് അവന്റെ ഭാര്യ അവന് താക്കിത് നൽകി. പാടത്ത് പണിക്ക് പോയി തിരികെ വരുന്ന വഴിക്ക് വെച്ച് അവനെ ചെട്ടിയാരുടെ മകളോടൊപ്പം കാണാൻ ഇടവന്നു. അവിടെവെച്ച് വഴക്കായി. അവൾക്ക് സുബ്രഹ്മണിയുടെ ഭാര്യ വേണ്ടുവോളം കൊടുത്തു. "ഞാൻ

നിന്റെ പുരയിൽ വന്ന് നിന്റെ കെട്ടിയോന്റടത്ത് കൂട്ടുകൂടിയെങ്കി നീ എന്നെ ചെരുപ്പ് കൊണ്ട് അടിക്കെടി...... ഇതേ.....എന്റെ പുരയാ...."

".....എന്റടുത്ത് വന്ന് കൂട്ടുകൂടുന്ന ആളെ ഇവിടെവെച്ച് ചീത്ത വിളിച്ചാലേ എനിക്കാ..... നാണക്കേട്..... മര്യാദയ്ക്ക് ഇവിടെനിന്ന് ഇറങ്ങിപ്പോടി....." ആ സ്ത്രീ അവളോട് കയർത്തു. ഇത് കേട്ടതും സുബ്രഹ്മണ്യയുടെ ഭാര്യക്ക് കലിയിളകി.... നിലവിളിച്ചുകൊണ്ട് തക്കതായ മറുപടി കൊടുത്തെങ്കിലും സംഗതി കൈവിട്ടു. നാട്ടിൽ പാട്ടായി.

"മര്യാദയ്ക്ക് പണിക്ക് പോയി കെട്ടിയോളെയും കുട്ടികളെയും പെലത്താൻ അറിയാത്തവൻ ഈ നാട് നീളെ നടന്ന പെണ്ണ് വെച്ചോട്ട് നടക്കുന്നു."

"രണ്ട് അളിയന്മാരും പോയി അവന്റെ തലയ്ക്കകത്ത് വല്ലതും കേറുന്നതുപോലെ നാലു വർത്തമാനം പറയട്ടെ." ഭാഗ്യവും കമലവും അവരുടെ ഭർത്താക്കന്മാരെ പറഞ്ഞയച്ച് ഈ പ്രശ്നത്തിന് പരിഹാരമുണ്ടാക്കാൻ ശ്രമിക്കുന്നത് പൊന്നിക്ക് മനസ്സിലായി.

"ഇക്കാര്യം അപ്പൻ അറിഞ്ഞാൽ....., അല്ലെങ്കിൽത്തന്നെ അവനെക്കൊണ്ട് ലജ്ജിച്ചു തല താഴ്ത്തി നടക്കുന്ന അവസ്ഥയിലാണ്. ഇതും കൂടി ആയാൽ വേദനിക്കുമല്ലോ..... എന്നോർത്ത് അപ്പൻ അറിയാതെ നോക്കി. പക്ഷേ, നാട്ടുകാരുടെ വാ മൂടിക്കെട്ടാൻ പറ്റില്ലല്ലോ....." അത് അവസാനം അപ്പന്റെ ചെവിയിലും എത്തി.

അപ്പൻ അതുകേട്ടതും മരുമകളോട് ഞാൻ എന്തു സമാധാനം പറയും എന്ന ആധിയിലായിരുന്നു. മകനോട് അടങ്ങാത്ത കലി തോന്നി.

"പൊലങ്കെട്ടവന്മാരുടെ കൂടെ നടന്നാൽ എങ്ങനെ നല്ല ബുദ്ധി തോന്നും. കണ്ണിൽ കണ്ടവന്മാരോട് കൂട്ടുകൂടി നശിച്ചുപോയി. എന്ത് ചെയ്യാൻ? തലമുറയൻ....."

സൂചിക്കുഴലിൽ നൂൽ കോർക്കുമ്പോൾ അപ്പന്റെ കൈ വിറയ്ക്കുന്നുണ്ടായിരുന്നു. മകൾ ധനലക്ഷ്മി അപ്പനെ സഹായിച്ചു.

"കെട്ടിച്ചുവിടാറായ പെൺകുട്ടി പുരനിറഞ്ഞു നിൽക്കുന്നു. അവൾക്ക് ഒരു നല്ല ചെക്കനെ നോക്കി കെട്ടിച്ചു വിടണമെന്ന തോന്നൽ ഇല്ല. അവന് ഇനി ഒരെണ്ണംകൂടി വേണമത്രെ..... പോക്കണം കെട്ടവൻ തൂ...." എന്ന് അപ്പൻ.

മകൾ ധനലക്ഷ്മിയുടെ മുമ്പിൽ വെച്ച് മൂത്തവനെ വായിൽ തോന്നിയതൊക്കെ വിളിച്ചുപറയാൻ പറ്റില്ലല്ലോ..... അവന്റെ തെണ്ടിത്തരം കിഴക്ക് ദേശത്തെ ബന്ധുക്കാർ എല്ലാവരും അറിഞ്ഞുകഴിഞ്ഞു.

ചെല്ലമുത്തുവിന് തന്റെ എല്ലാമക്കളോടും വെറുപ്പുതോന്നി. ഏതെങ്കിലും ഒരാളുടെ മീതെ അയാൾ തന്റെ വെറുപ്പൊക്കെ നിയന്ത്രണമില്ലാതെ കാട്ടുമോ എന്ന് പൊന്നി പേടിച്ചു.

ഇത്രയുംനാൾ തന്റെ മറ്റു രണ്ട് ആൺപിള്ളേരെ കുറിച്ചോർത്ത് ശങ്കിക്കാതെ നടേശനോടുള്ള വിശ്വാസം കൊണ്ട് സങ്കടങ്ങൾ അവനോട് പങ്കു

വെച്ച് ആശ്വാസം കണ്ടെത്തി. അവൻ തന്നാൽ കഴിയുന്നത്ര സഹായിക്കുകയും ചെയ്തു.

നടേശൻ പഠിച്ച് ജോലി സമ്പാദിച്ചാലേ തനിക്ക് സമാധാനം കിട്ടുകയുള്ളൂ എന്നു വിചാരിച്ചിരിക്കെ അവൻ പരീക്ഷയിൽ തോറ്റു. എങ്കിലും അവൻ തന്റെ മനസ്സ് കൈവിട്ടില്ല. അപ്പന് അവനോടുള്ള വിശ്വാസം എങ്ങനെയെങ്കിലും സാധിച്ചു കൊടുക്കാനുള്ള ബദ്ധപ്പാടിലായിരുന്നു നടേശൻ.

ഇത്തവണ പരീക്ഷയിൽ നല്ല മാർക്ക് കിട്ടും. ധൈര്യമായി എഴുതിക്കോ. നീ പാസാകും. ഉറപ്പ്. മാഷും അവന്റെ ചങ്ങാതിമാരും അവന് വിശ്വാസം പകർന്നു. പ്രതീക്ഷച്ചതുപോലെ പരീക്ഷയെത്തി. അവൻ പരമാവധി നന്നായി എഴുതാൻ ശ്രമിച്ചു. എന്നാലും മനസ്സിൽ പട പടപ്പ്. പരിഭ്രമം.... ഏതോ മരക്കൊമ്പിലിരുന്ന് എവിടേക്കോ കണ്ണും നട്ട് കൂട്ടിൽ കയറാതെ ചിറകടിച്ചുകൊണ്ടിരിക്കുന്ന പക്ഷിയുടെ മനസ്സുപോലെ.

"ശരി..... പോട്ടെ...... ഇനിയെല്ലാം ഈശ്വരന് വിട്ടുകൊടുത്തിട്ട് അപ്പന്റെ കൂടെ ചെന്ന് നടക്കുന്ന പണി നോക്ക്...."

ചേച്ചിമാർ അവനെ ഉപദേശിച്ചു. നടേശൻ അതനുസരിക്കുകയും ചെയ്തു. എന്നാലും നടേശന്റെ മനസ്സിന് ഒരു വല്ലായ്മ തോന്നി. സ്കൂളിലേക്കുള്ള വഴി, മരച്ചുവട്ടിലെ തിണ്ണ, സ്കൂൾ മൈതാനം എന്നിങ്ങനെ എല്ലാം അവനെ നോക്കി വിശേഷങ്ങൾ ചോദിക്കുന്നതായി തോന്നി.

വിശപ്പുണ്ടെങ്കിലും ചോറ് ഇറങ്ങില്ല. ക്ഷീണം തോന്നി ഒന്നു കിടക്കും. പക്ഷേ, കിടന്നാൽ ഉറക്കം വരില്ല.

ക്രമേണ അവൻ ക്ഷീണിച്ച് പകുതിയായി. ഇതിനിടെ വീട്ടിലെ പല പ്രശ്നങ്ങൾ കാരണം നടേശനെ സമാധാനിപ്പിക്കാൻ ആരുമില്ലാത്ത ഒരു അവസ്ഥയായി.

പൊന്നി തിണ്ണത്തലപ്പത്ത് ഇരുന്ന് സ്വയം പിറുപിറുത്തുകൊണ്ടിരിക്കും. അങ്ങാടിയിലേക്ക് പോയ അപ്പനും മകനും തിരികെ എത്തിയാലേ അത് അവസാനിക്കുകയുള്ളൂ. ഇളയ മകൾ ധനലക്ഷ്മി നടേശൻ ചേട്ടന്റെ സാമർത്ഥ്യത്തെ ചൊല്ലി അമ്മയെ ആശ്വസിപ്പിക്കാൻ ശ്രമിച്ചു.

ആറ്

നടേശന്റെ ഏറ്റവും വലിയ പ്രതീക്ഷ നിരാശയിൽ കലാശിച്ചു. ഇത്തവണയും അവൻ പരീക്ഷയിൽ തോറ്റു. അവനോടുതന്നെ അവന് വെറുപ്പു തോന്നി. പഠനം മാത്രം വിശ്വസിച്ച് ഇത്രയും ദിനങ്ങൾ അവൻ അവനെത്തന്നെ പറ്റിക്കുകയായിരുന്നില്ലേ....അതോർക്കുമ്പോൾ അവന്റെ മനസ്സ് വല്ലാതെ വിങ്ങി.

തോറ്റ കാര്യം അവനാരോടും പറഞ്ഞില്ല. മാഷിനോട് മാത്രം ചെന്ന് പറഞ്ഞു. "എന്റെ വിധി എന്നെ വീണ്ടും താഴേക്ക് വീഴ്ത്തി സാർ." അവൻ കരച്ചിൽ അടക്കാനാവാതെ വിങ്ങിപ്പൊട്ടി, മാഷ് സ്നേഹത്തോടെ അവനെ ചേർത്തുപിടിച്ചു. "പോട്ടെടാ..... സാരമില്ല.... തോറ്റ കാര്യം മറന്നുകള. മനസ്സിനെ സമാധാനിപ്പിക്കൂ..... കുറച്ചുദിവസം കൂടി പോട്ടെ. പിന്നെ എന്തെങ്കിലും ഒന്നുകൂടി ശ്രമിച്ചു നോക്കാം." എന്ന് ആശ്വസിപ്പിച്ചു. മാഷിന്റെ ഭാര്യയും ഒരു ടീച്ചർ ആയിരുന്നു. അവർ അവന്റെ സങ്കടം കണ്ടിട്ട് "ഇത്ര നന്നായി പഠിച്ചിട്ട് ഇങ്ങനെ ആകുമോ" എന്ന് സംശയം പ്രകടിപ്പിച്ചു. "വീണ്ടും പരീക്ഷ എഴുതാൻ ശ്രമിക്കുക ഇനി അതേയുള്ളൂ പോംവഴി" എന്ന് നിർദ്ദേശം നൽകി.

പക്ഷേ, നടേശന് തന്റെ അപ്പനമ്മമാരെ സഹായിക്കാനായി എവിടെയെങ്കിലും ജോലി തരപ്പെടുത്തണം എന്നായി ചിന്ത.

അനുജൻ ആറുമുഖനാണ് ശരിയെന്നുതോന്നി. അവൻ തെരഞ്ഞെടുത്ത വഴിയാണ് ശരി. അവനെ സമ്മതിക്കണം. ചിലപ്പോഴൊക്കെ അവൻ നടേശനെ ഉപദേശിക്കാറുണ്ട്. "നീ ജോലിക്ക് പോകുന്ന വർക്ക്ഷോപ്പിൽ എനിക്കും ഒരു ജോലി തരപ്പെടുത്തി തരുമോ" എന്ന് അവനോട് ചോദിക്കണമെന്ന് തീരുമാനിച്ചു. പ്രാഥമിക വിദ്യാഭ്യാസത്തോടെ പഠനം നിർത്താമായിരുന്നു. തുടർന്ന് പഠിക്കേണ്ടായിരുന്നു. പക്ഷേ, പഠിച്ച്

പാസായി യുപി സ്കൂളിലേക്ക് പോയി. അപ്പോഴെങ്കിലും മതിയാക്കാമായിരുന്നു. അതും ഇല്ല. ഹൈസ്കൂൾ പഠനത്തിനായി പോയി തോറ്റു തുന്നംപാടേണ്ടി വന്നു. അയ്യോ ഓർക്കുമ്പോൾത്തന്നെ അവന് ശ്വാസം മുട്ടി.

കൂടെ പഠിച്ചവർ ചിലർ കോളേജിലേക്ക് ഉപരിപഠനത്തിനായി പോയി. അവരൊക്കെ പഠനത്തിൽ ഇവനെക്കാൾ പിന്നിലായിരുന്നു. എന്ത് ചെയ്യാൻ എല്ലാറ്റിനും ഭാഗ്യം വേണം. മനസ്സ് എന്തെല്ലാമോ ചിന്തിക്കുന്നു എങ്ങോട്ടെക്കെയോ പോകുന്നു.... ഒന്നോ രണ്ടോ പുസ്തകങ്ങൾ മാത്രം കൈയിൽ പിടിച്ച് ബസ് സ്റ്റോപ്പിൽ ഗമയോടെ നിൽക്കുന്നവരെ കാണുമ്പോൾ... ഇവർക്ക് മാത്രം പഠിപ്പും പരീക്ഷയും എങ്ങനെ എളുപ്പമായി? എന്നോർത്ത് നെടുവീർപ്പിട്ടു.

"നിന്റെ പരീക്ഷാഫലം എന്തായി? ഇത്തവണയെങ്കിലും ജയിച്ചോ? എന്നവനോട് ചോദിക്കുന്നതായി ഇടയ്ക്കിടെ തോന്നും. നാണക്കേട് കൊണ്ട് മുഖം താഴ്ത്തും. മനസ്സ് വിങ്ങും. വീട്ടിലെ അവസ്ഥയും സാമ്പത്തികസ്ഥിതിയുമാണോ കാരണം? എന്നിങ്ങനെ ചിന്തകൾ വേട്ടയാടി.

താൻ കാരണം ഈ വീട്ടിലെ സാമ്പത്തികസ്ഥിതി അങ്ങേയറ്റം പരിതാപകരമായല്ലോ! എങ്ങനെയെങ്കിലും ധനലക്ഷ്മിക്ക് ഒരു കുടിപ്പാട് കണ്ടെത്തണം. അതിന് താൻ തടസ്സമായെന്ന കളങ്കം വരാതെ നോക്കണം. തന്റെ കുടുംബത്തിന്റെ ചവിട്ടുപടിയായി മാറണം. അതിനുമീതെ അനുജനും അനുജത്തിയും മാത്രമല്ല ചേച്ചിമാരും ചേട്ടന്മാരും എല്ലാവരും കയറി പോരട്ടെ.

താൻ ഒന്നിനും കൊള്ളാത്ത ഒരുത്തൻ അല്ലെന്ന് മറ്റുള്ളവരെ ബോധ്യപ്പെടുത്തണം. അപ്പന് തന്നോടുള്ള വിശ്വാസം നഷ്ടപ്പെട്ടു. ആരോഗ്യം ക്ഷയിച്ചുതുടങ്ങി. അമ്മയും ഒട്ടും താൽപര്യം ഇല്ലാതെ ദിവസങ്ങൾ തള്ളി നീക്കുകയാണ്. ഇവരെയൊക്കെ കയറുകയറ്റാനുള്ള വലിയ ബാധ്യത എന്റെ ചുമലിലാണ് ഇരിക്കുന്നത്. ഈ പരീക്ഷയിൽ വിജയിക്കുന്നതാണ് യഥാർത്ഥ വിജയം. ഇത് പേനകൊണ്ട് എഴുതുന്നതല്ല... മറിച്ച് തന്റെ കൈകൾകൊണ്ടും കാലുകൾകൊണ്ടും ശരീരംകൊണ്ടും ദിവസവും എഴുതേണ്ട പരീക്ഷയാണ്.

തണുത്ത മേഘക്കൂട്ടങ്ങൾ മാനത്ത് ഇരുണ്ടുകൂടുന്നതുപോലെ നടേശന്റെ മനസ്സിൽ ചിന്തകൾ തിങ്ങിക്കൂടി.

ആഴ്ചയിൽ ഒരിക്കലെങ്കിലും ആ പരിസരത്തുള്ള ഏതെങ്കിലും കോവിൽ സന്ദർശിച്ച് തൊഴുത് വരണമെന്ന് അവൻ ആശിച്ചു. ഒരിക്കൽ കോയമ്പത്തൂരിലെ പുളിയംകുളം പ്രദേശത്തെ മുക്തി വിനായകനെ പ്രാർത്ഥിക്കാനായി പോയിരുന്നു. ചെന്നപ്പോൾ കണ്ടത് ഒരു ഭക്ത ഗണപതിയെ സ്തുതിച്ച് പാടുന്നതാണ്.

"കരിമുകിൽ നിറമാർന്ന വല്ലഭ വിനായക
സുസ്ഥിരമായ കന്തനേ...നീ മുന്തിയെ....നിന്നിൽ
ഉറുകുന്നു എൻ പെറുനിധിയെ.....സ്വീകരിക്കണമെങ്കിൽ

എരുക്കിൻ പൂഹാരം ഒരെളിയ തിരുവാഭരണമായി....
നറുമണമാം നിൻ മനോഹര തിരുമേനി കണ്ടു ഞാൻ
മതിമയങ്ങി കറങ്ങുന്നൊരു വണ്ടായിമാറി....നിൻ
അത്ഭുതമാം ചേഷ്ടകൾ എങ്ങും കണ്ട് നിൽപ്പൂ
മാറി ഞാൻ അതുമധുരമീ കൽകണ്ടമായി...
ദന്തമൊരു മഹിമ കണ്ട് കവിയെഴുതും....
രാഗമെഴും മധുരമോർ ഗാനം....
ആനന്ദിപ്പൂ എൻ ക്ലേശഭാരം മാറുന്ന ക്ഷണം കണ്ട്
ശോഭനമായി ഇതഴ് വിരിയുന്നൊരു പൂവായ്....
ശ്രേഷ്ഠമായി തുളുമ്പോൾ പെരുമ കണ്ടു ഞാൻ....
നിൻ തിരുപ്പാദം തഴുകുമോർ പാലരുവിയായി.....
ഭാവനാതീതമാം നിൻ കരുണ കണ്ടു ഞാൻ....
മാറും നിൻ സുവർണചരണങ്ങൾ തീണ്ടും കാവ്യമായി...."

എന്ന ആ പാട്ടിന്റെ കുളിർമയും സ്വരത്തിന്റെ മാധുര്യവും നടേശന്റെ മാത്രമല്ല അവിടെ ഉണ്ടായിരുന്ന എല്ലാവരുടെയും ശ്രദ്ധപിടിച്ചു പറ്റി.

ഈശ്വരനെ തൊഴുത കൈകൊണ്ട് അവരെയും ഒന്നു വണങ്ങി പ്രസാദവും വാങ്ങി മടങ്ങി.

അവർ ചുറ്റും നിന്നിരുന്നവരെ നമസ്കരിച്ച് അവിടെനിന്നും മടങ്ങിപ്പോയി. പിന്നീടാണ് ആ ഗാനം ആലപിച്ചത് പ്രശസ്ത ഗായിക പി സുശീലമ്മയാണ് എന്നറിഞ്ഞത്. വീട്ടിൽ മടങ്ങിയെത്തിയ ശേഷവും അവരുടെ ആ ഗാനമാധുര്യം ചെവിയിൽ മുഴങ്ങിക്കൊണ്ടിരുന്നു.

കമലം തന്റെ മൂത്ത മകൾ ഭവാനിയെ നടേശന് വിവാഹം ചെയ്തു കൊടുക്കാൻ ആഗ്രഹിച്ചു. അവളുടെ ആ ആശ നിരാശയാകുന്ന മട്ടിലായിരുന്നു ഇപ്പോഴത്തെ പോക്ക്. തന്റെ അനുജൻ നടേശൻ പഠിച്ച് വിജയിച്ച് ഒരു ജോലി സമ്പാദിച്ച് കൈനിറയെ പണം ഉണ്ടാക്കും. ശേഷം അപ്പനമ്മയോട് തന്റെ ആഗ്രഹം പറയാം എന്നൊക്കെ കണക്കുകൂട്ടിയതായിരുന്നു. അതൊന്നും ഇപ്പോൾ സാധ്യമാകുമെന്ന് തോന്നുന്നില്ല.

നടേശന് എത്രയും വേഗം അനുജത്തിയുടെ വിവാഹം നടത്തണമെന്ന ചിന്ത മാത്രമേയുള്ളൂ. അതിനായി തന്നാൽ കഴിയുന്ന സഹായമെന്തും ചെയ്തുകൊടുക്കണം. അനുജനും വേണ്ട സഹായങ്ങൾ ചെയ്തുകൊടുക്കണം. ശേഷം അക്കാര്യം സാധിക്കണം. താൻ നല്ല മനസ്സുള്ളവളാണെന്ന് നടേശന് മനസ്സിലായാൽ മതി. അവൻ കാരണം സഹോദരങ്ങളുടെ ഭാവിജീവിതം തടസ്സപ്പെട്ടിരിക്കുന്നു എന്ന പേരുദോഷം ഇല്ലാതാക്കണം. എന്നിങ്ങനെ കമലയുടെ മനസ്സിൽ ഒരു നീണ്ട കണക്കുകൂട്ടൽതന്നെ ഉണ്ടായിരുന്നു.

നടേശൻ ഒരു ലക്ഷ്യവുമില്ലാതെ തെക്കേ പറമ്പിലൂടെ അലഞ്ഞുതിരിഞ്ഞ് നടക്കുകയായിരുന്നു. തികഞ്ഞ നിശ്ശബ്ദത പടർന്ന തോട്ടവഴികൾ ചെമ്മണ്ണ് വിരിച്ചു കിടക്കുന്ന ഭൂമി. കരുവേല മരങ്ങൾ പാറാവുകാരെപോലെ നിരന്നുനിൽക്കുന്നു. മരത്തണലിൽ മഞ്ഞനിറപ്പൂക്കൾ. അവർ

ഒരുക്കിയ വിശാലമായ പൂക്കളം അങ്ങ് കണ്ണെത്തും ദൂരംവരെ പടർന്നു കിടക്കുന്നു. ചൂട് കൂടിക്കൂടി വരുന്നു. കാനക പക്ഷികളുടെ ചിറകടി നില ച്ചിരിക്കുന്നു. നടന്നുനീങ്ങുന്തോറും തെക്കേവശത്തെ മലനിരകൾ പതിയെ നിരങ്ങി നീങ്ങുന്നതായി തോന്നി.

കുട്ടിക്കാലത്ത് ആ പ്രദേശമൊക്കെ ചുറ്റിനടന്ന് കണ്ട ദിനങ്ങൾ നെഞ്ചിലേക്ക് ഓടിയെത്തി. നല്ലണ്ണയെപ്പോലെ ബഹുമാന്യരായ വലിയ വരെ ഓർക്കുമ്പോൾ അവിടെയുള്ള മലകളും ഓർമയിൽ വരും. ഈ മലയുടെ പ്രായം എത്രയെന്ന് അറിയാമോ? പറയൂ നോക്കട്ടെ....മാഷ് നടേ ശനോട് ചോദിച്ചു.

അതിന്റെ ഉത്തരം അവനറിയില്ല. നടേശന്റെ മൗനം കണ്ട്, "നിന്റെ പാഠപുസ്തകത്തിൽ ഇതൊന്നും ഇല്ലേ?" മാഷ് ആവർത്തിച്ചു. നടേശൻ അൽപനേരം ആലോചിച്ചു. "ഈ ഭൂമി ഉണ്ടായത് മുതൽ ഈ മലയും ഉണ്ട്" എന്ന് ഉത്തരം നൽകി. അത് കേട്ടയുടൻ, മാഷ് ഇവന്റെ പുറം തട്ടിക്കൊടുത്തുകൊണ്ട് "പൊതുവേ അങ്ങനെയാണ് പറയാറ്. രണ്ടു മൂന്ന് തലമുറകൾക്കുമുൻപ് ഈ കാട്ടിലാണ് മുപ്പതോളം കുടുംബങ്ങൾ ജീവിച്ചിരിക്കുന്നത്. പിന്നീട് അവർ ഇപ്പോൾ നടേശൻ താമസിക്കുന്നിട ത്തേക്ക് കുടിയേറി പാർത്തു. ശേഷമാണ് ഈ സ്ഥലം ഒരു ഊരായി മാറിയത്. അങ്ങനെയെങ്കിൽ നമ്മുടെ ഊര് ഈ കാടുകൾ തന്നെയാ വും."

മാഷിന്റെ അനുഭവങ്ങളും ആശയങ്ങളും കേൾക്കുന്തോറും ആ നാടിന്റെ ചരിത്രം വികസിച്ച് വരുന്നതായിതോന്നി. കാടുകളിൽ ജീവിച്ചി രുന്നപ്പോൾ ജനങ്ങൾക്കുണ്ടായിരുന്ന ഒത്തൊരുമയും സംസ്കാരവും ഒരു ദേശത്തെ ജനതയായി മാറിയപ്പോൾ കൂടുകയല്ലേ വേണ്ടത്? പക്ഷേ, സംഭവിച്ചതോ തിരിച്ചും. ഫലവുമുണ്ടായില്ല.

അന്നത്തെ ജനങ്ങൾ കാട് തെളിച്ച് അവിടെ ഒരു വാസസ്ഥലം ഉണ്ടാ യിരുന്നുവെങ്കിൽ ആ പ്രദേശത്തിന് ഒരു പേരും നൽകിയിരിക്കുമല്ലോ! പക്ഷേ, അത് ചെയ്യാതെ അവർ വടക്കോട്ട് നോക്കി വരികയും കുടിയേ റിപ്പാർക്കുകയും ചെയ്തു. ചിലപ്പോൾ ഇവിടെ ഇതിനുമുമ്പും ഒരു ദേശം ഉണ്ടായിരുന്നിരിക്കും. ആ ദേശം പിന്നീട് നശിച്ചുപോയതാവും. ശേഷം ഇവിടെ വന്നവർ ഈ സ്ഥലം വെട്ടിത്തെളിച്ച് തങ്ങൾക്ക് അനുയോജ്യ മായ രീതിയിൽ മാറ്റിയെടുത്തിട്ടുണ്ടാവാം. ഇന്നത്തെപ്പോലെ യാതൊരു ജാതിവ്യവസ്ഥയും വിവേചനവും അന്ന് ഉണ്ടായിരുന്നിരിക്കാൻ സാധ്യ തയില്ല. വന്യമൃഗങ്ങളിൽനിന്നും തങ്ങളെ സംരക്ഷിക്കുന്നതിനായിരിക്കും അവർ മുഴുവൻ സമയവും ചെലവഴിച്ചത്. കാടിറങ്ങി നാട്ടിലേക്ക് വന്ന ശേഷമാകും ഈ ജാതി പ്രാന്ത് ഇവരുടെ മനസ്സുകളിൽ കയറിപ്പറ്റിയത്. കാടിറങ്ങി നാട്ടിലേക്ക് മനുഷ്യർ പലായനം ചെയ്തതിനെ തുടർന്ന് അവിടം സ്വസ്ഥമായി...... ആ ചെമ്മൺ ഭൂമിയിൽ വീണ്ടും ഉന്മേഷവും മണവും തിരിച്ചെത്തി. .... കുളിർമ പടർത്തുന്ന ശുദ്ധമായ കാറ്റും അതി നോടൊപ്പം വീശിത്തുടങ്ങി. ചെമ്മണ്ണിന്റെ ഗന്ധം എങ്ങും വ്യാപിച്ചു. നടേ

ശൻ അതെല്ലാം ആസ്വദിക്കാനായി ഇടയ്ക്കിടെ ചെല്ലും. ആ ഉന്മേഷത്തിൽ അവന്റെ സങ്കടങ്ങളൊക്കെ അലിഞ്ഞ് ഇല്ലാതാകും.

നല്ലണ്ണന് മലയിലുള്ള സസ്യാദികളെക്കുറിച്ച് നല്ല അറിവുണ്ടായിരുന്നു. അതിന്റെ പ്രത്യേകതകളും അറിയാമായിരുന്നു. പലപ്പോഴായി ഇവിടെനിന്നും ചില അപൂർവ്വ സസ്യങ്ങൾ കൊണ്ടുവന്ന് നാട്ടിൽ നട്ടുപിടിപ്പിക്കും. അതിന്റെ ഗുണവിശേഷങ്ങളെക്കുറിച്ചു വിവരിക്കുകയും ചെയ്യും. അതുപോലൊരിക്കൽ കൊണ്ടുവന്ന് നട്ട് പിടിപ്പിച്ച ചെടിയാണ് ഇന്ന് സദാശിവൻകോവിലിന്റെ മുറ്റത്തുപടർന്ന് പന്തലിച്ച് പൂത്തുലഞ്ഞു നിൽക്കുന്നത്. അതിന്റെ സുഗന്ധം പിതാമഹൻമാരെ ഓർമ്മിപ്പിക്കുന്നു.

ആ പന്തലിന്റെ ചുവട്ടിൽ വീണുകിടക്കുന്ന പൂക്കൾ ശേഖരിച്ചുകൊണ്ടിരുന്ന നടേശന്റെ അരികിലെത്തിയ കലാവതിക്ക്, അവൻ പരീക്ഷയിൽ തോറ്റതിന്റെ ആഘാതത്തിൽനിന്നും മോചിതനായിവരികയാണെന്ന് മനസ്സിലായി. എങ്ങനെയെങ്കിലും നടേശനെ പ്രോത്സാഹിപ്പിച്ച് വീണ്ടും പരീക്ഷയെഴുതാനുള്ള മാനസികാവസ്ഥയിൽ എത്തിക്കണമെന്ന് അവൾ തീരുമാനിച്ചു.

കലാവതിക്ക് തന്നോട് ഒരു പ്രത്യേക ഇഷ്ടമുള്ളത് നടേശനും അറിയാമായിരുന്നു. നന്ദവനത്തിന്റെ പരിസരവും അതിന്റെ ഏകാന്തതയും അവളുടെ സ്നേഹമാർന്ന പ്രോത്സാഹന വാക്കുകളും നടേശനെ തലോടി. മുറിവേറ്റ മനസ്സിന് മൃദുലമായ ആ തലോടൽ എന്തെന്നില്ലാത്ത ആശ്വാസം പകർന്നു. ഇവർ രണ്ടുപേരും സംഭാഷണത്തിൽ മുഴുകി പൂക്കൾ പറിക്കുന്നത് നല്ലണ്ണൻ യാദൃച്ഛികമായി കണ്ടു.

അവർ ഇരുവരും പൂക്കൾ ഈശ്വരന് മാല കെട്ടി ചാർത്താനായി നല്ലണ്ണനെ ഏൽപ്പിച്ച് തിരുനീരും വാങ്ങി നെറ്റിയിൽ ചാർത്തി. ഒരിക്കൽക്കൂടി മുറ്റത്തുനിന്നുകൊണ്ട് തൊഴുത് അവിടെനിന്നും ഇറങ്ങി നടന്നു.

കലാവതി ഹയർസെക്കന്ററി വിദ്യാഭ്യാസം ഇനിയും പൂർത്തിയാക്കിയിട്ടില്ല. പേരൂർ സ്കൂളിലാണ് പഠിക്കുന്നത്. എങ്കിലും സംശയങ്ങൾ ദൂരീകരിക്കാനായി മാഷിന്റെ വീട്ടിലേക്ക് ഇടയ്ക്കിടെ ചെല്ലുന്നത് പതിവായിരുന്നു. മാഷിന്റെ വീട് സന്ദർശിക്കുമ്പോഴൊക്കെ നടേശനെക്കുറിച്ചും സംസാരിക്കുമായിരുന്നു. പരീക്ഷയിൽ അവൻ തോറ്റതും അതുകാരണം അവൻ അസ്വസ്ഥനായതും ഓർക്കും. "സാഹചര്യം കിട്ടുമ്പോഴൊക്കെ ഞാൻ അവനെ ആശ്വസിപ്പിച്ച് വീണ്ടും പരീക്ഷ എഴുതാനായി പ്രോത്സാഹിപ്പിക്കുന്നുണ്ട് സാർ" കലാവതി മാഷിനോട് വ്യക്തമാക്കി.

"കൊള്ളാമല്ലോ കലേ.... നിനക്ക് നടേശന്റെ കാര്യത്തിൽ നല്ല കരുതൽ ഉണ്ടല്ലോ. സ്കൂളിൽ പഠിക്കുന്ന കാലംതൊട്ടേ നിങ്ങൾ ഒത്തൊരുമയോടെ ഇരിക്കുന്നുണ്ടല്ലോ. അതെന്തായാലും നന്നായി." കലാവതിയെ മാഷ് അഭിനന്ദിച്ചു.

ലക്ഷ്മിടീച്ചറും ഇങ്ങനെ ഒരിക്കൽ പറഞ്ഞിരുന്നു. അത് കേട്ടപ്പോൾ കലാവതിക്ക് വളരെ സന്തോഷം തോന്നി. പക്ഷേ, നടേശന്റെ സഹോ

ദരി ഭാഗ്യത്തിന് അവരുടെ അടുപ്പത്തിൽ ഒരു വശപ്പിശക് തോന്നിയെങ്കിലും കമലത്തിന് അങ്ങനെയൊരു സംശയം ഇല്ലായിരുന്നു.

കലാവതി തന്റെ അനുജത്തി ധനലക്ഷ്മിയെ കാണാനാണ് ഇടയ്ക്കിടെ വീട്ടിൽ വരുന്നതെന്ന് കരുതി. പിന്നീടാണ് ചേച്ചി പറയുന്നതിലും കാര്യമുണ്ടെന്ന് തോന്നിയത്. ചെറുപ്പക്കാരല്ലേ ഇരുവരും കുട്ടിക്കാലം മുതലേ ഒരുമിച്ച് പഠിക്കുന്നവർ. കൂട്ടുകാരാണ്. എന്നാലും കൗമാരപ്രായമല്ലേ, നല്ലത് കെട്ടത് തിരിച്ചറിയാനാകാത്ത പ്രായം. ഒന്നും ഒന്നും കൂടിയാൽ രണ്ട് എന്നാണ് കണക്ക്. പക്ഷേ, രണ്ടും ഒരുമിച്ചാലോ ചേച്ചിമാർ അരികിൽ ഉണ്ടായിട്ടും മണ്ടികളായി പോവില്ലേ. കുറച്ചുകൂടി അവരുടെ കാര്യത്തിൽ ശ്രദ്ധചെലുത്താൻ കമലം തീരുമാനിച്ചു.

തന്റെ മൂത്തമകൾ ഭവാനിയെ നടേശനെക്കൊണ്ട് വിവാഹം കഴിപ്പിക്കണമെന്ന് ആഗ്രഹിച്ചിരിക്കേയാണ് എല്ലാം കുഴപ്പത്തിൽ ചെന്നെത്തുന്നത്. മാത്രമല്ല ഭവാനിക്ക് വിവാഹപ്രായം ആയിട്ടില്ലെന്ന അഭിപ്രായവുമുണ്ട് അയ്യാച്ചാമിക്ക്. എന്നാലും തന്റെ മകളെ അളിയന് വിവാഹം ചെയ്തുകൊടുക്കുന്നതിൽ ഒട്ടും എതിർപ്പില്ലായിരുന്നു.

ഇക്കാര്യത്തിൽ മുത്തശ്ശന്റെ സമ്മതം വേണമല്ലോ അവർക്ക്. അവരുടെ പേരക്കുട്ടിതന്നെ മരുമകളായി വന്നാൽ വേണ്ടാന്ന് പറയുമോ..... പേരക്കുട്ടി മരുമകളാകുന്നത് കൂടുതൽ സന്തോഷിക്കാവുന്ന കാര്യമല്ലേ.... തന്റെ കണക്കുകൂട്ടലുകൾക്കായി അനുജനെ നിയന്ത്രിക്കണമെന്ന് കമലം ഉറപ്പിച്ചു.

നടേശന്റെ സ്വഭാവഗുണവും പഠനത്തിൽ അവനുള്ള ആത്മാർത്ഥയും കണ്ട് തെക്കുപ്രദേശത്തെ ചെറുപ്പക്കാർക്ക് അവനോട് അസൂയ തോന്നിയിരുന്നു. എങ്കിലും അത് അവർ പ്രകടിപ്പിച്ചിരുന്നില്ല. എൽ പി സ്കൂൾ പഠനം കഴിഞ്ഞതും കിട്ടിയ ജോലിയും ചെയ്ത് ചുറ്റി നടക്കുന്നവർ. നടേശനെ കാണുമ്പോഴൊക്കെ കളിയാക്കുകയും കുസൃതി ചോദ്യങ്ങൾ ചോദിക്കുകയും ചെയ്യും. അതുകൊണ്ടുതന്നെ നടേശൻ അവരെ കണ്ടാൽ വഴിമാറി നടക്കും. അവർക്ക് അവനോട് വിരോധം തോന്നാതിരിക്കാൻ പലപ്പോഴും ഒരു ചെറുപുഞ്ചിരി നൽകി നടന്നകലും.

വർക്ക്ഷോപ്പിൽ ജോലിചെയ്യുന്ന രാമപ്പൻ നടേശനെ കണ്ടുമുട്ടുമ്പോഴൊക്കെ അയാളൊത്ത് ആൽമരച്ചുവട്ടിൽ ചെന്നിരിക്കാൻ നിർബന്ധിക്കും. നടേശൻ കണ്ട സിനിമകളും കേട്ട സിനിമാഗാനങ്ങളും വിവരിക്കാനായി ആവശ്യപ്പെടും. നടേശന് പഠനം തുടരാൻ കഴിഞ്ഞില്ലെങ്കിലും ആ വഴി പോകുന്നവരൊക്കെ അവന്റെ സിനിമാവിവരണം കേൾക്കാനായി ചുറ്റും കൂടും. തുടർന്ന് പത്രം വായിക്കാൻ അവരവനെ പ്രോത്സാഹിപ്പിച്ചു.

നടേശന്റെ പഠനം കഴിഞ്ഞാൽ അവന് പറ്റിയ നല്ലൊരു ജോലി കിട്ടും എന്നുതന്നെയാണ് നാട്ടുകാരും പ്രതീക്ഷിച്ചത്. പക്ഷേ, അത് നടന്നില്ല. നടേശന് ഇങ്ങനെയൊക്കെ സംഭവിച്ച് പോയതിനുള്ള വിഷമത്തിൽ നിന്നും അവനെ കരകയറ്റാനുള്ള ശ്രമം കൂടിയാണ് കൂട്ടുകാർ ഇതിലൂടെ

നടത്തുന്നത്. അവർ നടേശനോട് മുൻപത്തെപോലെതന്നെ കളിച്ചും ചിരിച്ചും സംസാരിക്കുകയും പെരുമാറുകയും ചെയ്യും.

ഒരുദിവസം നടേശന്റെ അടുത്ത് ഒരു ആൺകുട്ടി വന്ന് "നിങ്ങളെ ചാമിക്കണ്ണ് അളിയൻ വിളിക്കുന്നു" എന്ന വിവരം അറിയിച്ചിട്ട് പോയി. എന്തെങ്കിലും ജോലി കാണും എന്ന് കണക്കുകൂട്ടി നടേശൻ അവിടേക്ക് ചെന്നു. അവിടെയുള്ള ഹോമിയോപ്പതി മരുന്ന് കുപ്പികളിൽ പേരെഴുതി ലേബൽ ഒട്ടിക്കാൻ ആവശ്യപ്പെട്ട് ഒരു വലിയ ലിസ്റ്റ് നടേശന്റെ കൈയിൽ കൊടുത്തു ചാമിക്കണ്ണ്. നടേശന് ഒഴിവ് കഴിവ് പറയാനും സാധിക്കില്ല. ഒഴിഞ്ഞുമാറിയാൽ അതിന്റെ പേരിൽ വല്ല പ്രശ്നമുണ്ടാക്കിയാലോ.... എന്ന് പേടിച്ച് ആ ജോലി ഏറ്റെടുത്തു.

"എനിക്ക് കോയമ്പത്തൂർ വരെ ഒന്ന് പോണം..... കുറച്ച് മരുന്നുകൾ വാങ്ങാനുണ്ട്. തിരികെയെത്താൻ ഉച്ചകഴിയും ട്ടാ..... അപ്പളേക്കും ഈ കുപ്പികളൊക്കെ ലേബൽ ഒട്ടിച്ച് അലമാരയിൽ ചന്തത്തിൽ അടുക്കി വെക്കീട്ടാ." ചാമിക്കണ്ണ് നിർദ്ദേശങ്ങൾ നൽകി അവിടെനിന്നും പോയി. നടേശൻ വളരെ ശ്രദ്ധയോടെ അളിയൻ ഏൽപ്പിച്ച ജോലി ചെയ്യാൻ തുടങ്ങി. ആരും സഹായിക്കാൻ കൂടെയില്ലെങ്കിലും അവനത് കാര്യമാക്കിയില്ല.

കുപ്പികളൊക്കെ ചിട്ടയായി അടുക്കിവെച്ചു. മേശവലിപ്പിൽ ലേബൽ എഴുതാനുള്ള പേനയുണ്ടോ എന്നുനോക്കി. വലിപ്പിനുള്ളിൽ ഒരുപാട് പഴയ നോട്ടുപുസ്തകങ്ങളും രസീതുകളും ഉണ്ടായിരുന്നു. അതിനെല്ലാം അടിയിലായി ഒരു ചട്ടയിട്ട പുസ്തകം ഉണ്ടായിരുന്നു. പുസ്തകത്തിനടിയിൽ പേനയുണ്ടോ എന്നുയർത്തിനോക്കി. ഇവിടെയും പേനയില്ല.... അളിയൻ പോയപ്പോൾ അതിനെയും എടുത്തോണ്ടുപോയോ...നടേശൻ മനസ്സിൽ പിറുപിറുത്തുകൊണ്ട് വലിപ്പിൽനിന്നും പുറത്തേക്ക് എടുത്ത് പുസ്തകങ്ങൾ വീണ്ടും വലിപ്പിൽ തിരികെവെച്ചു. ചട്ടയിട്ട പുസ്തകത്തിൽ മീതെ ദുരൈച്ചാമി എന്ന് ഒപ്പിട്ടിരിക്കുന്നത് അവന്റെ ശ്രദ്ധയിൽ പെട്ടു.

അളിയൻ വായിക്കാനായി അയാളുടെ പക്കൽനിന്നും വാങ്ങിയ പുസ്തകമായിരിക്കും എന്നുകരുതി പേജുകൾ മറിച്ചു തുടങ്ങി.

ആദ്യത്തെ പേജിൽ "കൊക്കോക വൈഭോഗം ആൺ പെൺ സുഖം രഹസ്യം" എന്ന് വലിയ അക്ഷരങ്ങളിൽ എഴുതിയിരുന്നു. അകം പേജുകളിൽ നഗ്നരായ സ്ത്രീകളുടെ ചിത്രങ്ങൾ ഉണ്ടായിരുന്നു. വിവിധ കോണിൽ എടുത്ത ചിത്രങ്ങളും അവയുടെ വർണ്ണങ്ങളും കണ്ട് നടേശൻ അമ്പരന്നു. ഇത്തരത്തിലുള്ള സ്ത്രീകളെ അവനിതുവരെ കണ്ടിട്ടില്ല. അവൻ അതിൽ ലയിച്ചുതുടങ്ങി. തുടർന്നു വായിക്കാൻ ശ്രമിച്ചു. അതേസമയം ആരെങ്കിലും വന്നാലോ കണ്ടാലോ എന്ന പേടിയും.... ഹൃദയമിടിപ്പും സങ്കോചവും തോന്നി. ഒരു തരം കുളിര് തോന്നിയപ്പോൾ അവൻ

ഉടൻ പുസ്തകം അടച്ചു. അതിരുന്ന സ്ഥലത്ത് തിരികെവെച്ച് മേശ വലിപ്പും അടച്ചു. വീട്ടിൽചെന്ന് പേനയുമായി തിരികെ വരാം എന്ന് കണക്കുകൂട്ടി പുറത്തിറങ്ങി നടന്നു.

ഇപ്പോഴും അവന്റെ ശരീരം വിറയ്ക്കുന്നുണ്ടായിരുന്നു. ഒരുതരം അമ്പരപ്പും നെഞ്ചിടിപ്പും..... ഇനിയും ശരിയായില്ല. ഇങ്ങനെയുള്ള പുസ്തകം എന്തിനാ അളിയൻ ദുരൈച്ചാമിയിൽനിന്ന് വാങ്ങി വെച്ചിരിക്കുന്നത്. അയാളുടെ കൂട്ടാളികളും ഇങ്ങനെയുള്ള പുസ്തകങ്ങളാണോ വായിക്കുന്നത്... ആയിരിക്കും. ചിന്തകളും പ്രവൃത്തികളും ഇതു പോലെയല്ലേ പ്രകടമാകുന്നത്.

ശ്ശ്ശെ.... ചികിത്സ നടക്കുന്ന സ്ഥലത്ത് ഇത്തരമൊരു പുസ്തകം സൂക്ഷിക്കുന്ന അളിയനെ എന്തുപറഞ്ഞ് ന്യായീകരിക്കും. ഇത്രയും ദിനങ്ങൾ അളിയനെ ഒരു ഹോമിയോപ്പതി ഡോക്ടറായാണ് കണ്ടത്. പക്ഷേ, ഇന്നുമുതൽ ശ്ശെ, ആലോചിക്കുമ്പോൾത്തന്നെ അരോചകമായി തോന്നി. ആ മേശ തുറന്നതായോ ആ പുസ്തകം കണ്ടതായോ അളിയനെ അറിയിച്ചില്ല. അവൻ ഒരു വലിയ പാപം ചെയ്തത് പോലെയാണ് തോന്നിയത്.

നടേശൻ വീട്ടിൽനിന്നും പേനയുമായി തിരികെച്ചെന്ന് ലേബലുകൾ എഴുതി കുപ്പികളിൽ ഒട്ടിച്ച് പറഞ്ഞ ജോലി ചെയ്തു. കൃത്യമായി ചാമിക്കണ്ണ് തിരികെയെത്തി. അലമാരയിൽ ചിട്ടപ്പെടുത്തിവച്ചിരുന്ന മരുന്നുകുപ്പികൾ കണ്ട് "മിടുക്കൻ കൃത്യമായി ചെയ്തിട്ടുണ്ടല്ലോ"- അയാൾ നടേശനെ പ്രശംസിച്ചു.

"നിന്റെ ചേച്ചി ഇനിയും എത്തിയില്ലല്ലോ. കുറച്ചുനേരം കൂടിയിരിക്കൂ ചേച്ചി വന്നിട്ട് ചോറൊക്കെ ഉണ്ടിട്ട് പോകാം. എന്താ....?" അളിയൻ ചാമിക്കണ്ണ് നിർദ്ദേശിച്ചു. പക്ഷേ, "അതൊന്നും സാരമില്ല....വേണ്ട" എന്നു പറഞ്ഞ് നടേശൻ നടന്നു.

അന്നത്തെ ദിനം മുഴുവനും മേശവലിപ്പിൽ കണ്ട ചിത്രങ്ങളുടെ കളിയാട്ടമായിരുന്നു. മനസ്സിൽനിന്നും അത് മായുന്നില്ല. വീണ്ടും വീണ്ടും ഓർമ്മയിൽ തെളിഞ്ഞുവന്നു. എങ്ങനെയെങ്കിലും അത് മറക്കാനായി ശ്രമിച്ചു. പക്ഷേ, ആ ദൃശ്യങ്ങൾ മനസ്സിൽ എവിടെയോ ഒട്ടിപ്പിടിച്ചിരിക്കുന്നതു പോലെ തോന്നി.

ചെല്ലമുത്തു നടേശനെ തന്നോടൊപ്പം പണിക്കായി കൂട്ടിക്കൊണ്ടുപോകുന്നത് ഒഴിവാക്കിയിരുന്നു. പരീക്ഷയിൽ തോറ്റ വിഷമത്തിൽ കഴിഞ്ഞുകൂടുന്നവനെ ബുദ്ധിമുട്ടിക്കുന്നത് ശരിയല്ലെന്ന് കരുതി. ഇപ്പോളവനെ തന്നോടൊപ്പം കൊണ്ടുപോയാൽ 'പഠിത്തമൊക്കെ മതി' എന്ന് താൻ തന്നെ അവനെ നിരാശനാക്കുന്നപോലെ ആവില്ലേ..... എന്ന് കരുതി ചെല്ലമുത്തു വിഷമിച്ചു.

ചെല്ലമുത്തു മൂത്തമകനെക്കുറിച്ച് ഓർക്കാതെയായി. അവൻ എവിടേക്ക് പോകുന്നു എന്തു ചെയ്യുന്നു... എന്നൊന്നും അന്വേഷിക്കാറില്ല. പക്ഷേ, ഇളയ മകൻ ആറുമുഖം ആത്മാർത്ഥതയോടെ വർക്ക്ഷോപ്പ് പണിക്ക് പോകുന്നത് ശ്രദ്ധിക്കാറുണ്ടായിരുന്നു. ഇപ്പോൾ നാട്ടിൽ അവനെ

കുറിച്ച് തെറ്റായ അഭിപ്രായമൊന്നുമില്ല..... അതുകൊണ്ടുതന്നെ കുടുംബത്തിലും പ്രശ്നങ്ങളൊന്നും ഇല്ലാതെ സാധാരണ ഗതിയിൽ പോകുന്നു.

അമ്മായിയപ്പന്റെയും അമ്മായിയമ്മയുടെയും സുഖവിവരങ്ങൾ അന്വേഷിക്കാനായി മരുമകൻ അയ്യാച്ചാമി പത്ത് ദിവസത്തിൽ ഒരിക്കലെങ്കിലും അവരുടെ വീട്ടിൽ ചെന്നെത്തും. അവർക്ക് തന്നാൽ കഴിയുന്ന സഹായമൊന്നും ചെയ്യാൻ കഴിയുന്നില്ലല്ലോ എന്ന വിഷമം അയാൾക്കുണ്ടായിരുന്നു. അവൻ നല്ല സ്വഭാവഗുണമുള്ളവനാണ്. "കന്നുകാലികൾക്ക് തീറ്റ ഇല്ലെങ്കിൽ കമലത്തിനോട് പറഞ്ഞ് രണ്ടുചുമട് കറുമ്പ് ചപ്പ് കൊണ്ടുവന്ന് തരാൻ പറയട്ടെ അപ്പാ....." അയ്യാച്ചാമിക്ക് മിണ്ടാപ്രാണികളുടെ വിശപ്പ് അറിയുന്നതുകൊണ്ട് മനസ്സിൽ തോന്നിയത് വാവിട്ട് ചോദിക്കും.

'വേറെ ആരെങ്കിലും ആണെങ്കിൽ എപ്പോഴോ ഇവകളെ വിറ്റ് കാശുണ്ടാക്കാൻ കച്ചവടക്കാരെ കൊണ്ടുവന്നിട്ടുണ്ടാകും.....' എന്ന് പൊന്നി പറയുന്നത് വാസ്തവമാണ്. ധനലക്ഷ്മിക്കും ഇക്കാര്യം ശരിയെന്ന് തോന്നി.

ചെല്ലമുത്തുവിനും പൊന്നിക്കും എങ്ങനെയെങ്കിലും ധനലക്ഷ്മിക്ക് നല്ലൊരു കുടുംബജീവിതം ഉണ്ടാക്കിക്കൊടുക്കണമെന്ന കരുതലും ആശങ്കയും ഒരുപോലെയുണ്ട്. പക്ഷേ, തങ്ങളുടെ മറ്റുമക്കൾക്കും അതിനു സമാനമായ ഉത്തരവാദിത്വം ഉണ്ടെന്ന് തുറന്നടിച്ചു പറയാൻ പറ്റാത്തൊരു അവസ്ഥയിലായിരുന്നു.

"ആങ്ങളമാരെ വിടാം. ഈ പെണ്ണുങ്ങൾക്കെങ്കിലും ഒരു തോന്നല് വേണ്ടേ... അവരുണ്ട് അവരുടെ കാര്യമുണ്ട് എന്ന രീതിയിൽ നടന്നാൽ മതിയോ.....നേരം വെളുക്കുമ്പോഴേക്കും എണീറ്റ് പണിക്കുപോകാനും പണം സമ്പാദിക്കാനും മാത്രമേ അവർക്ക് സമയമുള്ളൂ. മറ്റുള്ളവരെക്കുറിച്ച് ഓർക്കാൻ എവിടെയാ....സമയം..... വല്ലപ്പോഴും സമയം കിട്ടുമ്പോ വീട്ടിലേക്കുപോയി അപ്പനും അമ്മയും എങ്ങനെയിരിക്കുന്നു എന്ന് വിശേഷം ചോദിക്കണമെന്നില്ല.... അഥവാ വന്നാൽത്തന്നെ കുട്ടിത്തിണ്ണയിലിരുന്നുകൊണ്ട് ഈ വീട്ടിൽ നമുക്കും അവകാശമുണ്ടല്ലോ എന്ന മട്ടിൽ മേൽക്കൂര നോക്കി ഓടുകൾ എണ്ണാൻ തുടങ്ങും. ..... പിന്നെ കൃഷി ചെയ്യാതെ കിടക്കുന്ന തെക്കേ വശത്തെ പറമ്പ് പങ്കിടുന്ന കാര്യത്തെക്കുറിച്ചാകും ചിന്ത.... അവരുടെ കൺമുന്നിൽ ജീവനോടിരിക്കുന്ന നമ്മളെ കുറിച്ച് ആര് ഓർക്കാൻ....."

ചെല്ലമുത്തു പൊന്നിയോട് മനസ്സ് തുറന്ന് സംസാരിച്ചു. വീട്ടിൽ ആരുമില്ലായിരുന്നു.... ധനലക്ഷ്മി പൈപ്പ് വെള്ളം കൊണ്ടുവരാനായി പോയിരുന്നു. മുറ്റത്ത് നിഴൽ പടർന്ന് സന്ധ്യാ വെയിലിനെ യാത്രയാക്കി.

ഏഴ്

കുറച്ച് ദിവസങ്ങളായി അയൽപക്കത്തെ പെണ്ണുമായുള്ള സുബ്ര ഹ്മണ്യന്റെ അവിഹിതബന്ധത്തെക്കുറിച്ച് യാതൊരു അറിവുമില്ല. പക്ഷേ, ഇപ്പോഴും ആ ബന്ധം തുടർന്നുപോകുന്നു. അവൻ കോവൈപുതൂർ കുള ത്തുപാളയത്തിലെ ചില ബ്രോക്കർമാരുമായി കൂട്ടുകൂടി അവരെ സഹാ യിക്കാനായി നടന്നു. അതിൽ നിന്നും ലഭിക്കുന്ന തുച്ഛമായ സമ്പാദ്യവും വീട്ടിൽ കൊടുക്കാറില്ല. എല്ലായ്പ്പോഴും അവനും ഭാര്യയും തമ്മിൽ വഴ ക്കുകൾ പതിവായിരുന്നു. അവന്റെ അമ്മായിയപ്പൻ നല്ലണ്ണനോട് ഇക്കാ ര്യം പറഞ്ഞ് എപ്പോഴും സങ്കടപ്പെടുമായിരുന്നു.

"ഞാനും കണ്ടാൽ ഇതിനെക്കുറിച്ച് ചോദിക്കണമെന്ന് വിചാരിക്കു കയാണ്. എവിടെ....അവൻ എന്റെ മുന്നിൽ വന്നു പെട്ടാലല്ലേ....." നല്ല ണ്ണൻ ആശങ്ക പങ്കുവെച്ചു. 'ഇങ്ങനെ നടന്നാൽ മതിയാടാ? നീ എവി ടേക്കോ പോയി തിരിഞ്ഞ് എന്തോ ചെയ്യീ..... വീട്ടിലെ ചെലവിന് എന്തെ ങ്കിലും കൊടുത്തുകൂടെ...... കിട്ടുന്നത് മുഴുവൻ ചെലവ് ചെയ്തിട്ട്.... കിട ക്കാൻ മാത്രം വീട്ടിലേക്ക് പോയാൽ കുടുംബസ്ഥൻ ആകുമോ?' എന്നൊക്കെ ചോദിക്കണം എന്ന് തന്നെയാണ് കരുതിയിരിക്കുന്നത്.

നല്ലണ്ണൻ തന്റെ മനോവിഷമം സുബ്രഹ്മണിയുടെ അച്ഛനമ്മമാരോട് വെളിപ്പെടുത്തി. ചെല്ലമുത്തുവിന്റെ മരുമക്കൾ ചാമിക്കണ്ണും അയ്യാച്ചാ മിയും ഇത് വല്ലതും അറിയുന്നുണ്ടോ..... ആവോ.... അവനെ നേർവഴി ക്കാക്കാൻ ഒന്നും ചെയ്യുന്നില്ലല്ലോ. നല്ലണ്ണൻ തന്റെ അഭിപ്രായം വ്യക്ത മാക്കി.

അയ്യാച്ചാമിക്ക് മൂത്ത അളിയന്റെ കാര്യത്തിൽ ഇടപെടേണ്ടാ.... എന്നൊന്നുമില്ല. പക്ഷേ, നമ്മൾ പറഞ്ഞാൽ അവൻ കേൾക്കുമോ? എന്ന്

കരുതി മാറിനിൽക്കുന്നതാണ്. അളിയനെ ചുണ്ടക്കാമുത്തൂരിൽ വെച്ച് കണ്ടാലും ഇക്കാര്യം ഒന്നും ചോദിക്കാറില്ല. അവന്റെ കൂട്ടുകെട്ടുകൾ ശരിയല്ലെന്നും സമാനമായ സ്വഭാവഗുണമേ അളിയനും ഉണ്ടാവുകയുള്ളൂ എന്നും അയ്യാച്ചാമിക്ക് അറിയാമായിരുന്നു.

കമലം കരിമ്പ് ചപ്പ് തലയിലേറ്റി വരുമ്പോൾ സുബ്രഹ്മണ്യൻ ബസ് സ്റ്റാൻഡിൽ ലോട്ടറി വിൽക്കുന്നത് കാണും. 'എങ്ങനെയെങ്കിലും രണ്ടു പണം സമ്പാദിച്ചാൽ അവന് നല്ലത്.' എന്ന് മനസ്സിൽ കരുതും. സുബ്രഹ്മണ്യൻ പെങ്ങൾമാരോട് സംസാരിക്കാൻ തരം കിട്ടുമ്പോഴൊക്കെ.....

"നിങ്ങൾ അപ്പനോട് പറഞ്ഞ് ഈ വീടും പറമ്പും ഭാഗം വെയ്ക്കാൻ ഏർപ്പാട് ചെയ്യീൻ....." എന്ന് ആവർത്തിച്ചുകൊണ്ടിരുന്നു. തന്റെ അനുജൻമാരെയും ഇക്കാര്യം പറഞ്ഞു സമ്മർദ്ദത്തിലാക്കും. പയറ്റിയ പല വേലകളും പാഴായി പോയപ്പോൾ സുബ്രഹ്മണി ആ ശ്രമം ഉപേക്ഷിച്ചു. പക്ഷേ, അതിന്റെ വൈരാഗ്യമാണ് അവൻ മറ്റുള്ളവരോട് സംസാരിക്കുന്നത്. അവൻ സ്വത്ത് കൈക്കലാക്കാനായി ഓരോ പദ്ധതിയുമായി വരും. നടക്കില്ലെന്ന് തിരിച്ചറിയുമ്പോൾ മറ്റൊരു പദ്ധതി ഒരുക്കും. ഇതൊരു പതിവായി മാറി.

ഇതറിയാവുന്ന അപ്പന്റെ മനസ്സ് വേദനിക്കും. "മൂത്തവനാണെന്ന പേരെയുള്ളൂ....അവൻ നേരെചൊവ്വെയാണെങ്കിൽ ഞാനെന്തിന് ഇത്ര കഷ്ടപ്പെടണം? ഇത്രയും കാലം അധ്വാനിച്ച് ഒരു കട വെച്ചതാണെങ്കിൽ നാല് പണിക്കാരെവെച്ച് നന്നായി ജീവിക്കാമായിരുന്നില്ലേ.... മുട്ടോളം വളർന്നപ്പോൾത്തന്നെ ഞാൻ പറയുന്നത് അനുസരിക്കാതെ മാറിപ്പോയവനാ..... പിഞ്ചിൽത്തന്നെ വളച്ചെടുക്കാത്തത് എന്റെ തെറ്റായിപ്പോയി.... ഇപ്പോൾ വളയ്ക്കാൻ ശ്രമിച്ചാ..... വളയുമോ? ഒടിഞ്ഞുപോവുകയേ ഉള്ളൂ.... എന്തോ നമ്മൾ പാടുപെട്ടുകൊണ്ടുവരുന്നതുകൊണ്ട് കുടില് കഞ്ഞിയെങ്കിലും കുടിച്ചിട്ട് പശ്നി ഇല്ലാതെ പോകുന്നു...." അപ്പന് നിരാശയും ദുഃഖവും ഒരുപോലെ തോന്നും.

വീട്ടിലെ അവസ്ഥ പറഞ്ഞ് കമലം തന്റെ ഭർത്താവിനോട് സങ്കടപ്പെട്ടു. "അതിന് നമുക്ക് എന്ത് ചെയ്യാൻ കഴിയും. ഞാൻ ഒരുത്തൻ കിടന്നടിച്ചിട്ട് കാര്യമില്ലല്ലോ? ചാമിക്കണ്ണും ഒത്തുവരേണ്ടേ? അങ്ങനെയൊക്കെ എളുപ്പത്തിൽ സുബ്രഹ്മണിയെ നമ്മുടെ വഴിക്ക് കൊണ്ടുവരാൻ പറ്റുമോ? ഒന്ന് മേട്ടിലേക്ക് വലിച്ചാൽ ഒന്ന് ഇറക്കത്തിലേക്ക് എന്ന കണക്കിലല്ലേ അവന്റെ പോക്ക്.... അയ്യാച്ചാമി കമലത്തിന്റെ വേദനകണ്ട് തുറന്നടിച്ച് സംസാരിച്ചു.

കുടുംബത്തിനുവേണ്ടി ഒറ്റയാനായി അധ്വാനിച്ച് ശരീരം ക്ഷീണിച്ച് അവശനായെങ്കിലും ചെല്ലമുത്തു വീട്ടിലിരുന്ന് വിശ്രമിക്കാറില്ല. ഇപ്പോഴും പണിക്ക് പോകുന്നു. അയാളുടെ സമപ്രായക്കാർ എന്നോ വിശ്രമജീവിതം നയിക്കാൻ തുടങ്ങിയിരിക്കുന്നു. പക്ഷേ, ചെല്ലമുത്തുവിന് ഇനിയും അതിനുള്ള സമയം എത്തിയിട്ടില്ല....

നടേശന് തന്റെ അളിയൻ ചാമിക്കണ്ണിനെ കാണുന്നതേ വെറുപ്പാണ്.

ആ തെരുവിലൂടെ പോകേണ്ടിവരുമ്പോൾ അവൻ തല താഴ്ത്തി നടക്കും. തന്നെ വിളിച്ചിരുത്തി വല്ല പണിയും തരുമോ....എന്ന ഭയത്തോടെയാണ് അവൻ പോകാറുള്ളത്.

എപ്പോഴും നാലഞ്ചുപേര് കൂട്ടംകൂടി സൊറ പറഞ്ഞിരിക്കുന്ന ആൽമരച്ചുവട്ടിലെ തിണ്ണ ചിലപ്പോഴൊക്കെ ആളൊഴിഞ്ഞ് കിടക്കും. അതുപോലുള്ള ശാന്തതയും ഏകാന്തതയുമാണ് നടേശന് ഇഷ്ടം. തെക്കേ വശത്തുള്ള ഇടുമ്പന്റെ തിണ്ണയിലേക്ക് വേപ്പുമരം വളർന്ന് പന്തലിച്ചു നിൽക്കുന്നു. വടക്കുവശമുള്ള വിനായകൻ തിണ്ണ കിഴക്കുപടിഞ്ഞാറൻ തെരുവിന്റെ കൂട്ടുപാതയിലായതുകൊണ്ട് ആൽമരത്തിന്റെ കാറ്റ് തടസ്സമില്ലാതെ വീശിക്കൊണ്ടിരിക്കും. ഈ രണ്ട് തിണ്ണകളിൽ ഏത് ഒഴിഞ്ഞു കിടന്നാലും അവിടെച്ചെന്നിരുന്ന് കാൽ താഴേക്ക് തൂക്കിയിട്ട് പടിഞ്ഞാറുവശത്തെ സ്കൂൾ മൈതാനവും തെക്കുവശത്തുള്ള മലനിരകളുടെ നീലിമയാർന്ന വശ്യതയും കണ്ടിരിക്കുന്നത് നടേശന്റെ മനസ്സിന് വല്ലാത്തൊരു കുളിർമ നൽകും.

നടേശൻ തന്റെ ഏകാന്തതയിൽ സ്വയം മുഴുകിയിരിക്കുന്നത് കണ്ടാൽ ഉടൻ ദണ്ഡപാണിയും കൂട്ടരും അവന്റെ കൂടെക്കൂടും. ശേഷിക്കുന്ന സമയം നടേശനും ദണ്ഡപാണിയും സ്കൂൾ മൈതാനത്തിലേക്ക് കണ്ണും നട്ട് സൊറ പറഞ്ഞിരിക്കും. ആ വഴി പീടികയിലേക്ക് വരുന്നവരെയും പോകുന്നവരെയും നോട്ടമിടും.

സദാശിവൻകോവിലിന്റെ പടിഞ്ഞാറുഭാഗത്തെ കിണറിനരികെ ഏഴെട്ട് പെണ്ണുങ്ങൾ വെള്ളം കോരിയെടുക്കാനായി കൂടി നിൽക്കുന്നു. കിണറിനടുത്തുള്ള മൈതാനത്തിൽ കുട്ടികൾ കളിക്കുന്നുണ്ട്. കിണറിനരികേ നിന്നിരുന്ന രണ്ട് സ്ത്രീകൾ ഒരു പെൺകുട്ടിയെ അവിടെക്കൊണ്ടിരുത്തി വെള്ളം കോരി അവളുടെ തലവഴി ഒഴിച്ചു.

കിണറിന്റെ ചുറ്റുമതിലിനു മുകളിലായി ഒരു താലത്തിൽ പഴവും തേങ്ങയും വെച്ചിരിക്കുന്നു. ഒരു സ്ത്രീ ചൂടവും ചന്ദനത്തിരിയും കത്തിച്ച് കിണറിനു ചുറ്റും പുക പടർത്തി തൊഴുതു. ശേഷം നനഞ്ഞ ഉടുവസ്ത്രത്തോടെ ഇരിക്കുന്ന പെണ്ണിന്റെ നെറ്റിയിൽ കുങ്കുമം തൊട്ട് കൊടുത്തു. കിണറിനെ വലം വെച്ച് തൊഴുതു വരാനായി നിർദ്ദേശിച്ചു. സമീപത്തുള്ള മൈതാനത്തിൽ കളിച്ചുകൊണ്ടിരുന്ന കുട്ടികൾ കൗതുകത്തോടെ ചുറ്റുംനിന്ന് നോക്കിക്കൊണ്ടിരുന്നു.

“ആരാണ്ടാ.... അത് ആമ്പിള്ളാരൊക്കെ അങ്ങിട്ടു പോകീൻണ്ടാ.... ഇങ്ങിട്ട് വരാൻ പാടില്ല......” ഒരു സ്ത്രീ അവരെ ആട്ടിയോടിച്ചു. ശേഷം ആ സ്ത്രീകൾ ചുറ്റുപാടും ഒന്ന് കണ്ണോടിച്ചു. പിന്നീട് ഈറനണിഞ്ഞ ആ പെണ്ണിനെ വടക്ക് ദിശ നോക്കി നിർത്തി. എല്ലാവരും ചേർന്ന് മറച്ച് പിടിച്ചു. അവിടെ സംഭവിക്കുന്നത് എന്തെന്നറിയാനുള്ള ഉൽക്കണ്ഠയിൽ നടേശൻ അങ്ങോട്ടു നോക്കി.

ഈറനണിഞ്ഞ ആ പെണ്ണിനെ നിർത്തി എന്തോ ചില ആചാരങ്ങൾ നടത്തുന്നു. അവളുടെ മാറിടം മറച്ചിരുന്ന വസ്ത്രം അകറ്റി ജാക്കറ്റിന്റെ

കൊളുത്ത് അഴിച്ചു. ഒരു വശത്തെ മുല പുറത്തെടുത്തു. "കുറച്ചുകൂടെ അങ്ങോട്ട് നീങ്ങി നിക്ക് എന്നിട്ട് കിണറ്റിലേക്ക് നിന്റെ കൈകൊണ്ട് തന്നെ മുലപ്പാൽ പീച്ചി വിടു...." എന്നൊരു സ്ത്രീ നിർദ്ദേശം നൽകി. അവൾ പാൽ ചുരക്കുന്ന തന്റെ പെരുത്ത മുലയെ കൈവെള്ളയിൽ എടുത്ത് മുലക്കാമ്പിൽ പിടിച്ച് ഒന്ന് ഞെക്കി. പാൽത്തുള്ളികൾ മുലക്കണ്ണിലൂടെ കിണറിലേക്ക് ഇറ്റുവീഴുന്നു.

"മതി മതി ...." ആ സ്ത്രീ മൊന്തയിലുള്ള വെള്ളം അവളുടെ മുലയിൽ ഒഴിച്ച് കൊടുത്തു.

"മതി ഇനി തുണികൊണ്ട് മാറ് മറച്ചോ." എന്നിട്ട് ഒരു കുടവും വെള്ളവുമെടുത്ത് അവളുടെ ഒക്കിൽ വെച്ചുകൊടുത്തു. കൊണ്ടു വന്ന പഴവും താലവും കൈയിലെടുത്തു എല്ലാവരും ആ പെണ്ണുമായി പടിഞ്ഞാറൻ ഭാഗത്തേക്ക് നടന്നു.

ഇതൊക്കെ കൗതുകത്തോടെ നോക്കി നിന്നിരുന്ന കുട്ടികൾ വീണ്ടും മൈതാനത്തിലേക്ക് കളിക്കാനായി ഓടി.

"ഇതെന്താടാ..... നടക്കുന്നത്. എന്തിനാ കിണറ്റിൻകരയിൽ വെച്ച് ഇങ്ങനെയൊക്കെ ചെയ്യുന്നത്? " നടേശൻ ചിന്താക്കുഴപ്പത്തോടെ ദണ്ഡപാണിയോട് ചോദിച്ചു.

"ആ സ്ത്രീ പ്രസവിച്ച കുഞ്ഞ് മരിച്ചുപോയി.... അത് അവരുടെ ആദ്യത്തെ കുഞ്ഞാണത്രേ. അതുകൊണ്ടാ..... ഈ ചടങ്ങൊക്കെ ചെയ്യുന്നത്. " ദണ്ഡപാണി വ്യക്തമാക്കി.

"അതേയോ.... അതാണ് ഇതിനുമുമ്പ് ഞാൻ ഇതൊന്നും കാണാത്തതും കേൾക്കാത്തതും."

"വറ്റാത്ത കിണറിൽ ഇതുപോലെ മുലപ്പാൽ പിഴിഞ്ഞ് ഇറ്റിച്ചാൽ കുഞ്ഞ് മരിച്ചതിന്റെ പുല ഇല്ലാതാകുമത്രേ..... അവളുടെ വംശം ആ കുഞ്ഞോടുകൂടി ഇല്ലാതാകരുതേ എന്നും കിണറ്റിലെ വെള്ളം ഊറ്റെടുക്കുന്നതുപോലെ വീണ്ടും വംശവും വളരണമെന്ന് പ്രാർത്ഥിക്കും. അതിനായിട്ടാ ആ സ്ത്രീ ഒരു കുടം വെള്ളവും എടുത്തിട്ട് പോയത്. കണ്ടില്ലേ?..." ദണ്ഡപാണി വിവരിച്ചുകൊടുത്തു. അമ്മമാരുടെ ആചാരാനുഷ്ഠാനങ്ങളിൽ ഇത്രയൊക്കെ വിശ്വാസങ്ങൾ ഉണ്ടായിരുന്നോ..... നടേശൻ അതിശയിച്ചു.

ദുരൈച്ചാമി സ്കൂളിലെ രക്ഷാകർത്തൃസമിതിയുടെ തലവൻ എന്ന സ്ഥാനം തന്റെ സ്വാർത്ഥതാല്പര്യങ്ങൾക്കായി ദുരുപയോഗം ചെയ്തുകൊണ്ടിരുന്നു. ഇക്കാര്യം നല്ലണ്ണനെ പോലുള്ള കാരണവന്മാരുടെ ശ്രദ്ധയിൽപ്പെട്ടു. ദുരൈച്ചാമി സ്കൂളിലെ ഉച്ചഭക്ഷണവിതരണത്തെക്കുറിച്ച് അന്വേഷിക്കാൻ എന്നവണ്ണം ഇടയ്ക്കിടെ അവിടെച്ചെന്ന് അധ്യാപകരെ വിരട്ടുന്നത് പതിവാക്കിയിരുന്നു. പ്രത്യേകിച്ചും ആ കൊല്ലം അവിടെ പുതിയതായി ജോലിയിൽ പ്രവേശിച്ച അധ്യാപികയെ..... അവരുടെമേൽ അയാൾക്കൊരു കണ്ണുണ്ട്. വെറുതെയെങ്കിലും സൊറ പറഞ്ഞിരിക്കാനായി സാഹചര്യം ഒരുക്കും.

സ്കൂൾ വിടുന്ന സമയം ദുരൈച്ചാമി കൂട്ടുകാരുമൊത്ത് പാതമുക്കിലെ കടയിൽ കൂട്ടുകൂടി നിൽക്കും. ആ കട ബസ് സ്റ്റോപ്പിന്റെ സമീപത്തായതുകൊണ്ട് അവിടെ നിൽക്കുന്നവരെ ആരും തെറ്റിദ്ധരിക്കുകയില്ല. ബസ് സ്റ്റോപ്പിൽ ആര് ബസ് കാത്തുനിന്നാലും ഇക്കൂട്ടർക്ക് അതൊരു പ്രശ്നവുമല്ലാ.... പുതുതായി ജോലിയിൽ പ്രവേശിച്ച ടീച്ചർ അവിടേക്ക് ബസ് കയറാൻ വരുന്നതും ദുരൈച്ചാമി സ്വാമിയുടെ ശ്രദ്ധയിൽപ്പെടുന്നതും അതിനപ്പുറം സംഘത്തിന്റെ നേതാവ് അയാളാണെന്ന് അവളെ ബോദ്ധ്യപ്പെടുത്തണമെന്നും ഒക്കെ കുറെയേറെ മോഹങ്ങൾ അയാൾക്കുണ്ട്.

വണ്ടിയിൽപോകുന്നവരും കാൽനടയാത്രക്കാരും കൈകൂപ്പി തൊഴുത് പോകുന്നത് ആ ടീച്ചർ കാണണം. കൂട്ടാളികളായ കൃഷ്ണനും ചാമിക്കണ്ണും അവന്റെ സേവകൻമാരായി ഇരുവശവും കാത്തിരിക്കണം. ഒരു ജോലിചെയ്യാൻ ആവശ്യപ്പെട്ടാൽ ഉടൻ ചെയ്തുതീർക്കാൻ കെൽപ്പുള്ള അപ്പണ്ണനെപ്പോലെ, കൈയാളുകളും ഉണ്ടായിരിക്കണം. ദുരൈച്ചാമി ഇത്രയൊക്കെ ഹുങ്കു കാണിക്കുന്നത്, ആ നാട്ടിൽ താനൊരു പ്രധാനപ്പെട്ട വ്യക്തിയാണെന്ന് ടീച്ചർക്ക് മനസ്സിലാക്കിക്കൊടുക്കണമെന്ന ഉദ്ദേശ്യത്തോട് കൂടിയാണ്.

ടീച്ചർ കയറുന്ന ബസിൽ കയറി അവരെ പിന്തുടർന്ന് അവർ ഇറങ്ങുന്നത് എവിടെയെന്നും അവിടുന്ന് വേറെ ഏതെങ്കിലും ബസിൽ കയറി പോകുന്നുണ്ടോ എന്നും നിരീക്ഷിച്ച് വരാനായി ദുരൈച്ചാമി ചാമിക്കണ്ണിനോട് ആവശ്യപ്പെട്ടു. അവന് അവളോടുള്ള പ്രണയം അസ്ഥിക്ക് പിടിച്ചിരിക്കുന്നു.

ഇക്കാര്യമൊന്നും സ്കൂൾ കുട്ടികളുടെ അപ്പനമ്മമാർക്കറിയില്ല. എങ്കിലും ആ നാട്ടിൽ ചിലരൊക്കെ മനസ്സിലാക്കിയിരുന്നു.

“ഓ എന്തൊക്കെയോ.... ഇവിടെ നടക്കുന്നുണ്ടപ്പാ..... ആരു പോയി ചോദിക്കാൻ..... ചോദിച്ചാൽ അവന്മാര് വെറുതെയിരിക്കുമോ..... നീ ആരാടാ ഞങ്ങടെ കാര്യത്തിൽ ഇടപെടാൻ?.... എന്ന് ചോദിച്ചിട്ട് മെക്കിട്ട് കേറാൻ മടിയില്ലാത്തവരാ..... അന്നൊക്കെ ഇതുപോലുള്ള കാര്യങ്ങളിൽ ഉപദേശിക്കാനും നേർവഴി പറഞ്ഞുതരാനും നല്ല അനുഭവസ്ഥന്മാരും കാരണവന്മാരും ഉണ്ടായിരുന്നു. ഇപ്പോ അങ്ങനെയാണോ.... കൈയൂക്കുള്ളവൻ കാര്യക്കാരൻ..... എന്നല്ലേ പിന്നെയെങ്ങനെ ന്യായം നടപ്പിലാക്കും..... എല്ലാം കണ്ടിട്ട് മിണ്ടാതിരിക്കാനല്ലേ പറ്റുള്ളൂ..... നാട്ടിൽ എല്ലായിടത്തും ഇപ്പോൾ ഇതാണ് പാട്ട്.......”

“സ്കൂൾ ഇപ്പോൾ ഏറെ മാറിപ്പോയി. അല്ലേ? ഇടയ്ക്കിടെ നാട്ടിലേക്ക് തിരിച്ചെത്തുന്ന പൂർവ്വ വിദ്യാർത്ഥികൾ തങ്ങളുടെ ഓർമകൾ പങ്കുവെക്കാറുണ്ട്. ആ സ്കൂളിൽ പഠിച്ചവർ ഇപ്പോൾ ആ നാട് വിട്ട് ഗണപതി പീളമേട്, ആവാളമ്പാളയം എന്നീ സ്ഥലങ്ങളിൽ താമസമാക്കിയിരിക്കുന്നു. അവർ വർക്ക്ഷോപ്പിലും മില്ലിലുമായി പല ജോലികൾ ചെയ്തു വരുന്നു.

നരസിമ്മനായക്കൻ പാളയത്തിൽനിന്നും വരുന്ന പഴനിച്ചാമി നടേശന്റെ സഹപാഠിയായിരുന്നു. അവന്റെ അമ്മയ്ക്കും ചേട്ടനും നടേശനെ വല്യ കാര്യമായിരുന്നു. സ്കൂളിന്റെ സമീപത്തായിരുന്നു പഴനിച്ചാമിയുടെ വീട്. അച്ഛന്റെ നിർബന്ധപ്രകാരം അവർ ആ വീട് വിറ്റതും പഴനിച്ചാമിയുടെ പഠനം പകുതിയിൽ ഉപേക്ഷിച്ച് അവിടെനിന്നും താമസം മാറിയതുമെല്ലാം നടേശന്റെ ഓർമ്മയിലുണ്ട്.

നടേശൻ ഇപ്പോൾ ഏതെങ്കിലും ഒരു നല്ല ജോലിയിൽ പ്രവേശിച്ചിട്ടുണ്ടാവും എന്നാണ് പഴനിച്ചാമി കരുതിയത്. പക്ഷേ, നടേശനെ നേരിൽ കണ്ട് കാര്യങ്ങൾ അടുത്തറിഞ്ഞപ്പോൾ സങ്കടം തോന്നി. അവന് ജോലി സമ്പാദിക്കാനുള്ള ചില ഉപദേശങ്ങൾ നൽകി. സമയം കിട്ടുമ്പോൾ നടേശനെ വന്നു കണ്ടോളാം... എന്നുപറഞ്ഞ് പഴനിച്ചാമി തിരികെ പോയി.

ജീവിതത്തിൽ ഇടയ്ക്കുണ്ടായ ചില വിഷമകരമായ സംഭവങ്ങൾ അവനെ വല്ലാതെ തളർത്തിയിരുന്നു. അതിൽനിന്നും മോചിതനാകാനും അല്പം ആശ്വാസത്തിനും വേണ്ടി നടേശൻ ഇടയ്ക്കിടെ വിളനിലം സന്ദർശിക്കാൻ പറമ്പിലേക്ക് പോയിവരും. കോവിലിൽ വഴിപാടുകൾ ചെയ്യും. അങ്ങനെ ചെയ്താൽ ഫലം ലഭിക്കാതിരിക്കില്ലാ... നടേശന് വിശ്വാസമുണ്ട്. അവന് അവനേക്കാൾ മുതിർന്നവരോട് സംസാരിക്കുന്നതും ഇടപഴകുന്നതും മനസ്സിന് ആശ്വാസം പകർന്നിരുന്നു. സേതു മാഷിന് നടേശനോടുള്ള സ്നേഹത്തിന് കുറവൊന്നുമില്ല. പക്ഷേ, നടേശന് അദ്ദേഹത്തെ ഇടയ്ക്കിടെ ചെന്ന് കാണുന്നത് ഒരു മടി പോലെ...

കലാവതി നടേശനെ കാണാൻ വന്ന സമയം അവൻ വീട്ടിൽ ഇല്ലായിരുന്നു. "മാഷ് നിന്നെ വിളിച്ചിട്ട് വരാൻ പറഞ്ഞിട്ടുണ്ടാവും... അതിന് വേണ്ടി വന്നതായിരിക്കും" ധനലക്ഷ്മി പറഞ്ഞതുകേട്ട് നടേശൻ "ഓ... ആയിരിക്കും" ശരി വച്ചു. അവളുടെ വീട്ടിലേക്ക് ചെല്ലില്ലെന്ന ഉറച്ച തീരുമാനം അവൻ എടുത്തിരുന്നു. അവനവിടെ ചെല്ലുന്നതിൽ അമ്മയ്ക്കും താൽപര്യമില്ലായിരുന്നു.

നല്ലണ്ണനോടും സേതു മാഷിനോടും അവനുണ്ടായിരുന്ന വിശ്വാസവും ബഹുമാനവും കൃഷ്ണനിലും അപ്പണ്ണനിലും അസൂയ ഉളവാക്കിയിരുന്നു. അവർ നടേശനെ കളിയാക്കുകയും അവന്റെ അളിയൻ ചാമിക്കണ്ണിനോട് അവനെക്കുറിച്ച് ഇല്ലാക്കഥകൾ പറഞ്ഞുകൊടുക്കുകയും ചെയ്യും.

അത് കേട്ട് ചാമിക്കണ്ണ് തന്റെ വീട്ടിൽ അമർഷം പ്രകടിപ്പിക്കും. "എന്റെ വാക്ക് കേട്ടാൽ അല്ലേ... കേട്ടിരുന്നെങ്കിൽ തോട്ടമുതലാളി ദുരൈ ചാമി അണ്ണനോട് പറഞ്ഞ് എപ്പോഴോ ഒരു ജോലി ശരിപ്പെടുത്തി കൊടുത്തിട്ടുണ്ടാവും. അവന് നമ്മളെ കണ്ണിൽ കണ്ടാൽ പിടിക്കില്ലല്ലോ.... റേഡിയോ മെക്കാനിക്കായിട്ടോ... പാൽ ചെക്കിംഗ് ഓഫീസറായിട്ടോ... അങ്ങനെ എന്തെങ്കിലും ജോലി തരപ്പെടുത്തിയിട്ടുണ്ടാവും. അവനെവിടെ. നമ്മുടെ അടുത്തൊന്നും വന്നില്ലല്ലോ...." ഭാഗ്യം ഇതെല്ലാം അലസതയോടെ കേട്ടുകൊണ്ടേയിരിക്കും. എങ്കിലും അനുജന്റെ സ്വഭാവത്തിൽ അവൾക്ക് വിയോജിപ്പൊന്നും ഇല്ലായിരുന്നു.

എട്ട്

നടേശൻ കാലികളെ പറമ്പിലേക്ക് മേയ്ക്കാനായി കൊണ്ടുപോകുന്നത് പതിവാക്കി. പൊന്നി അവനെ വിലക്കിയതുമില്ല. കന്നുകാലികൾ മേയുന്ന സമയത്ത് പുസ്തകങ്ങൾ വായിച്ചുകൊണ്ടിരിക്കാമെന്നു കരുതി പാടവും വരമ്പും അവിടുത്തെ ശാന്തതയും അവന് വല്ലാത്തൊരു ആശ്വാസം പകരുന്നതായിരുന്നു. പലതും ഊരിൽ സമയം ചെലവഴിക്കുന്നതിനേക്കാൾ അവന് ഏറെ ഇഷ്ടം അതായിരുന്നു.

നടേശൻ മരച്ചുവട്ടിലിരുന്ന് പുസ്തകം എടുത്ത് പാഠഭാഗങ്ങൾ വായിക്കും. അവന്റെ ശ്രദ്ധ പാഠഭാഗങ്ങളിലൂടെ ആഴ്ന്നിറങ്ങുമ്പോൾ ചിലപ്പോൾ വരികൾ മാഞ്ഞുപോകുന്നതായി തോന്നും. തലേദിവസം കണ്ട സ്വപ്നത്തിന്റെ തുടർച്ച മുന്നിൽ തെളിയും.

അവൻ കാണാത്ത പുതിയ സ്ഥലങ്ങൾ ഓർമ്മയിൽ തെളിയും. ആ കാനനത്തിന്റെ മൺപാത നീണ്ടുനിവർന്ന് കിടക്കുന്ന മലയടിവാരത്തിലേക്ക് ചെന്നെത്തുന്നതുപോലെ..... എത്തിപ്പിടിക്കാവുന്ന ദൂരത്തിൽ മലമകുടങ്ങൾ, നിരനിരയായി ചരിഞ്ഞുവീഴുന്ന മുകിലുകൾ നെയ്യൊഴുകുംപോലെ അലിഞ്ഞില്ലാതായി. പറഞ്ഞറിയിക്കാനാവാത്ത ഒരു ഗന്ധം ശ്വാസനാളങ്ങളെ തഴുകി ശരീരം എങ്ങും വ്യാപിച്ചു. രണ്ടു മലകൾക്കിടയിലെ ചുരം വഴി നടന്നുനീങ്ങുന്ന അവന് ആശ്വാസം പകരാനായി ആരോ വഴി നടത്തിക്കൊണ്ട് കൂടെയുണ്ട്. ആ യാത്ര അവന് ഗുണമേ ചെയ്യൂ.... എന്ന വിശ്വാസത്തിൽ അവനും പിന്തുടർന്നു. അവൻ ചെന്നെത്തുന്ന സ്ഥലവും അതിന്റെ ഘടനയും അവൻ സ്വപ്നത്തിൽ കണ്ടതുപോലെ തന്നെയാവും. കോവിലിന്റെ കവാടം, മുൻമണ്ഡപം, ഗോപുരത്തിന്റെ ഉയരം, ചുറ്റുമതിൽ എന്നിവ അവൻ ചെന്നെത്തിയ സ്ഥലം ശരിയാണെന്ന് ബോധ്യപ്പെടുത്തി. അകത്ത് ശ്രീകോവിലിൽ പ്രതിഷ്ഠിച്ചി

രുന്ന ഈശ്വരൻ "നിന്റെ വരവ് പ്രതീക്ഷിച്ചിരിക്കുകയാണ്. ഇത്രയും ദിവസം നിനക്ക് ആ ഭാഗ്യം സിദ്ധിച്ചില്ല. .... ഇതാ ഇപ്പോൾ സമയം അടുത്തിരിക്കുന്നു. അതുകൊണ്ടാണ് നീ ഇപ്പോൾ ഇവിടെ എത്തിച്ചേർന്നിരിക്കുന്നത്." എന്ന് അവന്റെ മുന്നിൽ പ്രത്യക്ഷപ്പെട്ട് മൊഴിയുന്നതായി തോന്നി. കോവിൽ കാഴ്ചയിൽ പുരാതനമാണെന്നേ തോന്നൂ. അവിടെവെച്ച് പ്രത്യക്ഷപ്പെട്ട ഈശ്വരനെ ഇതിനുമുമ്പ് എവിടെയോ കണ്ടതുപോലെ കോവിലിന്റെ പരിസരവും ഇതിനുമുമ്പ് സ്വപ്നത്തിൽ കണ്ടിട്ടുള്ളതും അവിടെ സന്ദർശിച്ചിട്ടുള്ളതായും തോന്നി. പക്ഷേ, തന്റെ വാസസ്ഥലവും സന്നിധിയിലേക്കുള്ള ദൂരവും അജ്ഞാതമായി തുടർന്നു. എങ്ങനെയെങ്കിലും അത് കണ്ടെത്താനുള്ള ദൃഢനിശ്ചയത്തോടുകൂടി യാത്ര തുടർന്നു. 'വാ ഞാൻ കാണിച്ചുതരാം' കൂടെയുള്ള ശക്തി അവനെ നയിച്ചു. ശേഷം തുറസ്സായ ഒരു സ്ഥലത്ത് അവനെ അനാഥമായി ഉപേക്ഷിച്ചു. അവൻ സ്വബോധത്തിലേക്ക് തിരികെവരുമ്പോൾ അവന്റെ പാദങ്ങൾ വേദനിക്കുന്നു. അവന് എവിടെയും ഒന്ന് ഇരിക്കാൻപോലും സാധിക്കില്ല. ചുറ്റിലും പരതിനോക്കി. പക്ഷേ, ആരുടെയും ഒരു നിഴൽപോലും കാണുന്നില്ല. ഇങ്ങനെ ഒരു അവസ്ഥയിലേക്ക് നമ്മെ നയിക്കുന്നത് എന്താണ്? ഇത് പ്രതിഫലിക്കുന്നത് ചതിക്കുഴിയിൽപ്പെടാതെ രക്ഷപ്പെടാനുള്ള വഴിയായിരിക്കും എന്ന് അവൻ സ്വയം സമാധാനിപ്പിക്കും. പതിയെ നടന്ന് യാത്ര പുറപ്പെട്ട സ്ഥലത്തിലേക്കുതന്നെ തിരികെ എത്തിച്ചേരും.

സ്വപ്നലോകത്തിലെ സഞ്ചാരം കഴിഞ്ഞ് സ്വബോധത്തിലേക്ക് തിരിച്ചുവരുമ്പോഴേക്കും സമയം അതിവേഗത്തിൽ കടന്നുപോയിരിക്കും. കൈയിലിരുന്ന പുസ്തകത്തിലെ പാഠഭാഗം വായിക്കാതെ തുടങ്ങിയ സ്ഥലത്തുതന്നെ നിൽക്കുന്നു. വീണ്ടും അവൻ തന്റെ ചുറ്റിലും ഒന്ന് പരതിനോക്കി. മേയ്ക്കാനായി കൊണ്ടുവന്ന കാലികൾ മേയുന്നുണ്ടോ? ഉണ്ട്. അവ അവിടെത്തന്നെ ഉണ്ട്. അവയ്ക്ക് വേണ്ടതെല്ലാം കിട്ടിക്കാണും. ആരുടെയും സഹായമില്ലാതെ അവയ്ക്കുള്ള തീറ്റ സ്വയം കണ്ടെത്തിക്കൊള്ളും.

അവനാണ് ഹൃദയത്തിന്റെ വിശപ്പ്. ... അതിന് വേണ്ട ഭക്ഷണം ലഭിക്കുന്നുമില്ല..... തളർന്നു പോകുന്നു..... കണ്ണിൽ ഇരുട്ട് കേറുന്നു. പരീക്ഷയിൽ നേരിട്ട ചോദ്യങ്ങൾ മായാതെ അവന്റെ കൺമുന്നിൽ ആടിയുലഞ്ഞുനിൽക്കുന്നു. ആ ചോദ്യങ്ങൾ അവനെ ഉത്തരം നൽകാനായി നിർബന്ധിക്കുന്നു. പക്ഷേ, അവന് അതിനുള്ള ഉത്തരം കണ്ടെത്താനായില്ല. മണ്ണിൽനിന്നും ഉണ്ടായ സസ്യങ്ങൾ മണ്ണിനുതന്നെ വളമാകുന്നതുപോലെ മനസ്സിനുള്ളിൽനിന്നും ഉത്ഭവിച്ച ചോദ്യവും ഉത്തരവും.... സ്വപ്നങ്ങളിലൂടെയുള്ള വിശകലനവും തന്റെ ഉള്ളിൽത്തന്നെ പുതഞ്ഞുകിടപ്പുണ്ടാകും എന്ന് സ്വയം ആശ്വസിച്ചു. സന്ധ്യമയങ്ങിയപ്പോൾ കന്നുകാലികളുമായി വീട്ടിലേക്ക് തിരിച്ചു.

തനിക്ക് മാനസികമായി ഉണ്ടായ ഈ അനുഭവത്തെക്കുറിച്ച് ആരോട് ചോദിക്കും? അതിന് പറ്റിയ ആൾ ആരാ? അവൻ ആലോചിച്ചുനോക്കി. സദാശിവൻ കോവിലിൽ നല്ലണ്ണൻ തനിച്ചിരിക്കുന്ന സമയം നോക്കി കാര്യം അവതരിപ്പിക്കാം. ഇതിൽനിന്നും മോചിതനാകാനുള്ള ഉപായം ചോദിച്ചറിയാം. ഇരുവരും ചേർന്ന് ഇതിനുള്ള പരിഹാരം കണ്ടെത്താൻ ശ്രമിക്കാം. തനിയെ ആലോചിക്കുമ്പോൾ തല പെരുക്കുന്നതുപോലെ തോന്നും.... ദൂരെ രണ്ടുതെങ്ങ് കണ്ണിൽപ്പെട്ടു. ഒറ്റയാനായി നിലകൊള്ളുന്നത് ഒരുപക്ഷേ, പലപ്പോഴും അഹമ്മദിയാണെന്ന് തോന്നും. കൂടെ യോജിച്ച കൂട്ടുണ്ടെങ്കിൽ ചിലപ്പോൾ അതിനുള്ള ഫലം ലഭിച്ചേക്കാം. കുറച്ചകലെ കാണുന്ന രണ്ട് തെങ്ങുകൾ ശുഭലക്ഷണത്തിന്റെ പ്രതീകമായി അവനുതോന്നി.

വീടിന്റെ രണ്ടുവശത്തെ ചുമരിലും ഓരോ ജനാലകൾ ഉള്ളതുകൊണ്ട് കാറ്റിന് യാതൊരു തടസ്സവുമില്ലാതെ അകത്തേക്ക് പ്രവേശിക്കാം. മുറ്റത്തുനിന്നു നോക്കിയാലും തെരുവിൽനിന്ന് നോക്കിയാലും അത് കാണാൻ മനോഹരമാണ്. എനിക്കും ഇതുപോലൊരു കൂട്ട് വേണം. ആ കൂട്ട് നേർവഴി കാട്ടുന്നതാണെങ്കിൽ എത്ര നന്നായിരിക്കും.

ഇക്കാര്യം എങ്ങനെ നല്ലണ്ണനെ അറിയിക്കും. അവന്റെ ശങ്ക ഒരു വള്ളിച്ചെടിയായി അവന്റെ കാലിൽ ചുറ്റിവരിഞ്ഞു. അല്ലെങ്കിൽ തന്റെ സമപ്രായക്കാർ ആരോടെങ്കിലും ഇക്കാര്യം പറഞ്ഞാൽ തനിക്ക് ഉചിതമായ പോംവഴി പറഞ്ഞുതരുമോ? എന്നെല്ലാം. ചിന്തിച്ച് അവന്റെ മനസ്സ് ഒരിടത്ത് നിൽക്കാതെ ഒന്നിൽനിന്ന് മറ്റൊന്ന് എന്നവിധം ഓടിക്കൊണ്ടിരുന്നു. ഈ ഓട്ടം എവിടെനിന്നു തുടങ്ങി..... ഏറെ ആലോചിച്ചു. സ്കൂളിൽ നിന്ന് ഇതിനുള്ള ഉത്തരം കണ്ടെത്താനാകും എന്ന പ്രതീക്ഷയോടെ അതിനുള്ള ശ്രമം തുടങ്ങി.

സ്വപ്നത്തിൽ കണ്ട തെക്കേപ്പുറമ്പിലെ വരമ്പത്ത് നിൽക്കുന്ന ഒറ്റപ്പന ഏറെ നേരമായി പച്ചയോടെ മായാതെ നിൽക്കുന്നു. അതിന്റെ മണ്ടയിൽ മാത്രമേ പച്ചപ്പ് കാണുന്നുള്ളൂ. വേറൊരിടത്തും ജീവന്റെ അംശം കാണുന്നില്ല. നെടുംതൂൺ കണക്കെ വളർന്ന് ചുറ്റുപാടും നിരീക്ഷിച്ചാണ് ആ പനയുടെ നിൽപ്പ്. അതിന്റെ വേര് ആഴത്തിൽ തുളച്ചിറങ്ങി മണ്ണിൽ പറ്റിപ്പിടിച്ചിരിക്കുന്നതുകൊണ്ട് അതിനൊരു കുലുക്കവും ഇല്ല. മഴയിൽ ആഹ്ലാദിച്ച് തിമിർക്കുകയും മഴ കുറവാണെങ്കിൽ അങ്ങേയറ്റം വ്യസനിക്കുകയും ചെയ്യുന്ന ചെറു സസ്യാദികളെ ഏറെ ലാഘവത്തോടെ നോക്കി നിൽക്കും.

കുഞ്ഞിനെപ്പോലെ, വാരിപ്പുണരുന്ന ഇളംകാറ്റിനെ തഴുകി നിൽക്കും. ചിലപ്പോൾ ചുഴലിക്കാറ്റായി മാറി, ക്രൂരമായി മണ്ണ് വീശി മുഖത്തടിച്ചാലും അതും സഹിച്ചുകൊള്ളും. ആ പനയുടെ പ്രായം എത്രയാണെന്ന്? നല്ലണ്ണനോട് ചോദിക്കണമെന്ന് മനസ്സിൽ കുറിച്ചിട്ടു. അതിനെ വെറും ഒരു കാഴ്ചവസ്തുവായി നോക്കിക്കൊണ്ട്, ലാഘവത്തോടെ, അങ്ങോട്ടും ഇങ്ങോട്ടും പോകുന്നവരെ തന്നോട് അടുപ്പിക്കാൻ വേണ്ടിയാണ്....സ്വ

പ്നത്തിൽ തെളിഞ്ഞ് ഓർമ്മിപ്പിക്കുന്നത്. ആ പന വിത്ത് പാകിയത് ആരായിരിക്കും? അവരെ കാണാൻ മനസ്സ് വെമ്പുന്നു. ഏത് നാട്ടുകാര നായിരിക്കും? ഈ നാട്ടുകാരൻ ആവാനാണ് സാധ്യത.... ആ മരത്തിന് അറിയാമായിരിക്കും. അറിഞ്ഞില്ലെങ്കിലും എന്ത് ചെയ്യനാവും. ആ മരം തന്റെ സ്വപ്നത്തിൽ ജീവിക്കുന്നുണ്ടല്ലോ.....അത് ധാരാളമല്ലേ...

നടേശൻ കറങ്ങിനടന്ന് സമയം പാഴാക്കാതെ കന്നുകാലികളെ മേയ്ക്കാനായ് കൊണ്ടുപോകുന്നത് കണ്ട് ചില നാട്ടുകാർ അവനെ പരിഹസിച്ചു.

"പഠിക്കാൻ മിടുക്കനാണ് എന്നുപറഞ്ഞത് മാറ്റി മാടുമേയ്ക്കാൻ മിടുക്കനാണ് എന്ന് പറയാം. ഒന്ന് നോക്കിയാൽ അതിൽ തെറ്റൊന്നുമില്ല. ചെയ്യുന്ന ജോലി വെടുപ്പായിട്ട് ചെയ്യണം... നല്ല പേര് എടുക്കണം... എന്നും ചിലർ അഭിപ്രായപ്പെട്ടു."

പശുക്കളെയും എരുമകളെയും തൊഴുത്തിൽ കെട്ടി അവിടം വൃത്തിയാക്കി ചാണകം വാരി എടുത്ത് ചാണകക്കുഴിയിൽ കൊണ്ടിട്ട് കാലികൾ തിന്നുമതിയാക്കിയ തീറ്റപ്പുല്ലുകൾ പെറുക്കിക്കൂട്ടി ചുമടാക്കി അടുപ്പ് കത്തിക്കാനായി കൊണ്ടുചെന്ന് വെക്കും. ഇങ്ങനെ നടേശൻ ചുറുചുറുക്കോടെ എല്ലാപണിയും മുടങ്ങാതെ ചെയ്യുന്നതുകണ്ട് അമ്മ പൊന്നിയുടെ മനസ്സ് നിറയും. എന്നാലും ധനലക്ഷ്മി ജോലിചെയ്യുന്നതിൽ നിന്നും അവനെ വിലക്കാൻ ശ്രമിക്കും.

വെള്ളം സുലഭമായി കിട്ടുന്ന സമയമാണെങ്കിൽ അവൻ മുടങ്ങാതെ കുളിച്ച് കോവിലിൽ പോയി തൊഴുത് വരും. കിണറിൽനിന്നും ഒരു മടിയും കൂടാതെ വെള്ളം കോരിയെടുത്ത് പരിയാംപുറത്തുള്ള പാത്രങ്ങളിൽ നിറച്ചുവെക്കും. കുളിക്കാനും വീട്ടാവശ്യങ്ങൾക്കുമായുള്ള വെള്ളം തനതായ പാത്രങ്ങളിൽ നിറയ്ക്കും. പക്ഷേ, പൈപ്പ് വെള്ളത്തിന്റെ ലഭ്യത എല്ലായിടത്തും നടപ്പാക്കിയതോടുകൂടി ഇത് എളുപ്പമായി.

ജോലികളെല്ലാം തീർത്ത് ആൽമരച്ചുവട്ടിലിരുന്ന് ദണ്ഡപാണിയോട് സംസാരിച്ചുകൊണ്ടിരിക്കും. ആ വഴി വരുന്ന രാമപ്പനും ഇവരുടെ കൂട്ടത്തിൽ കൂടും. അവൻ വർക്ക്ഷോപ്പ് പണി കഴിഞ്ഞ് സന്ധ്യാനേരമാകുമ്പോൾ അവിടേക്ക് വരുന്നത് പതിവായിരുന്നു. നടേശന് എന്തോ കൊടുക്കാനായി വന്നതുപോലെ അവന്റെ അരികിൽ നിന്നു. "അപ്പോ ശരി. നമുക്ക് നാളെയോ മറ്റന്നാളോ കാണാം." ദണ്ഡപാണി യാത്ര പറഞ്ഞ് അവിടെനിന്നും പോയി. രാമപ്പൻ തന്റെ ട്രൗസറിന്റെ പോക്കറ്റിൽനിന്നും ചുരുട്ടി വെച്ചിരുന്ന ഒരു പുസ്തകം എടുത്ത് നടേശന്റെ നേർക്കുനീട്ടി.

"എന്റെ കൂടെ ജോലിചെയ്യുന്ന കൂട്ടുകാരൻ തന്നതാണ്. ഞാൻ വായിച്ചു. നീയും വായിച്ചുനോക്കൂ."

അവൻ നടേശന്റെ ചെവിയിൽ പതിഞ്ഞ സ്വരത്തിൽ മന്ത്രിച്ചു.

"എന്ത് പുസ്തകം ഇത്?" നടേശൻ ആ പുസ്തകം നിവർത്തിത്തുടങ്ങിയതും "വേണ്ട വേണ്ട ഇപ്പോ നോക്കണ്ട.... വീട്ടിലേക്ക് പോയിട്ട് വായി

ക്കൂ...എന്റമ്മോ നാളെ കളയാതെ തിരിച്ചു തന്നാൽ മതി." അവൻ ഓർമിപ്പിച്ചു.

"അപ്പോ ശരി ......" നടേശൻ തന്റെ വീട്ടിലേക്ക് തന്റെ പാഠപുസ്തകങ്ങൾക്കിടയിൽ കൈയിലിരുന്ന പുസ്തകം ഒളിപ്പിച്ച് വച്ചിട്ട് അത്താഴം കഴിക്കാനായിച്ചെന്നു. അവന്റെ മനസ്സാകെ ഒളിപ്പിച്ച ആ പുസ്തകം തന്നെയായിരുന്നു. അത്താഴം ഇറങ്ങുന്നില്ല..... പൊടുന്നനെ കഴിച്ച് കൈകഴുകി തിണ്ണയിൽ ചെന്നിരുന്നു. റാന്തൽ വിളക്ക് വീട്ടിനകത്ത് മിന്നിക്കൊണ്ടിരുന്നു. പതിയെ അകത്തേക്കുചെന്ന് അതിനരികിൽ അമർന്നു. പാഠപുസ്തകം വായിക്കുകയാണെന്ന മട്ടിൽ അതിനിടയ്ക്കുള്ള പുസ്തകം തുറന്നുനോക്കാം. എന്തായിരിക്കും ഇത്രയധികം മറച്ച് പിടിച്ച് വായിക്കാനുള്ള സംഗതി... മനസ്സ് വല്ലാതെ പിടയുന്നു. പുസ്തകത്തിന്റെ മുൻവശം ചട്ടയിട്ടിരുന്നു. മാനം മറയ്ക്കാൻ തന്നെ... അവൻ പുറംചട്ട മാറ്റി നോക്കി....

മുഖത്തടിച്ചതുപോലെ അമ്പരന്നുപോയി. അതിൽ കണ്ണ് മഞ്ഞളിച്ചുപോകുംവിധം ഒരു നടിയുടെ അശ്ലീലചിത്രം. അതിൽ ആ നടിയുടെ പേരും കുറിച്ചിരുന്നു. ആഭാസത്തരം നിറഞ്ഞ ആ പുസ്തകത്തിന്റെ പേര് ആർക്കും മനസ്സിലാവാത്ത മത്ത് പിടിപ്പിക്കുന്ന ചുവയിൽ എഴുതിയിരിക്കുന്നു. ഇതിനുമുമ്പ് അളിയൻ ചാമിക്കണ്ണിന്റെ വീട്ടിൽ കണ്ട പുസ്തകത്തിന്റെ അതേ മാതൃകയിൽത്തന്നെ. അതു പിന്നെയും വേണ്ടില്ല... ഇത് അതിനെക്കാൾ ബഹുമോശം. എല്ലാം തുറന്നു കാണിക്കുംപോലെ... നെഞ്ചിലെ പിടച്ചിൽ കൂടിക്കൂടി വന്നു. അവന്റെ നിയന്ത്രണം വിട്ട് പോകും എന്നു തോന്നി. ഇത് മുഴുവൻ വായിക്കണോ.... ഇല്ല .... ആ രാമപ്പനെ കണ്ട് ഇപ്പോൾത്തന്നെ തിരിച്ചേൽപ്പിച്ച് തിരികെ വന്നാലോ.... ശരീരമാസകലം വിറയ്ക്കുന്നു.

വീട്ടിനകത്ത് ആരോ വരുന്ന കാലൊച്ച കേട്ടു. ആ പുസ്തകം അടച്ചുവെച്ച് പാഠപുസ്തകത്തിൽ നോക്കിയിരുന്നു; ഒരു നല്ല കുട്ടി എന്ന പ്രതീതിയിൽ.

അകത്തേക്ക് വന്ന പൊന്നി ചേറുമുറം എടുത്ത് ചായ്പ്പിലേക്ക് പോയി. തലയുയർത്തി നോക്കാൻപോലും ത്രാണിയില്ല. ചുറ്റിലും നോട്ടമിട്ട് വീണ്ടും ആ പുസ്തകമെടുത്ത് പതിയെ നിവർത്തി....

കള്ള ബീഡി വലിക്കുന്നവന്റെ അവസ്ഥ... ശ്വാസം മുട്ടി ചുമ വരുന്നതുപോലെ... ചൂലെടുത്ത് വിരട്ടി മര്യാദയ്ക്ക് ഈ സ്വഭാവം ഉപേക്ഷിച്ചോ....എന്ന് ആരോ അവനെ തല്ലാനായി ഓടിക്കുമ്പോലെ.

ശരീരമാകെ ഊഷ്മാവ് വർദ്ധിച്ചു. താൻ ചെയ്യുന്നത് തെറ്റാണെന്ന് ചിന്തിച്ച് കൊണ്ടേ... ആ പുസ്തകം വായിച്ചുതീർത്ത് അടച്ചുവെച്ചു. ഓട്ടമത്സരത്തിനുപോയി വന്ന കുതിരയെ പോലെ കിതച്ചു... ഇനി ഇതെന്റെ കൈയിൽ സൂക്ഷിക്കാൻ പാടില്ല. ഇപ്പോൾത്തന്നെ രാമപ്പനെ തിരികെ ഏൽപ്പിക്കണം. മുറ്റത്തേക്കിറങ്ങി എല്ലാവരും ഉറക്കത്തിലാഴ്ന്നിരിക്കുന്നു. തെരുവുനായ്ക്കൾ കുരച്ചുകൊണ്ടിരുന്നു. തെക്കുവശത്തെ തെരുവിലുള്ള അവന്റെ വീട്ടിലേക്ക് ഇപ്പോൾ പോകുന്നത് ഉചിതമല്ല. അത് വലിയൊരു

തെറ്റാകും. നേരം പുലരട്ടെ. അവൻ ജോലിക്ക് പോകുന്നതിനുമുമ്പ് ചെന്നു കണ്ട് കൊടുത്തിട്ട് വരാം. എന്ന് തീരുമാനിച്ച് നടേശൻ വിളക്ക് കെടുത്തി കിടന്നു.

അർദ്ധരാത്രി പിന്നിട്ടതും ഉറക്കം ഉണർന്നു. ശേഷം ഉറക്കം പിടിച്ചില്ല. ചാമിക്കണ്ണിന്റെ പക്കലിരുന്ന പുസ്തകം വായിച്ചതുതന്നെ തെറ്റാണെന്ന് കരുതിയ ഞാൻ രാമപ്പൻ കൊണ്ടുത്തന്ന പുസ്തകവും വായിച്ചത് മനസ്സിനെ സങ്കോചപ്പെടുത്തുന്നു. കുറച്ച് ദിവസങ്ങൾക്കുമുമ്പ് കിണറിനരികെ ഒരു സ്ത്രീക്ക് നടത്തിയ ചടങ്ങുകൾ ഓർമ്മകളിൽ തെളിഞ്ഞു വരുന്നു. കലാവതിയോട് സംസാരിക്കുമ്പോൾ തനിക്ക് ഉണ്ടാവുന്ന നിഷ്കളങ്കതയെക്കുറിച്ചും അവൻ ഓർത്തു. അതേസമയം കാലികളുടെ തൊഴുത്തുപോലെ വൃത്തിഹീനമായ ആ പുസ്തകങ്ങളിലെ വിഷയങ്ങളും അവൻ ഓർത്തുനോക്കി.

കാലത്ത് രാമപ്പനെ കണ്ട് ആദ്യം ആ പുസ്തകം തിരികെ ഏൽപ്പിക്കണം. ഇനി അവന്റെ സഹവാസം പാടില്ല... അവൻ മനസ്സിലുറപ്പിച്ച് ചെന്നു. "നിനക്ക് വേണമെങ്കിൽ വച്ചോടാ... നാലഞ്ചുദിവസത്തേക്ക് വച്ചോ... അല്ലടാ ....എങ്ങനെയുണ്ടടാ...." രാമപ്പൻ നടേശന്റെ അഭിപ്രായമറിയാൻ തിടുക്കപ്പെട്ടു.

"എടാ... ഇനി ഇത് പോലുള്ള സാധനങ്ങൾ എനിക്ക് തരണ്ടാ... നീയും വായിക്കണ്ടാ... നമ്മളെ കേടുവരുത്തും. കൊണ്ടുപോയി തീയിൽ കത്തിക്ക്...." നടേശൻ തനിക്ക് തോന്നിയത് വിളിച്ചുപറഞ്ഞ് തിരികെ നടന്നു. റോഡിനരികിലുള്ള പൈപ്പിൽ കൈയും കാലും മുഖവും കഴുകി നിവർന്നു. കിഴക്കുദിശയിലെ കോവിലിന്റെ ഗോപുരമുഖപ്പ് കണ്ടു. മനസ്സിലുള്ളതെല്ലാം കഴുകിക്കളയണം. എന്നാലേ എല്ലാം ശരിയാകൂ... എന്നവൻ മനസ്സിൽ ഉറപ്പിച്ചു. രണ്ട് കരങ്ങൾകൊണ്ട് കവിളിൽ തൊട്ട് മാപ്പപേക്ഷിച്ചു. ശേഷം അവൻ വീട്ടിലേക്ക് നടന്നു. വെയിൽ വീഴാൻ തുടങ്ങി...

കാലത്ത് പ്രാതൽ കഴിഞ്ഞ് അന്നത്തെ ജോലിയിൽ മുഴുകി. മേച്ചിൽ പറമ്പിലിരുന്ന് ഭാവിയിലെ കാര്യങ്ങൾ എന്താകും എങ്ങനെയാകും എന്ന് ചിന്തിച്ചുകൂട്ടാൻ തുടങ്ങി. അതിൽ മുൻഗണന പരീക്ഷ എഴുതുന്നതിനാണ്. അതിനുമുമ്പ് വായിച്ച് ജീർണ്ണിച്ച പാഠഭാഗങ്ങൾ മനസ്സിരുത്തി ഒരിക്കൽ കൂടി വായിച്ചു തീർക്കണം. ശരിയായ ഉത്തരങ്ങൾ എഴുതി വിജയിക്കണം. ദൃഢനിശ്ചയത്തോടെ അവൻ വാവിട്ട് പറഞ്ഞു. ഉച്ചച്ചൂട് പോലും അവന് ആശ്വാസം പകരുന്നതായി തോന്നി.

ഒൻപത്

"ഇത്തവണ നടേശൻ എന്തായാലും പാസാകും. നിങ്ങള് വിഷമി ക്കണ്ട" ചെല്ലമുത്തുവിനെ അങ്ങാടിയിൽ വെച്ച് കണ്ടപ്പോൾ സേതുമാഷ് ആശ്വസിപ്പിച്ചു. അത് അയാൾക്ക് അൽപം വിശ്വാസവും സന്തോഷവും പകർന്നതായിരുന്നു. "അതുകൊണ്ടാണ് അവനെ ഞാൻ ഇങ്ങിട്ട് ജോലി ക്കൊന്നും വിളിച്ചിട്ട് വരാത്തത്. അവനോട് പഠിത്തത്തിൽ മാത്രം ശ്രദ്ധി ക്കാൻ പറഞ്ഞിട്ടുണ്ട്. ബാക്കിക്കാര്യം പിന്നെ നോക്കാം" ചെല്ലമുത്തു സേതു മാഷിനെ വിവരം ധരിപ്പിച്ചു.

പ്രതീക്ഷിച്ചപോലെ നടേശൻ പരീക്ഷ നന്നായി എഴുതി ഫലം കാത്തിരുന്നു. അവന്റെ പരീക്ഷാകേന്ദ്രംതന്നെയായിരുന്നു കലാവതിയു ടേതും. അവൻ എഴുതിയ അതേ പരീക്ഷയാണ് അവളും എഴുതിയത്. അവന് അതിലൊരു നാണക്കേട് തോന്നി. തന്റെ താഴെ ക്ലാസിൽ പഠിച്ചി രുന്നവളാണ് പഠിച്ച് പഠിച്ച് പാസായി അവനോടൊപ്പം എത്തിച്ചേർന്നിരി ക്കുന്നത്. അതിലും അവന് സന്തോഷം തോന്നിയിരുന്നു.

പരീക്ഷാഫലം വരുന്നതിന്റെ തലേദിവസം നടേശന്റെ മനസ്സ് നിറയെ ഭാരമായിരുന്നു. പ്രസവത്തിനുശേഷം കുഞ്ഞ് മരിച്ചുപോയ അമ്മയുടെ വേവലാതിപോലെ... അവൻ എല്ലാ ഈശ്വരന്മാരെയും വിളിച്ചു പ്രാർത്ഥിച്ചു. അവന്റെ അമ്മയും മനസ്സുരുകി പ്രാർത്ഥിച്ചു. എല്ലാവരു ടെയും പ്രതീക്ഷയ്ക്കൊത്ത് അവൻ പരീക്ഷയിൽ പാസായി. മാനം കാത്തു. ഒരു വലിയ ഭാരം ചുമലിൽനിന്ന് ഇറങ്ങിപ്പോയി. അതിന് പകര മായി പുതിയ ചില ഉത്തരവാദിത്വങ്ങൾ അവന്റെ ചുമലിൽ വന്നുകയറി യതുപോലെ! അവന്റെ അപ്പനും അമ്മയും മാഷും ഏറെ സന്തോഷിച്ചു. നടേശനും കലാവതിയും ഹയർസെക്കന്ററി പഠനവും പൂർത്തിയാക്കി.

"ഉന്നതവിദ്യാഭ്യാസം വേണോ വേണ്ടയോ.... എന്ന് നിങ്ങൾ നിങ്ങ

ളുടെ അപ്പനമ്മമാരോട് കൂടിയാലോചിച്ചിട്ട് ഒരു നല്ല തീരുമാനം എടുക്കൂ.... ആശംസകൾ." ആശംസകൾ അറിയിച്ച് മാഷ് തിരികെ പോയി. വീടിന്റെ സാമ്പത്തിക അവസ്ഥയെക്കുറിച്ച് നടേശന് നല്ല ബോദ്ധ്യമുണ്ട്. അപ്പനെ സഹായിച്ചുകൊണ്ടുതന്നെ എന്തെങ്കിലും ചെയ്യാം. ഈ പഠിത്തമൊക്കെ എത്ര ദൂരം ഉപകാരമാകുമെന്ന് വഴിക്ക് അറിയാം. നടേശൻ മനസ്സിൽ ഒരു തീരുമാനമെടുത്തു.

അപ്പനെ കാണുമ്പോൾ വേണ്ടപ്പെട്ടവരെല്ലാം "നടേശനെ കോളേജിലേക്ക് അയച്ച് പഠിപ്പിക്കൂ... അത് കൂടി കഴിഞ്ഞാൽ അവന് പറ്റിയ നല്ല ജോലി കിട്ടുമല്ലോ....." എന്നിങ്ങനെ അഭിപ്രായപ്പെടാൻ തുടങ്ങി.

ബീമച്ചിട്ടി കടയിൽ കണക്കുനോക്കി ചരക്ക് കയറ്റി അയക്കാനൊക്കെ പഠിച്ച പിള്ളേരെ ആവശ്യമുണ്ടാകുമല്ലോ.... നിങ്ങള് അവിടുന്നല്ലേ തുണി വാങ്ങുന്നത്. ആ മുതലാളിയോട് നേരിട്ടുചെന്ന് എന്റെ മകൻ പഠിത്തം കഴിഞ്ഞ് അവന് ഒരു ജോലി കൊടുക്കുമോ എന്ന് ചോദിച്ചാൽ തീർച്ചയായും കിട്ടും എന്ന് ബന്ധുക്കൾ.

"നോക്കട്ടെ.... അവന്റെ തലയിലെഴുത്തുപോലെ നടക്കും.... അവന് വിധിച്ച ജോലി എന്താണോ.....അതുതന്നെ കിട്ടുകയുള്ളൂ. നമ്മുടെ കൈയിൽ എന്തിരിക്കുന്നു." എന്ന് അപ്പൻ മറുപടി പറയുകയും ചെയ്യും.

ജ്യേഷ്ഠത്തിമാർക്ക് അനുജനെ ഇനിയും പഠിക്കാൻ അയച്ചാൽ കൂടുതൽ പ്രയോജനം ഉണ്ടാകുമോ.... അതോ ഇപ്പോഴുള്ള ഈ പഠനനിലവാരം വെച്ച് നല്ല ജോലിയും കിട്ടുമോ... എന്നൊന്നും ഒരു വ്യക്തതയും ഇല്ലായിരുന്നു.

ചാമിക്കണ്ണിന് അളിയൻ വേറെ എവിടെയെങ്കിലും ജോലിചെയ്യുന്നതിനേക്കാൾ നല്ലത് എവിടെന്നെങ്കിലും കുറച്ചു പണം കടം വാങ്ങി എന്തെങ്കിലും ഒരു സ്വയം തൊഴിൽ ചെയ്യുന്നതാണ് ഭാവി ജീവിതത്തിന് നല്ലത് എന്ന അഭിപ്രായമാണ്. അതിനായി നടേശൻ അവനെ വന്നുകണ്ട് ഇക്കാര്യത്തിൽ അഭിപ്രായമൊന്നും ചോദിക്കാത്തതിൽ ചാമിക്കണ്ണിന് നല്ല അമർഷമുണ്ട്. "കോളേജിൽ പഠിക്കുന്നതിന് ഗവൺമെന്റിന്റെ സഹായം കിട്ടുന്നുണ്ടത്രേ.... പിന്നോക്കവിഭാഗത്തിൽപ്പെട്ടവർക്ക് കോളേജിൽ പ്രവേശനം മുതൽ പലതരം ആനുകൂല്യങ്ങൾ ലഭിക്കുന്നുണ്ട്. ശ്രമിച്ചാൽ സീറ്റ് ഉറപ്പാണ്. നിനക്ക് ഇഷ്ടപ്പെട്ട വിഷയമെടുത്ത് പഠിച്ച് ഡിഗ്രി നേടാം. നിന്നെ ഒരു ബിരുദക്കാരനായി കാണാൻ എനിക്ക് മലയോളം ആഗ്രഹമുണ്ട്." സേതു മാഷ് തന്റെ പ്രതീക്ഷകൾ പങ്കുവെച്ചു.

നടേശന്റെ ഉള്ളിൽ ഇതുപോലുള്ള ആഗ്രഹങ്ങൾ ആദ്യമായി മുളയിട്ടത് സേതുമാഷിന്റെ വാക്കുകൾ കേട്ടിട്ടായിരുന്നു. നടേശൻ അത് കേട്ട മുതൽ ബിരുദത്തിന് പഠിക്കണമെന്ന് തോന്നിയിരുന്നു. പക്ഷേ, അവന് ഉണ്ടായ അനുഭവം അവനെ അതിൽനിന്നും പിന്തിരിപ്പിച്ചു. ഇപ്പോൾ ആ ആഗ്രഹം വീണ്ടും മനസ്സിൽ പച്ചപിടിക്കുന്നു.

രക്ഷിതാക്കൾക്ക് മകനെ പഠിപ്പിക്കണമെന്നുള്ള ആഗ്രഹവും കാണും. ഇപ്പോൾത്തന്നെ അവർ ക്ഷീണിതരായിരിക്കുന്നു. അവരെ സംര

ക്ഷിക്കുവാനുള്ള വലിയൊരു ഉത്തരവാദിത്വം മക്കളായ എല്ലാവർക്കും ഉണ്ട്. എന്നാൽ ചേട്ടൻ സുബ്രഹ്മണ്യ വീട്ടിലേക്കൊന്നു തിരിഞ്ഞു നോക്കുന്നതുപോലുമില്ല. വീട്ടിൽ വഴക്കും വക്കാണവും ഇല്ലാതിരുന്നിട്ടും അവൻ ഉള്ളുകൊണ്ടു പുകഞ്ഞുകൊണ്ടിരുന്നു. വഴക്കാളിയായിരുന്ന അനുജൻ ആറുമുഖം കിട്ടിയ ജോലികളൊക്കെ തന്നാലാവുന്നത്ര ചെയ്തുകൊണ്ടിരുന്നു. ചേച്ചിമാർ അവരുടെ വീടും കുടുംബവും കുട്ടികളെയും നോക്കി അവരുടെ ലോകത്ത് ജീവിക്കുന്നു.

എങ്കിലും അവർ ഇടയ്ക്കിടെ വീട് സന്ദർശിച്ച് അവിടത്തെ കാര്യങ്ങൾ അന്വേഷിച്ചിട്ട് പോവും. ആശ്വാസവാക്കുകൾ പറയും. നടേശൻ കൂടാതെ വിവാഹം കഴിക്കാൻ കുടുംബത്തിൽ ഒരു അനുജനുമുണ്ട്. അപ്പന്റെ അധ്വാനത്തിലാണ് ആ കുടുംബം കഞ്ഞിയെങ്കിലും കുടിച്ച് ജീവിക്കുന്നത്. ഇതിനിടെ തളർച്ചയോ അസുഖമോ വന്നാലും അതുപോലെ നല്ലതിനും അല്ലാത്തതിനുമായി എല്ലാറ്റിനും വളരെ കഷ്ടിച്ചാണ്, ശിഷ്ടമൊന്നും വയ്ക്കാനില്ലാതെ ജീവിച്ചുപോകുന്നത്. ഇനിയും എത്ര നാൾ ഈ ചക്രം കറങ്ങും എന്നറിയില്ല. ഈ വണ്ടി ഇനി എത്ര ദൂരത്തേക്ക് യാത്ര ചെയ്യുമെന്നും ഉറപ്പില്ല.

'ഒരു കുടുംബത്തിൽ സമ്പത്ത് സമ്പാദിക്കുന്നവൻ പിതാ....

മറ്റ് കർമ്മങ്ങൾ ചെയ്ത് ഇല്ലം സമൃദ്ധിയാക്കുന്നവൾ മാതാ....'

ക്ലാസിൽ മഹാകവിയുടെ ഈ വരികൾ ഓർത്തുപോയി. അത് ഉള്ളിന്റെ ഉള്ളിൽ ഒരു അഗ്നിയായി ചുട്ടുപൊള്ളി. "നാട്ടിന് നല്ലത് പറയും....സത്യമെന്തെന്നറിഞ്ഞു പറയും...." എന്ന ഈ വരികൾ നാട്ടിൽ വസിക്കുന്ന അവനെ നോക്കി കവി പറയുന്നതായും അതിലൂടെ അപ്പൻ, അമ്മയെ പരിപാലിക്കേണ്ട ഉത്തരവാദിത്വബോധത്തെ ഓർമ്മിപ്പിക്കുകയും ചെയ്തു.

നടേശൻ തന്റെ ഉന്നതവിദ്യാഭ്യാസം എന്ന മോഹം ഉപേക്ഷിക്കാൻ തീരുമാനിച്ചു. കോളേജിൽച്ചെന്ന് ബിരുദത്തിനായി മൂന്നുവർഷങ്ങൾ അധ്വാനിക്കുന്നതിനെക്കാളും ഇപ്പോഴുള്ള അവസ്ഥയിൽ അപ്പനും അമ്മയ്ക്കും ഒരു കരുതലായി ജീവിക്കുന്നതാണ് ഏറ്റവും നല്ല നേട്ടം. എന്ന് അവന്റെ മനസ്സ് ഉറച്ച തീരുമാനമെടുത്തു.

തൊട്ടടുത്ത ദിവസം മുതൽ ചെല്ലമുത്തുവിനോടൊപ്പം ജോലിക്ക് ചെല്ലാൻ അവൻ തയ്യാറായി. ചെല്ലമുത്തു മകന്റെ ഈ പ്രവൃത്തി പ്രതീക്ഷിച്ചില്ല. എങ്കിലും മകന്റെ തീരുമാനത്തെ മാറ്റാൻ ധൈര്യപ്പെട്ടില്ല. തന്നെ സഹായിക്കാൻവേണ്ടിയാണ് അവൻ വരുന്നത് എന്നതിനെക്കാളും അവൻ അവന്റെ ജോലിയെ തെരഞ്ഞെടുത്തു എന്നതിൽ ആശ്വാസം തോന്നി. നാട്ടുകാർക്കും നടേശന്റെ തീരുമാനത്തോട് വിയോജിപ്പില്ല.

ചെയ്യുന്ന തൊഴിൽ എന്താണെങ്കിലും ഏതാണെങ്കിലും അത് ദൈവമാണ് എന്ന വിശ്വാസത്തോടെ ചെയ്യണം. ആ ദൈവം അവനെ രക്ഷിക്കും. ഉറച്ച ആത്മവിശ്വാസത്തോടെ നടേശൻ ജോലിക്ക് പോകാൻ തുടങ്ങി.

കന്നുകാലികളെ മേയ്ക്കലും പരിപാലിക്കലുമായി ജീവിക്കുന്ന അനുജത്തി ധനലക്ഷ്മിക്ക് പാലക്കാട്ടുനിന്ന് ആലോചന വരാൻ തുടങ്ങി. ജ്യേഷ്ഠത്തിമാരാണ് ഇതിന് മുൻകൈയെടുത്തത്. കൊഴിഞ്ഞാമ്പാറയിൽ നിന്നും പെണ്ണ് ചോദിച്ചു വന്നിരുന്നു.

നാളും നക്ഷത്രവുമൊക്കെ നോക്കി ജാതകച്ചേർച്ചയും നോക്കിയിട്ട് ചെയ്യാം. അപ്പന്റെ കൈയിൽ കല്യാണത്തിന് ചെലവ് ചെയ്യാൻ കാര്യമായിട്ട് ഒന്നുമില്ല. എല്ലാവരുമൊത്ത് ആലോചിച്ചിട്ട് പറയാം...

"നിങ്ങൾക്ക് പറ്റുന്നത് ചെയ്താൽ മതി. ഞങ്ങള് ഇത് ചെയ്യണം..... അത് ചെയ്യണം... എന്ന് ആഗ്രഹിക്കുന്നവരല്ലാ.... പെൺകുട്ടീടെ ചൂരും ചുറുക്കും നിങ്ങടെ തറവാടിത്തവും കണ്ടിട്ടാണ് ചോദിക്കുന്നത്."

ചെക്കൻ വീട്ടുകാർ അവരുടെ ഇഷ്ടം പറഞ്ഞറിയിച്ചു.

നടേശന് ഈ ബന്ധം എങ്ങനെയെങ്കിലും നടത്തണം. അനിയത്തിയെ കല്യാണം കഴിപ്പിച്ച് അയക്കണം എന്ന് അഭിപ്രായമാണ്. ജ്യേഷ്ഠത്തിമാരെ നേരിൽ ചെന്നുകണ്ട് അവരുടെ അഭിപ്രായം ചോദിച്ചു. ദിവസവും പ്രായവും പോയിക്കൊണ്ടേയിരിക്കുന്നു. നമ്മള് കളത്തിൽ തുനിഞ്ഞിറങ്ങിയാലേ കാര്യങ്ങൾ നടക്കൂ.... "നല്ല സമയം വരുമ്പോൾ പുറങ്കാലുകൊണ്ട് തട്ടിക്കളയരുത്... എല്ലാറ്റിനും ഈശ്വരൻ തുണയാവും എന്ന് വിശ്വസിച്ച് ഈ കാര്യം നടത്തി വിടാം ചേച്ചീ" നടേശൻ തന്റെ അഭിപ്രായം വെളിപ്പെടുത്തി.

"നീ പറഞ്ഞത് ശരിയാണ്ടാ..." അനുജന്റെ നല്ല മനസ്സിനെ രണ്ടു പേരും പ്രശംസിച്ചു.

ആ ഊരിലെ കിഴക്കേ അറ്റത്തുള്ള നപുംസക ഭവനത്തിൽ കുമരപ്പൻ മാത്രമേ ഹയർസെക്കൻഡറി വിദ്യാഭ്യാസം പൂർത്തിയാക്കിയവനായുള്ളൂ. കോളേജിൽ പ്രവേശനം നേടി ഉന്നതവിദ്യാഭ്യാസം നേടാൻ അവൻ ശ്രമിച്ചതുമില്ല. ശ്രമിച്ചിരുന്നെങ്കിൽ കോളേജിൽ നിസ്സാരമായി സീറ്റ് കിട്ടും. കൂടുതൽ ആനുകൂല്യങ്ങളും കിട്ടും. പഠനം പൂർത്തിയാക്കിയാലുടനെ നല്ലൊരു ജോലി ലഭിക്കാനും സാധ്യതയുണ്ട്. എന്നാൽ പഠിത്തം മതിയാക്കി ജോലിക്ക് അപേക്ഷിക്കാനാണ് കുമരപ്പന്റെ തീരുമാനം.

കുമരപ്പനും നടേശനും തമ്മിൽ നല്ല സൗഹൃദമാണ്. ഇത് നാട്ടുകാർക്ക് കുറച്ച് നീരസം ഉണ്ടാക്കി. അത് അവർ രണ്ടുപേർക്കും മനസ്സിലായെങ്കിലും അതവർ കാര്യമാക്കിയില്ല. കുമരപ്പൻ നടേശനെ എവിടെ കണ്ടാലും "നടേശൂ" എന്നേ വിളിക്കൂ...

കേൾക്കുന്നവർ അവരോട് ക്രമേണ വിയോജിപ്പും അമർഷവും പ്രകടിപ്പിക്കാൻ തുടങ്ങി. "എല്ലാറ്റിനും കാരണം നീ തന്നെയാണ്.... നീയാണ് അവന് വളം വെച്ച് കൊടുക്കുന്നത്.... ഇങ്ങനെ പോയാൽ അവനെ വിളിച്ചുകൊണ്ട് കോവിലിലെ ആൽമരച്ചുവട്ടിലിരുന്ന് സംസാരിക്കുമല്ലോ..... നീ അവനെ തിരഞ്ഞ് മാതാരികളുടെ (കീഴ് ജാതിക്കാർ) തെരുവിലേക്ക് പോകുന്നു. ഇങ്ങനെ വിട്ടാൽ നീ അവരുടെ തിണ്ണയിൽ കേറിനിരങ്ങും. ... എന്ന് തോന്നുന്നുണ്ടല്ലോ..." നാട്ടുകാർ നടേശനോട് ദേഷ്യപ്പെട്ടു.

അങ്ങനെ തന്നോട് പറയുകയും ചോദിക്കുകയും ചെയ്തവരുടെ മനസ്സ് എത്ര തരംതാഴ്ന്നതായിരിക്കും...നടേശൻ ആലോചിച്ചു നോക്കി. പക്ഷേ, അവൻ തന്റെ സ്വഭാവം മാറ്റാൻ ഒട്ടും ശ്രമിച്ചില്ല.

അവൻ കലാവതിയോട് മാത്രമേ മനസ്സ് തുറക്കാറുള്ളൂ. അവൾക്ക് അവന്റെ നിഷ്കളങ്കതയെക്കുറിച്ച് അറിയാവുന്നതുകൊണ്ട് അവളും തന്റെ അനുഭവങ്ങൾ അവനോട് പങ്കുവെയ്ക്കാറുണ്ട്. ഈ ജാതിവ്യവസ്ഥ ഇവിടുത്തെ നാട്ടുകാരിൽ പ്രായവ്യത്യാസമെന്യേ എല്ലാവരുടെ മനസ്സിലുമുണ്ട്. നമ്മള് രണ്ടാളും കുട്ടിക്കാലം തൊട്ടേ സൗഹൃദം തുടങ്ങി ഇപ്പോഴും കൂട്ടുകാരായിട്ടല്ലേ ഇരിക്കുന്നത്. ഒരു പക്ഷഭേദവും ഇല്ലാതെ... കുറച്ചുദിവസമായി നാട്ടുകാർ ഇതിനും പറയാൻ തുടങ്ങി... "നീ അറിഞ്ഞോ?" നടേശൻ അവളുടെ വാക്കുകൾ കേട്ട് അമ്പരന്നു.

"ഇല്ല ഒന്നും അറിഞ്ഞില്ലല്ലോ.... എന്താ പ്രശ്നം... നീയെങ്കിലും പറ..." നടേശൻ ദയനീയ സ്വരത്തിൽ ചോദിച്ചു.

"ഒന്നുമില്ലാ... ഞങ്ങടെ ബന്ധുക്കൾ തന്നെ.... നമ്മുടെ ജാതി വേറെ വേറെയാണെന്ന്.... ഇങ്ങനെയൊന്നും കൂട്ടുകൂടാൻ പാടില്ല.... പിന്നീട് ഇതൊക്കെ വേണ്ടാത്ത പ്രശ്നത്തിൽ കൊണ്ടുവിടും.... എന്നൊക്കെ പറയുന്നു.

"നീ അതിന് എന്ത് പറഞ്ഞു."

"ഒന്നും പറഞ്ഞില്ല..... ഒന്നും കേട്ടില്ല എന്ന മട്ടിലിരുന്നു." കലാവതി വ്യക്തമാക്കി.

നമ്മൾ ഒരു ജാതിയിൽപ്പെട്ടവരാണെങ്കിൽ ഇവർ ഒന്നും പറയില്ലേ. എന്ത് ജനങ്ങളാ ഇവർ. ഇരുവരും മുറ്റത്തെ ചെമ്പരത്തിക്കിടയിൽനിന്നുകൊണ്ട് സംസാരിച്ചുകൊണ്ടിരുന്നു.

അപ്പണ്ണനും ചാമിക്കണ്ണും നല്ലണ്ണനെ അന്വേഷിച്ച് നന്ദിദേവനരികിൽ വന്നു. അന്വേഷണത്തിനിടയിൽ യാദൃച്ഛികമായി അവരെ കാണുകയും ചെയ്തു. കൊടിമരത്തിനരികിൽ വിശ്രമിച്ചുകൊണ്ടിരുന്ന നല്ലണ്ണനോട് "എന്താ വൈദ്യരേ പൂമ്പാറ്റകൾ പാറി നടക്കാൻ നന്ദവനത്തിലേക്ക് വന്നിരിക്കുന്നു..... എന്നു തോന്നുന്നു." അപ്പണ്ണൻ ജാഡ വെച്ച് സംസാരിച്ചു.

അവന്റെ കളിയാക്കൽ മനസ്സിലാക്കിയ ചാമിക്കണ്ണ് ദൈവത്തിന് പൂപറിക്കുകയല്ലേ. ഇതും നിനക്ക് ഇഷ്ടമായില്ലേ.... നീ എപ്പോഴെങ്കിലും കോവിലിനുവേണ്ടി എന്തെങ്കിലും ചെയ്തിട്ടുണ്ടോ? എന്ന് തിരിച്ചടിച്ചു.

"എടോ.... നീ .... വിട്ടുകൊടുക്കില്ലല്ലോ.... ഞാനും ഇവിടെ നടാനുള്ള ചെടികൾ മൂന്ന് കൊല്ലം മുമ്പ് കൊണ്ടുവന്ന് കൊടുത്തിട്ടുണ്ട്. ഉണ്ടോ.... ഇല്ലയോ..... എന്ന് ഒന്ന് ചോദിച്ചുനോക്കൂ.... എന്നിട്ട് പറ...." അപ്പണ്ണൻ സ്വയം വിശദീകരിച്ചു.

"ശരി....ശരി നല്ല കാര്യംതന്നെ" ചാമിക്കണ്ണ് നിസ്സാരമായി ചിരിച്ചുതള്ളി.... അത് കേട്ട അപ്പണ്ണന് കലി കയറി...

"ഓ അപ്പോ.... ഞാൻ മാത്രം നല്ല കാര്യം ചെയ്യുന്നവൻ അല്ലാ.... നീ ജനങ്ങൾക്ക് പണ്ഡുതം നോക്കി ഭേദമാക്കി നന്മ ചെയ്യുന്നവൻ."

അപ്പണ്ണൻ കുപിതനായി ചാമിക്കണ്ണിനെ തല്ലാനായി കൈയുയർത്തി...

"ഏയ്... എന്തിനാണ് നിനക്ക് ദേഷ്യം വരുന്നത്. ഇതാണ് നിന്റെ സഹവാസം പാടില്ലെന്ന് പറയുന്നത്. .. ഞാനെന്തു പറഞ്ഞു? നന്ദവനത്തിന് പൂച്ചെടി കൊടുത്തത് നല്ലത് എന്നല്ലേ.... പറഞ്ഞത്."

ചാമിക്കണ്ണ് അവനെ സമാധാനപ്പെടുത്തി.

"അങ്ങനെ പറ. പിന്നെ ദുരൈച്ചാമിയണ്ണന്റെ തെക്കേവശത്ത് തോട്ടത്തിലേക്ക് കഞ്ചാവ് ചെടിപോലും കൊണ്ടുപോയി കൊടുത്തിട്ടുണ്ട്. അറിയോ...."

"അങ്ങനെയാ.... അറിയില്ലല്ലോ.... പറഞ്ഞാലല്ലേ അറിയുകയുള്ളൂ..."

"അതെ .... അതെ കഞ്ചാവ് തന്നാൽ അത് വാങ്ങി സിഗററ്റ് കുറ്റിയിൽ നിറച്ച് വലിക്കാൻ മാത്രം അറിയും... ബാക്കിയെല്ലാം മറക്കും..." ഒരു വളിച്ച ചിരിയോടെ പറഞ്ഞു. ഇവർ തമ്മിൽ സംസാരിച്ചുകൊണ്ടിരിക്കെ .... വടക്കുവശത്ത് കൂടെ നല്ലണ്ണൻ അമ്പലമുറ്റത്തേക്കിറക്കി. "എന്താ ഇവിടെ പഴങ്കഥകൾ പറഞ്ഞിരിക്കുകയാണോ.."

അയാളുടെ ശബ്ദം കേട്ട് അപ്പണ്ണനും ചാമിക്കണ്ണും ഒന്നും അറിയാത്തവരെപ്പോലെനിന്നു. "ഹേയ് അങ്ങനെയൊന്നുമില്ല... നിങ്ങളെ കണ്ട് ഈ വർഷത്തെ പഞ്ചാംഗം ഉണ്ടോന്ന് ചോദിക്കാൻ വന്നതാ.... അങ്ങനെ ഇവിടെ കുറച്ച് സമയം തണലിൽ ഇരുന്നു. .. അത്രയേയുള്ളൂ...." രണ്ടാളും നല്ലണ്ണനെ ബോധിപ്പിച്ചു.

"ഈ വർഷത്തെ പഞ്ചാംഗം വീട്ടിലുണ്ടാവും എന്ന് തോന്നുന്നു. വൈകിട്ട് വരുമോ....തരാം." നല്ലണ്ണൻ അവരോട് പറഞ്ഞുകൊണ്ടിരിക്കെ നന്ദവനത്തിൽനിന്നും കലാവതിയും നടേശനും ഒരു കൊട്ട നിറയെ പൂക്കളുമായി മുറ്റത്തെത്തി.

"ഇതാരാ വാ മോളേ.... ഇന്ന് നിറയെ പൂക്കൾ കിട്ടിയിട്ടുണ്ടല്ലോ.... രണ്ടാളുടെ ഭാഗ്യം." നല്ലണ്ണൻ പറഞ്ഞു.

അവരെ ഒരു വശത്ത് കൂടെ നോട്ടമിട്ട് അപ്പണ്ണൻ സ്ഥലം വിട്ടു. അവനെ പിന്തുടർന്ന് ചാമിക്കണ്ണും.

അതിന് ശേഷം.

നല്ലണ്ണൻ പൂ നിറച്ച കൊട്ട അവരിൽനിന്നും വാങ്ങി അവരുടെ പഠനത്തെക്കുറിച്ചും ജോലിയെ കുറിച്ചുമുള്ള തീരുമാനം എന്താണെന്ന് ആരാഞ്ഞു.

നല്ലണ്ണനോട് സംസാരിച്ചുകൊണ്ടിരിക്കുമ്പോൾ കോവിലിന്റെ പരിസരമാകെ ഒരു ശാന്തത വ്യാപിച്ചിരുന്നു. നല്ല ചിന്തകൾ അവരെ പുണരുന്നതുപോലെ... ദിവസേന അവിടെ സന്ദർശിക്കണം എന്ന തോന്നൽ ഇരുവരിലും ഉടലെടുത്തു.

പത്ത്

സുബ്രഹ്മണ്യന്റെ വീട്ടിൽ പ്രായപൂർത്തിയായ ഭാര്യാസഹോദരി ഉണ്ടായിരുന്നു. അവളെ രണ്ട് മൂന്ന് സ്ഥലങ്ങളിൽനിന്നും പെണ്ണ് കാണാനായി വന്നിരുന്നെങ്കിലും ഒന്നും യോജിച്ചില്ല. അളിയന്മാരും കാര്യമായി സമ്പാദ്യം ഇല്ലാത്തവരായിരുന്നു. നാട്ടിലെ കന്തയ്യന്റെ അനുജൻ പരമശിവത്തിന് അവളെ പെണ്ണ് ചോദിക്കണമെന്നുണ്ടായിരുന്നു. സുബ്രഹ്മണിയോടുള്ള അടുപ്പം കണക്കിലെടുത്ത് പരമശിവം അവനോട് ഇക്കാര്യം സംസാരിച്ചു.

"ചന്തയ്ക്ക് ചേട്ടൻമാരുടെ കൂടെപ്പോയി ആടുകളെ പിടിച്ച് കൊടുത്ത് പിഴപ്പ് നടത്തുന്നവന് പെണ്ണു കെട്ടണമത്രെ..... നിനക്കെന്തിനാടാ ഈ പിഴപ്പ്..." മുഖത്തടിച്ചതുപോലെ സുബ്രഹ്മണി അവനോട് പറഞ്ഞു.

ഇങ്ങനെ കയർത്തു സംസാരിക്കുമെന്ന് പരമശിവം ഒട്ടും പ്രതീക്ഷിച്ചില്ല. എന്നാലും ഇങ്ങനെ ചോദിച്ചവനെ വെറുതെ വിടുന്ന പ്രശ്നമില്ല. "ഡാ..... നിന്റെ പിഴപ്പിന് എത്രയോ വേണ്ടില്ല ഇത്... നിന്നെപ്പോലെ നാടു മുഴുവൻ തെണ്ടിത്തിരിഞ്ഞിട്ട് കാക്കാശ്ശിന് വകയില്ലാതെ..... ജനങ്ങളെ ദ്രോഹിക്കുന്നില്ല..... കേട്ടോ ഡാ." പരമശിവം തിരിച്ചടിച്ചതും സുബ്രഹ്മണ്യൻ അവനെ തല്ലാനായി കൈയുയർത്തി. അവനും ചാടിവീണു. രണ്ടാളും അങ്ങോട്ടും ഇങ്ങോട്ടും കയ്യാങ്കളിയായി അടുത്തിരുന്നവർ ഇടപെട്ട് അവരെ തടഞ്ഞു. അവരെ.... അങ്ങനെ വഴക്ക് അവസാനിപ്പിച്ചു.

രക്തസാക്ഷി പൊന്നയ്യൻ തന്റെ ആശയപ്രകാരം ആ നാട്ടിൽ ഒരു ജനസേവ സംഘം സ്ഥാപിക്കാനുള്ള പദ്ധതിയോടനുബന്ധിച്ച് നല്ലണ്ണനെ കാണാൻ ഒരിക്കൽ ചെന്നിരുന്നു. ആ സംഘത്തിൽ വിദ്യാസമ്പന്നരായ ദേവരാജനെയും നടേശനെയുംപോലുള്ളവരെ ഉൾപ്പെടുത്തണം എന്ന ആഗ്രഹം പ്രകടിപ്പിച്ചിരുന്നു.

ഒരു പരിധിവരെ വിദ്യാഭ്യാസമുള്ളവരെയും നാട്ടുകാർക്ക് നല്ലത് ചെയ്യാനുള്ള മനസ്സുള്ളവരെയും കോർത്തിണക്കിക്കൊണ്ട് സാമൂഹ്യ സേവനം ചെയ്യണമെന്ന് നല്ലണ്ണൻ തീരുമാനിച്ചിരുന്നു. ഇതിനായി സ്കൂൾ അധ്യാപകൻ സേതുമാഷിന്റെ സഹകരണവും ആവശ്യമായിരുന്നു.

കഴിയുമെങ്കിൽ അപ്പണ്ണൻ, കുരുത്തംകെട്ട കൃഷ്ണൻ എന്നിങ്ങനെയുള്ളവരെയും മാറ്റിയെടുക്കാൻ നോക്കണം. അവരെക്കൊണ്ട് കുറച്ച് കാര്യങ്ങൾ സാധിക്കാനുണ്ട്.

"മുള്ളുള്ള കുറ്റിച്ചെടികളെ നശിപ്പിക്കാൻ ആ മുള്ളുള്ള ചെടിയിൽ നിന്നു തന്നെ തടി വെട്ടി എടുക്കാറില്ല. അതുപോലെതന്നെയാ ഇതും. എടാ കൂടെ പ്രവർത്തിച്ചുകൊണ്ടിരിക്കുന്നവരെ ഈ കാര്യങ്ങൾക്കായി നിയോഗിച്ചാൽ ഇതിലൂടെ അവർ സാധുവായി മാറും. നമ്മുടെ വിജയം അതിൽ ആയിരിക്കും." എന്ന് നല്ലണ്ണന്റെ അനുഭവസമ്പന്നമായ വാക്കുകൾ ദേവരാജനും നടേശനും ശ്രദ്ധയോടെ കേട്ടിരുന്നു.

"ഒരു കാര്യം അറിയോ... ചട്ടിയുരുട്ടി എന്ന് വിളിക്കുന്നില്ലേ, അവൻ ഒരുകാലത്ത് വലിയ ചട്ടമ്പി ആയിരുന്നു. വഴക്ക്, വാക്കുതർക്കം വന്നാൽ മതി മൺകലം എടുത്തിട്ട് പൊട്ടിക്കുന്നതുപോലെ അവൻ ആൾക്കാരെ എടുത്തിട്ട് അമ്മാനമാടും. അതുകൊണ്ടാണ് അവന് ആ പേര് കിട്ടിയത്. അവനെ ഉപദേശിച്ച് നല്ല ബുദ്ധി പറഞ്ഞുകൊടുത്തുകൊണ്ട് ഇപ്പോൾ അവന് മാറ്റമുണ്ടായത് കണ്ടില്ലേ..."

നല്ലണ്ണൻ തന്റെ ഓർമ്മയിൽനിന്നും ചികഞ്ഞ ആളെ അവർക്കും അറിയാമായിരുന്നു. ചിലപ്പോഴൊക്കെ അയാൾ ദുരൈച്ചാമിയുടെ സംഘത്തോടൊപ്പം നിൽക്കുന്നതുകണ്ട് തെറ്റിദ്ധരിച്ചിട്ടുണ്ട്. സ്കൂളിലെ ആയമ്മയ്ക്ക് അടുപ്പ് കത്തിക്കാനുള്ള വിറകുവെട്ടി ചുമടുകളാക്കിക്കൊണ്ട് ചെന്നുകൊടുത്തത് കണ്ടപ്പോൾ അയാളോട് നടേശനും ദേവരാജനും ബഹുമാനം തോന്നി.

"നമ്മുടെ നാട്ടിലെ കുട്ടികൾക്ക് വേണ്ടി നിങ്ങൾ ഇത്രയൊക്കെ ചെയ്യുമ്പോൾ.... എന്റെ വകയായി ഈ ചെറിയ സഹായം ഇരിക്കട്ടെ.... നമ്മൾ ഒന്നും ആ കാലത്ത് പഠിച്ചില്ല.... ഇപ്പോ അതിൽ സങ്കടമുണ്ട്. പഠിക്കുന്ന കുട്ടികൾക്ക് ഇങ്ങനെ എന്തെങ്കിലും സഹായം ചെയ്യുമ്പോൾ അതൊക്കെ മറക്കാല്ലോ...." എന്ന് ചട്ടിയുരുട്ടി പറയുന്നത് കേട്ടിട്ടുണ്ട്.

"ജാതിവിവേചനം ഇല്ലാത്ത സംഘമാണ് സ്ഥാപിക്കേണ്ടത്. അത് അത്ര എളുപ്പമല്ല. പ്രശ്നങ്ങൾ ഏറെ വരും. നമ്മുടെ ജനങ്ങളെക്കുറിച്ച് അറിയാമല്ലോ...."

എന്ന നല്ലണ്ണന്റെ അഭിപ്രായം മനസ്സിലാക്കാൻ ബുദ്ധിമുട്ടൊന്നും ഉണ്ടായില്ല.

"നമ്മുടെ ജനങ്ങൾ പണ്ടെങ്ങോ വടക്ക് ആന്ധ്രഭാഗത്തുനിന്നും വന്നവരാണ് എന്ന അഭിപ്രായമുണ്ട്. അതിന് കാരണം അവർ തെലുങ്ക് സംസാരിക്കുന്നു എന്നതാണ്. പക്ഷേ, ഇന്ന് നമ്മുടെ നാട്ടിൽ ഭൂരിഭാഗവും ജങ്കമ ജാതിക്കാരേ ഉള്ളൂ. ആദ്യമൊക്കെ ഇവരെ പുച്ഛമായി നോക്കിയവർ ഇന്ന്

ജാഗ്രതയോടെ നോക്കേണ്ടതായിരിക്കുന്നു. "എന്താ കാരണം" എല്ലാവരോടുമായി നല്ലണ്ണൻ ചോദിച്ചു.

"വേറെയൊന്നുമല്ല അവരുടെ ഐക്യംതന്നെ കാണുമ്പോൾ പലയിടത്തായി ഓരോരുത്തരും ജീവിക്കുന്നതുപോലെ തോന്നും. പക്ഷേ, ഒരു പ്രശ്നം വന്നാൽ ഉടൻ അവരെല്ലാം ഒറ്റക്കെട്ടാവും." നല്ലണ്ണൻ വിശദീകരിച്ചു.

നല്ലണ്ണൻ പറഞ്ഞത് ശരിയാ.... ഇതിനാണ് ഒത്തൊരുമ എന്ന് പറയുന്നത്. "നിങ്ങടെ ഉള്ളിലുള്ള വിദ്വേഷമൊക്കെ മാറ്റി ഒറ്റക്കെട്ടായി നിൽക്കണം. കരിമ്പ് കെട്ടിനെ ഉറുമ്പിന് എന്ത് ചെയ്യാൻ കഴിയും. പക്ഷേ, കെട്ട് അറ്റിക്കാൻ ഒരു ചെറിയ അരിവാൾ മതി. വെട്ടിയ കരിമ്പിനെ ഉറുമ്പിന് എന്തുവേണമെങ്കിലും ചെയ്യാം". എന്നു വിവരിച്ചു കൊടുത്തു നല്ലണ്ണൻ.

അദ്ദേഹത്തിന്റെ വാക്കുകളിൽനിന്നും ഒത്തൊരുമയുടെ ബലം എന്താണെന്ന് മനസ്സിലായി. "നമ്മൾ നമ്മുടെ ജാതീയ വ്യവസ്ഥയ്ക്ക് ഉള്ളിൽ നിന്നാണ് ചിന്തിക്കുന്നത്. അതും കടന്നുചെല്ലണം നമ്മുടെ ചിന്തകൾ. അപ്പോഴേ എല്ലാ ജാതിക്കാരെയും ഒരു വളയത്തിനുള്ളിൽ കൊണ്ടുവരാൻ സാധിക്കുകയുള്ളൂ. ഒരുപക്ഷേ, പ്രായമായവരായ ഞങ്ങൾക്ക് അത് സാധിച്ചില്ലെങ്കിലും ചെറുപ്പക്കാരായ നിങ്ങൾക്ക് അതിന് കഴിയില്ലേ....ആലോചിക്കൂ"

നല്ലണ്ണൻ പറഞ്ഞ മിക്ക വാക്കുകളും നടേശന്റെയും ദേവരാജന്റെയും മനസ്സിൽ തുളച്ചുകയറി. "തീർച്ചയായും."

"സമയം കിട്ടുമ്പോഴൊക്കെ ഇങ്ങോട്ടിറങ്ങൂ..." നല്ലണ്ണൻ സ്നേഹത്തോടെ അവരെ യാത്രയാക്കി. നടേശൻ തലയണ, മെത്ത തുന്നിചേർക്കുന്ന ജോലിക്കുതന്നെയാണ് പോയ്ക്കൊണ്ടിരുന്നത്. ആ ജോലി ചെയ്യുന്നതിനോടൊപ്പം ഇതെങ്ങനെ വിപുലീകരിക്കാം എന്നും അതിലൂടെ പുരോഗതി ഉണ്ടാമെന്നും ചിന്തിച്ചു.

ജോലി കഴിഞ്ഞ് സന്ധ്യക്ക് വീട്ടിലേക്ക് മടങ്ങുംനേരം അപ്പണ്ണൻ ഒരു പലചരക്ക് കടയിൽനിന്നുകൊണ്ട് ഒരു സ്ത്രീയുമായി സംസാരിക്കുന്നത് ശ്രദ്ധയിൽപ്പെട്ടു. ആ സ്ത്രീയാണ് സുബ്രഹ്മണിയുടെ കള്ളക്കാമുകി. അവൾ എന്തിനാവും ഇവിടെവരെ വന്ന് ഇവനോട് സംസാരിക്കുന്നത്. നടേശൻ സംശയിച്ചു. അവൻ പറഞ്ഞതുപോലെ അവൾ തന്റെ വീട് ചൂണ്ടിക്കാണിച്ചുകൊണ്ട് എന്തെല്ലാമോ ചോദിക്കുന്നത് കണ്ടപ്പോൾ ആ സംശയം ബലപ്പെട്ടു. അവളും അപ്പണ്ണനുംകൂടി എന്തോ പ്രശ്നമുണ്ടാക്കാനുള്ള വരവാണെന്ന് തോന്നുന്നു.

അവൻ ഉറപ്പിച്ചു. തന്നെ കാണാൻ എത്തിയ ദണ്ഡപാണിയെ ആ പലചരക്ക് കടയിലേക്ക് പറഞ്ഞയച്ച് അവിടെ അവർ സംസാരിക്കുന്നത് എന്താണെന്ന് ശ്രദ്ധിച്ച് വരാൻ പറഞ്ഞു. "തലയണയിൽ പഞ്ഞി നിറയ്ക്കണമത്രേ..... വീട്ടിൽ ചെന്ന് ചെയ്തു കൊടുക്കാവോ എന്ന് അവൾ ചോദിക്കുന്നതു കേട്ടു. എന്നിട്ട് തിരിച്ചുപോയി. അപ്പണ്ണൻ സൈക്കിൾ

എടുത്ത് അയാളുടെ വീട്ടിലേക്ക് പോയെന്ന് തോന്നുന്നു." ദണ്ഡപാണി അറിയിച്ചു.

"ശരി ടാ പോയോ...പോട്ടേ... അവൾ ഇവിടെവന്ന് വില പേശാതെ പോയല്ലോ. അത്രയ്ക്കും നല്ലത്."

നടേശൻ കുളി കഴിഞ്ഞ് കോവിലിൽ പോകാനായി ഒരുങ്ങി. അന്ന് തൃക്കാർത്തിക നാൾ ആയിരുന്നു. പക്ഷേ, ജോലിത്തിരക്ക് ആയതു കൊണ്ട് നടേശന് കാലത്ത് പോകാൻ കഴിഞ്ഞില്ല. അവൻ തൊഴാൻ ചെന്നപ്പോൾ തിരക്കില്ലായിരുന്നു. തൊഴുതിറങ്ങി തെരുവിലൂടെ നടന്നപ്പോൾ പാതയോരത്ത് ഇഡ്ഡലിക്കട നടത്തുന്ന പങ്കജവും രാമപ്പനും സംസാരിച്ചുകൊണ്ടിരിക്കുന്നത് അവൻ ശ്രദ്ധിച്ചു. അവൻ എന്തോ പറഞ്ഞപ്പോൾ അവൾ ചിരിക്കുന്നുണ്ടായിരുന്നു.

അവരെ കണ്ടഭാവം നടിക്കാതെ നടേശൻ ആൽമരച്ചുവട്ടിലെ തിണ്ണയിൽ ചെന്നിരുന്നു. ചാരം പൂശിയതുപോലെ തെക്കേ വശത്തെ വേപ്പുമരച്ചുവട്ടിന്റെ തിണ്ണ ആളൊഴിഞ്ഞുകിടക്കുന്നു. നടേശന് ആ ശാന്തതയും ഏകാന്തതയും ഏറെ ഇഷ്ടപ്പെട്ടു. അവിടെച്ചെന്ന് കാൽ താഴേക്ക് തൂക്കിയിട്ട് ലാഘവത്തോടെ ഇരുന്നു. നല്ല കാറ്റ് ..... മുകളിലെ ശാഖകളിൽ കുരുവികളുടെ കളകളാരവം....

കുറച്ചു കഴിഞ്ഞതും പ്രതീക്ഷിക്കാതെ.... നടേശനെ തിരക്കി രാമപ്പൻ അവിടേക്ക് വന്നു. അവന്റെ അടുത്തിരുന്നു. ഒരു സിഗരറ്റ് എടുത്തു പിടിച്ചു. അതിന്റെ പുക നടേശന് തീരെ ഇഷ്ടപ്പെട്ടില്ല.

"എന്താടാ നടേശാ? പഠിത്തമൊക്കെ മതിയാക്കി പണിക്ക് ഇറങ്ങിയോ? അത് എങ്ങനെയുണ്ട്. ... കുഴപ്പമില്ലല്ലോ.... വല്ലതും തടയുന്നുണ്ടോ." രാമപ്പൻ ആരാഞ്ഞു.

"ഓ എന്തെങ്കിലുമൊക്കെ കിട്ടും" നടേശൻ പറഞ്ഞു. "കുഴപ്പമില്ലാന്ന് പറ. പിന്നെ കഴിഞ്ഞ ആഴ്ചതന്നെ നിന്നെ കാണണമെന്ന് വിചാരിച്ചതാണ്. ഒരു സഹായം ചെയ്യുവോ?"

"എന്ത് സഹായം."

"ഒന്നുമില്ലെടാ. എനിക്ക് നല്ല നല്ല വാക്കുകൾ കോർത്തിണക്കി വർണ്ണിച്ചുകൊണ്ട് ഒരു കത്ത് എഴുതിത്തരുവോടാ? ഒരു പെണ്ണിനെ വളെക്കാനാ...." രാമപ്പൻ കണ്ണുരുട്ടി കാണിച്ചു. നടേശൻ അമർഷത്തോടെ അവനെ നോക്കി. അവൻ വിടുന്ന മട്ടില്ല...

"അന്ന് നിന്റെ അടുത്ത് തന്നില്ലേ ഒരു പുസ്തകം... അത് ഞാൻ ഇഡ്ഡലിക്കട പങ്കജത്തിന് കൊടുത്തിരുന്നു. അവൾ വായിച്ചിട്ട് അടിപൊളിയായിട്ടുണ്ട് എന്ന് പറഞ്ഞു. അതിനുശേഷം അതുപോലത്തെ രണ്ടു മൂന്നെണ്ണം വാങ്ങിച്ചുകൊടുത്തു. ഇപ്പോൾ ഞങ്ങള് നല്ല സ്നേഹത്തിലാ... ഇന്നലെ പേരൂരിലെ സിനിമാ തിയറ്ററിലേക്ക് സെക്കൻഡ് ഷോയ്ക്ക് വിളിച്ചിട്ട് പോയി. രാമപ്പന്റെ സംഭാഷണവും ചിരിയും നടേശന് സഹിക്കാവുന്നതിലും അപ്പുറമായിരുന്നു. പക്ഷേ, അവൻ അതൊന്നും വകവെയ്ക്കാതെ സംസാരത്തിൽ മുഴുകി.

"കലാവതിക്കും നിനക്കും ഉള്ള സ്നേഹം ഇപ്പോൾ എവിടെയെത്തി.. വേണമെങ്കിൽ പറ ആ പുസ്തകം ഇപ്പോഴും എന്റെ കൈയിലുണ്ട്. നീ വായിച്ചിട്ട് അവൾക്കും കൊടുത്തുനോക്കൂ.... അവൾ നിന്റെ വഴിക്ക് വരും."

ഇത് കേട്ടതും നടേശന്റെ നിയന്ത്രണം വിട്ടു. 'നാശം ഇവിടെ വന്നിരുന്ന പാപത്തിന് എന്തൊക്കെ കേൾക്കേണ്ടിവരുന്നു' അവൻ കുപിതനായി.

"ശേ.... എന്നെ വിടൂ... ഞാൻ വീട്ടിലേക്ക് പോകുന്നു. ഇങ്ങനെയുള്ള വർത്തമാനം പറയുകയാണെങ്കിൽ എന്റെ അടുത്ത് മിണ്ടണ്ട..." ശരവേഗത്തിൽ അവിടെനിന്നും ചാടി എഴുന്നേറ്റു മൈതാനം കടന്ന് തെരുവിലേക്ക് നടന്നു. വീട്ടിലെത്തിയിട്ടും മനസ്സ് ശാന്തമായില്ല.

ശ്ശേ... വൃത്തികെട്ടവൻ. ഒരു കൂസലും ഇല്ലാതെ പിന്നെയും നമ്മളെ വഴി പെഴപ്പിക്കാൻ നോക്കുന്നു.... നടേശന് അവനോട് വെറുപ്പ് തോന്നി.

ഒരു നല്ല മനുഷ്യനെ കണ്ടിട്ട് വന്ന ദിവസംതന്നെ ആ... വൃത്തികെട്ടവനെയും കാണേണ്ടി വന്നല്ലോ... എന്നോർത്ത് അവൻ വ്യാകുലപ്പെട്ടു. ഒരു വേലിയിൽത്തന്നെ മുള്ളും പൂവും ഉള്ളതുപോലെ ഒരു നാട്ടിൽത്തന്നെ അടുത്തടുത്ത് തെരുവുകളിൽ ഇതുപോലുള്ള ആളുകൾ താമസിക്കുന്നു. എന്തൊരു ഗതികേട്.....

"അപ്പനെ വീട്ടിലിരുത്തീട്ട് ഞാൻ മാത്രം മെത്ത തുന്നാൻ പോയാൽ പോരെ അമ്മേ? " നടേശൻ അമ്മയോട് ചോദിച്ചു.

"നീയോ... ഞാനോ... പറഞ്ഞാ ആ മനുഷ്യൻ കേൾക്കുവോ.... അയാളുടെ കൈയും കാലും വയ്യാതാകുംവരെ ജോലിക്ക് പോകാതെ ഇരിക്കില്ല."

...അമ്മ പറയുന്നതുപോലെ തന്നെയായിരുന്നു അപ്പനും പെരുമാറിയിരുന്നത്. അപ്പനെ തേടി ഇപ്പോഴും ആവശ്യങ്ങൾക്കായി കച്ചവടക്കാർ വരുമായിരുന്നു.

കലാവതിയുടെ അച്ഛൻ ഗോവിന്ദച്ചാമിയും ഒരു കിടക്ക തുന്നാനുള്ള തുണി വാങ്ങിക്കൊടുത്തിട്ട് ഒരാഴ്ചയ്ക്കുള്ളിൽ ശരിയാക്കിത്തരണമെന്ന് അങ്ങാടിത്തെരുവിൽവെച്ച് കണ്ടപ്പോൾ ചെല്ലമുത്തുവിനോട് പറഞ്ഞിരുന്നു.

ഇളവൻ പഞ്ഞിയാണെങ്കിൽ എത്രയാവും... പരുത്തിപ്പഞ്ഞിയാണെങ്കിൽ എത്രയാവും എന്ന കണക്ക് ബോധ്യപ്പെടുത്തിക്കൊടുത്ത് ഉപഭോക്താക്കളുടെ ആവശ്യാനുസരണം ചെയ്തുകൊടുക്കാമെന്ന് ഉറപ്പു നൽകി. അപ്പൻ ആ പണി ഏറ്റെടുക്കും.

ആ സമയത്താണ് ഗോവിന്ദച്ചാമിയെക്കുറിച്ചുള്ള ഒരു വാർത്ത നാട്ടിലെങ്ങും പ്രചരിച്ചുതുടങ്ങിയത്. അതിന് നമുക്കെന്ത്.... നമ്മൾ നമ്മടെ തൊഴിൽ ചെയ്യുന്നു. ആര് ചോദിച്ചാലും പറയുന്ന ജോലി വൃത്തിയായി ചെയ്തു കൊടുക്കണം. അത്രയേയുള്ളൂ. അവരെ കുറിച്ച് ആരും എന്തു

പറയുന്നു എന്നൊന്നും നോക്കേണ്ടതില്ല. ചെല്ലമുത്തു താൻ ഏറ്റെടുത്ത ജോലി പൂർത്തിയാക്കി കൊടുത്തു.

ചുണ്ടക്കാമുത്തൂരിലെ പ്രാഥമിക ആരോഗ്യകേന്ദ്രത്തിലെ നഴ്സ് തന്റെ കാലിലെ ചൊറിച്ചിലിന് മരുന്ന് അന്വേഷിച്ച് ഗോവിന്ദച്ചാമിയെ കാണാനായി വരാറുണ്ടായിരുന്നു. അലോപ്പതി മരുന്നുകൾ ഒന്നും ഏൽക്കുന്നുണ്ടായിരുന്നില്ല. "നീ അയാളുടെ പക്കൽ ചെന്ന് ഇതിന് പച്ച മരുന്ന് വെച്ച് കെട്ടിത്തരാൻ പറയൂ... ഇതുപോലെ കുറെ പേർക്ക് അയാൾ വൈദ്യം ചെയ്തു സുഖപ്പെടുത്തിയിട്ടുണ്ട്. പൈസ ഇത്തിരി ചെലവാ യാലും ഭേദമാകു"മെന്ന് ആരോ പറഞ്ഞതനുസരിച്ചാണ് അവൾ ഗോവി ന്ദച്ചാമിയുടെ വീട്ടിലേക്ക് വരവും പോക്കും തുടങ്ങിയത്. ആ സന്ദർശനം അവർ ഇരുവരിലും പ്രത്യേക സ്നേഹബന്ധം വളർത്തി. സന്ദർശനവും ശാലീനസൗന്ദര്യവും ഗോവിന്ദച്ചാമിയുടെ ഭാര്യയിൽ ചില സംശയങ്ങൾ ഉളവാക്കിയിരുന്നു. നേരിട്ടും അല്ലാതെയും ഭർത്താവിനോട് അവൾ ഇതി നെതിരെ പ്രതികരിക്കാൻ തുടങ്ങി. അതുകൊണ്ട് ഗോവിന്ദച്ചാമി ആ നേഴ്സിനോട് ഒരു ഉപായം നിർദ്ദേശിച്ചു. "നിങ്ങൾ എന്തിന് ദിവസോം ഇവിടെ വന്ന് കഷ്ടപ്പെടുന്നത്. ഇനി ഞാൻ തന്നെ നിങ്ങടെ വീട്ടിലേക്ക് വന്നു ചികിത്സിക്കാം." അങ്ങനെ നേഴ്സിന്റെ സന്ദർശനം നിലച്ചു. പകരം ഗോവിന്ദച്ചാമി നേഴ്സിന്റെ വീട്ടിലേക്ക് ചെല്ലാൻ തുടങ്ങി. ശേഷം അവളെ കാണാനും സല്ലപിക്കാനും. വൈദ്യം വെറും നാമാവശേഷമായി മാറി.

അങ്ങനെ ദിവസം മുടങ്ങാതെ സന്ദർശനം നടത്തിക്കൊണ്ടിരിക്കെ ഒരിക്കൽ ഏകാന്തമായി ഒരു സാഹചര്യത്തിൽ പച്ചിലകൊണ്ട് അവളുടെ മുട്ടുവരെ തലോടി മരുന്ന് കൊടുക്കാനുള്ള അവസരം വീണുകിട്ടി. അവ ളാകട്ടെ അയാളുടെ തലോടലിൽ മയങ്ങി... മലർന്ന് കിടന്നു. ഗോവിന്ദ ച്ചാമി കാമലോലനായി മാറി...അവർ ശാരീരികബന്ധത്തിലേർപ്പെട്ടു. കാര്യം കഴിഞ്ഞതും... വൈദ്യം ചെയ്യാൻ പോയവൻ മൂകനായി വീട്ടിൽ തിരിച്ചെത്തി. എങ്കിലും ആ സംഭവം ഗോവിന്ദച്ചാമിയെ വല്ലാതെ ഭയപ്പെ ടുത്തിക്കൊണ്ടിരുന്നു.

ദിവസങ്ങൾ കടന്നുപോയി. അവൾക്ക് 'വിശേഷമായി' എന്ന കാര്യം നാട്ടിൽ പാട്ടായി. ചൊറിച്ചിൽ തീർക്കാൻ പോയവൻ നേഴ്സിന് നല്ല ഉപ കാരം ചെയ്തത് പോരാഞ്ഞ് ഒന്നുമറിയാതെ പാവത്താനായി നടക്കുന്നു.

അവൾ വിട്ടില്ല അവനെ പിടിച്ച പിടിയോടെ താലി ചാർത്തിച്ചു. ഭാര്യ എന്ന മേൽവിലാസം ഉണ്ടാക്കി. രണ്ട് ഭാര്യമാർക്കൊപ്പം ഒരേ വീട്ടിൽ താമസിച്ചാൽ എന്നും വഴക്ക് മാത്രമേ ശേഷിക്കൂ എന്നുള്ളതുകൊണ്ട് ചുണ്ടക്കാമുത്തൂരിലെ വീട്ടിൽച്ചെന്ന് കുടുംബം നടത്തി വന്ന ഗോവിന്ദ ച്ചാമിക്ക് അവൾ ഒറ്റ പ്രസവത്തിൽ ഇരട്ടക്കുട്ടികളെത്തന്നെ കൊടുത്തു.

"വീട്ടിൽ പുരനിറഞ്ഞ് ഒരു പെൺകുട്ടി ഉണ്ടായിട്ട് ഇയാള് ചെയ്ത പണി കണ്ടില്ലേ... ഈ മരുന്ന് അറിയാം ആ മരുന്ന് അറിയാം എന്നൊക്കെ പറഞ്ഞ്.... മകുടി ഊതി വളച്ചെടുക്കുന്ന പണിയല്ലേ.... അയാള് ചെയ്ത

ത്.... അവളും മോശം ഒന്നും അല്ല.... കാണാൻ നല്ല രേസ് കുതിര പോലെ ഉണ്ടാവും."

'എങ്ങനെയോ പച്ചമരുന്ന് വച്ച് കെട്ടിയോ കർപ്പൂരം കൊളുത്തിയോ... സ്വന്തം മരുന്നുകൊണ്ട് തന്നെ അവളുടെ അസുഖം ഭേദമാക്കിയില്ലേ....മിടുക്കൻതന്നെ.' എന്ന് നാട്ടുകാർ പലതരത്തിൽ കളിപറച്ചിലായിരുന്നു. എന്തായാലും ഇറങ്ങി ... കുളിച്ചു കയറാം എന്ന മട്ടിലായിരുന്നു ഗോവിന്ദച്ചാമിയുടെ നടപ്പ്.

നടേശന് കലാവതിയുടെ വീട്ടിലേക്ക് ചെല്ലാനുള്ള സാഹചര്യമൊന്നും ഉണ്ടായില്ല. അതുപോലെതന്നെ കലാവതി അവനെ കാണാനായി വന്നതുമില്ല. അതിൽ നടേശന് ഒട്ടും ദുഃഖമില്ല... അവന് അതിനെക്കുറിച്ചു ചിന്തിക്കാനുള്ള സമയവുമില്ല.

പതിനൊന്ന്

നടേശനെക്കൊണ്ട് വിവാഹം കഴിപ്പിക്കണമെന്ന് ചെല്ലമുത്തുവും പൊന്നിയും ആഗ്രഹിച്ചു. അതവർ തങ്ങളുടെ പെൺമക്കളോട് പറയുകയും ചെയ്തു. അവർക്കും അങ്ങനെ ഒരു താൽപര്യമുണ്ടായിരുന്നു. സഹോദരങ്ങൾക്കിടയിൽ ഇപ്പോൾ കെട്ടുപ്രായം എത്തിനിൽക്കുന്നവരിൽ മൂത്തവൻ നടേശനായതുകൊണ്ട് അവന്റെ വിവാഹശേഷം താഴെയുള്ളവരുടെ വിവാഹം നടത്തണം എന്ന പതിവ് അവർക്കും അറിയാമായിരുന്നു.

"എന്നാലും...."

"വീട്ടിൽ കെട്ടുപ്രായം എത്തിയ ഒരു പെൺകുട്ടി ഉള്ളപ്പോൾ..... അവളെ എത്രയുംവേഗം കെട്ടിച്ചുവിട്ടാൽ ഒരു ഭാരം കുറയുമല്ലോ..... അതുകൊണ്ട് ഇപ്പോവന്നിട്ടുള്ള ആലോചനകളിൽ നമുക്ക് പറ്റിയത് തിരഞ്ഞെടുത്ത് കടമോ.... കള്ളിയോ.... വാങ്ങി അത് നടത്തി വിടാം." അവർ പറഞ്ഞു.

"അതും ശരിയാണ്." അപ്പനുമമ്മയും ശരിവെച്ചു.

കൊഴിഞ്ഞാമ്പാറയിൽനിന്നും ധനലക്ഷ്മിക്ക് വന്ന ആലോചന തരക്കേടില്ല എന്ന അഭിപ്രായം അയ്യാച്ചാമിക്ക് ഉണ്ടായിരുന്നു. അവർക്കു തന്നെ കെട്ടിച്ചുകൊടുത്താലോ...? കമലത്തോട് അയ്യാച്ചാമി തന്റെ ആഗ്രഹം വെളിപ്പെടുത്തി. അവർ അകന്ന വഴിക്ക് ബന്ധുക്കളുമാണ്. കഴിയുമെങ്കിൽ നമുക്ക് അവിടം വരെ പോയിവരാം എന്നായി.

വിവാഹച്ചെലവിനുള്ള പണമൊന്നും ചെല്ലമുത്തുവിന്റെ പക്കൽ ഉണ്ടാവില്ല എന്നറിയാം. അന്നന്നത്തേക്കുള്ള ചെലവിനേ വല്ലതും കിട്ടുന്നുള്ളൂ. ഇതിലെവിടെ മിച്ചം പിടിച്ച് കൂട്ടി വെക്കാൻ...? അങ്ങനെ വല്ലതും കൂട്ടിവെച്ചിട്ടുണ്ടെങ്കിൽ അത് നടേശന് മാത്രമേ അറിയുകയുള്ളൂ എന്ന് കമലവും ഭാഗ്യവും കണക്കുകൂട്ടി.

നടേശന്റെ അറിവിൽ അപ്പനും അമ്മയും ഇത്രയും കാലം കഷ്ടപ്പെട്ട് അധ്വാനിച്ച് മൂന്നേക്കർ കൃഷിപ്പറമ്പ് വാങ്ങിയത് മാത്രമേ അറിയുകയുള്ളൂ. മിച്ചം പിടിച്ച വകയിൽ അവരുടെ ആകെയുള്ള സമ്പാദ്യം അതു മാത്രമാണ്. ആറു മക്കളെ പോറ്റാൻ ഒറ്റയാനായി ഇത്രയുംകാലം പാടുപെട്ടു. ഇനിയും രണ്ട് ആൺമക്കളുടെയും ഒരു മകളുടെയും വിവാഹം കഴിഞ്ഞിട്ടില്ല. അവരുടെ കഷ്ടപ്പാടിന് ഒരു അറുതിയും വന്നിട്ടില്ല. ഇപ്പോഴും ഓട്ടംതന്നെ. എങ്കിലും അവർ വിശ്രമിക്കാൻ ആഗ്രഹിക്കുന്നില്ല. ഇപ്പോഴും ഒരു സഞ്ചിയിൽ സൂചിയും നൂലും എടുത്ത് ഒരു സങ്കടമോ മടിയോ... കൂടാതെ അപ്പൻ പണിയെടുത്ത് കൊണ്ടിരിക്കുന്നു.

"എന്തോ.... ഭാഗ്യത്തിന് ഈ വീട് പണയം വെച്ച് കടമൊന്നും ഇന്നേവരെ വാങ്ങിയിട്ടില്ല. നിന്റെ ഏട്ടന് അതാണല്ലോ പ്രശ്നം. അവന് ഇത് പണയം വെച്ച് പണം കൊടുത്തില്ലാ.... എന്ന് പറഞ്ഞ് ഇനിയും അവന്റെ മനഃസ്താപം തീർന്നിട്ടില്ല. തെക്കേപ്പറമ്പ് പണയപ്പെടുത്തി വേണമെങ്കിൽ കുറച്ചു കടം വാങ്ങിക്കാം. അങ്ങനെ വല്ലതും വാങ്ങിച്ചാലേ ആ പെണ്ണിന്റെ കാര്യം നടക്കുകയുള്ളൂ. അങ്ങനെ കടം വാങ്ങിക്കണമെങ്കിൽ നിങ്ങൾ ചേട്ടൻ അനുജന്മാർ ഒത്തൊരുമയോടെ വേണം അതു ചെയ്യാൻ." അവർ അവനോട് പറഞ്ഞു.

അനുജൻ ആറുമുഖത്തിനും നടേശനും അതിൽ എതിർപ്പൊന്നുമില്ല. പക്ഷേ, ചേട്ടൻ സുബ്രഹ്മണ്യയുടെ സമ്മതമാണ് അറിയേണ്ടത്. ഒന്ന് ആലോചിച്ചാൽ അവനാണ് അനുജത്തിയുടെ കാര്യങ്ങളൊക്കെ ഉത്തരവാദിത്വത്തോടെ ഏറ്റെടുത്ത് നടത്തേണ്ടതും അനുജന്മാരോട് സമ്മതം ചോദിക്കേണ്ടതും. പക്ഷേ, അവന് അതിനുള്ള മനസ്സൊക്കെ ഉണ്ടോ.... ഓർക്കുമ്പോൾ മനസ്സ് വല്ലാതെ ചഞ്ചലപ്പെടുന്നു.

ചേട്ടൻ സുബ്രഹ്മണ്യയെ അന്വേഷിച്ച് നടന്ന്, ഒടുവിൽ ചുക്കാമുത്തൂരിൽ കണ്ടെത്തി. അവന്റെ അഭിപ്രായം ചോദിച്ചു. അവൻ പല്ലിൽ അടിഞ്ഞിട്ടുള്ള വെറ്റിലക്കറയെ കൊള്ളികൊണ്ട് തോണ്ടി, മൂളിക്കൊണ്ട് നടേശനെ ഒരുനോട്ടം നോക്കി ഉള്ളിലെ ക്രോധം കടിച്ചമർത്തി പറഞ്ഞു.

"ഇത് തന്നെയല്ലേ ഞാൻ അന്നേ പറഞ്ഞത്.... അപ്പോ ഞാൻ പറഞ്ഞതൊന്നും അപ്പൻ ചെവിക്കൊണ്ടില്ല. ആ പറമ്പ് നമ്മുടെ മൂന്നു പേർക്കും ആയി ഭാഗം വെക്കാൻ പറാ.... എനിക്ക് കിട്ടുന്നത് ഞാൻ വിലയ്ക്ക് കൊടുക്കും. നാളെ വേണമെങ്കിലും നല്ല വിലയ്ക്ക് വാങ്ങാൻ നാട്ടിൽത്തന്നെ ആൾക്കാരുണ്ട്." അതുകേട്ടതും നടേശന് അവന്റെ മനസ്സിലിരുപ്പ് പിടി കിട്ടി.

"അപ്പോ.... പെൺമക്കൾ മൂന്നുപേർക്കും അതിൽ അവകാശമില്ലെന്നാണോ...." അവൻ ഇടയ്ക്ക് കയറി ചോദിച്ചു.

"എന്താടാ നീ പഠിച്ചവനല്ലേ.... അതൊന്നും നിനക്കറിയില്ലേ. അവർക്കൊക്കെ അവകാശം കൊടുക്കണം എന്ന് നിർബന്ധമൊന്നുമില്ല. നമ്മൾ ആണുങ്ങൾ മൂന്നുപേരും കൂടെ ഭാഗം വെച്ചാൽ മതി. നിങ്ങൾ രണ്ടുപേരും നിങ്ങടെ ഭാഗം കിട്ടിയാൽ കൃഷി ചെയ്യുകയോ... വിൽക്കു

കയോ .... എന്തോ ചെയ്യീൻ. എനിക്ക് അതൊന്നും അറിയണ്ടാ... അത് നിങ്ങളുടെ ഇഷ്ടം. ഞാൻ പറയുന്നത് സമ്മതിച്ചാൽ ഉള്ളത് ഒന്നിച്ചു വിറ്റിട്ട് കിട്ടുന്നത് മൂന്നായി വീതിച്ചെടുക്കാം. എന്താ..."

ഈ ചേട്ടനെ എന്തിന് കാണാൻ ചെന്നു. അവൻ ഇങ്ങനെ മനസ്സിൽ കരുതിയാണ് സംസാരിച്ചത്? ... എന്ന് ചിന്തിച്ച് നടേശന്റെ മനസ്സ് അലോസരപ്പെട്ടു.

അനുജത്തിയുടെ കല്യാണക്കാര്യത്തിനുവേണ്ടി ആ പറമ്പ് പണയപ്പെടുത്തി അതിനെ പറഞ്ഞുവിടാം എന്ന് വിചാരിക്കുമ്പോൾ, "ആ പറമ്പ് മൂന്നായി ഭാഗം വെച്ച് താ എന്ന് ചോദിക്കുന്നത് ശരിയല്ല." നടേശൻ പറഞ്ഞു.

"ആരാടാ ഈ വിവരം കെട്ടവൻ? കാളകളോട് ചോദിച്ചിട്ടാണോ ചുമട് കയറ്റുന്നത്.... കാര്യം നോക്കാനറിയാത്തവൻ.

നിനക്ക് നിന്റെ പെങ്ങളോടുള്ള സ്നേഹംകൊണ്ട് സഹായിക്കണമെന്ന് ഉണ്ടെങ്കിൽ നിനക്ക് കിട്ടുന്ന ഭാഗം വിറ്റു ചെയ്യീ. ആരു വേണ്ടാന്ന് പറഞ്ഞു. നിന്റെ അനുജനും അവളോട് സ്നേഹം കാട്ടണം എങ്കിൽ അവനും അതുപോലെ ചെയ്യട്ടേ. എനിക്കിഷ്ടമുള്ളത് ഞാൻ കൊടുത്തോളാം...അത് എന്റെ ഇഷ്ടം. മനസ്സിലായോടാ." ഇത്രയും കേട്ടപ്പോൾ ത്തന്നെ ചേട്ടന്റെ മനസ്സിലിരുപ്പ് മുഴുവനും നടേശന് മനസ്സിലായി.

"ശരി ഞാൻ പോയി അപ്പന്റെടത്ത് ചോദിച്ചിട്ട്. പിന്നെ വരാം." നടേശൻ അവിടെനിന്നും തിരിച്ചു. ഇക്കാര്യങ്ങളൊക്കെ ആരോട് ചെന്നു പറയും? ജ്യേഷ്ഠത്തിമാരോട് പോയി പറഞ്ഞാലോ. അവന്റെ ഉള്ളു കലങ്ങി മറിഞ്ഞു.

അളിയന്മാരുടെ മുഖം ഓർമ്മയിൽ തെളിഞ്ഞു. അവർ വടിയും എടുത്ത് ജ്യേഷ്ഠത്തിമാരെ തല്ലാനായി ഓടിക്കുന്ന ദൃശ്യം മനസ്സിനെ പിടിച്ചുകുലുക്കി. ആറുമുഖം ജോലിക്കു പോയിരുന്നു. അനുജത്തി കിടന്ന് ഉറങ്ങുകയായിരുന്നു.

അടുക്കളയിൽ അടുപ്പു കത്തിച്ചുകൊണ്ടിരുന്ന അമ്മയുടെ അരികിൽ ചെന്നിരുന്നു. ചേട്ടൻ പറഞ്ഞ കാര്യങ്ങൾ അമ്മയോട് പറഞ്ഞാലോ. വേണ്ടാ.... അവരുടെ മനസ്സിനെയും വേദനിപ്പിക്കണ്ടാ എന്ന് കരുതി ഉള്ളിൽത്തന്നെ ഒതുക്കി.

അവനെ കാണാൻചെന്നത് തെറ്റായിപ്പോയി. പക്ഷേ, ചെന്നില്ലായിരുന്നെങ്കിൽ അവന്റെ മനസ്സിലിരുപ്പ് എങ്ങനെ അറിയാമായിരുന്നു. ശരിയോ തെറ്റോ. ചെന്നു കണ്ട് ചർച്ച ചെയ്താൽ അല്ലേ അവരുടെ അഭിപ്രായങ്ങൾ അറിയാൻ കഴിയുകയുള്ളൂ എന്ന് സ്വയം സമാധാനിച്ച് അവിടെനിന്നും എഴുന്നേറ്റു.

ഇക്കാര്യം ചേച്ചിമാരോടും പറയണ്ടാ.... നേരിട്ട് അപ്പനോട് തന്നെ കാര്യങ്ങൾ പറഞ്ഞ് ഇതിന് ഒരു തീരുമാനം എടുക്കാം എന്ന് കരുതി. അതിനുള്ള സന്ദർഭം നോക്കിനടന്നു. അങ്ങാടിത്തെരുവിൽ അതിനു പറ്റിയ സാഹചര്യം കിട്ടിയില്ല. ആളുകൾ വന്നും പോയും നിൽക്കുന്നുണ്ടായിരുന്നു. ഉച്ചഭക്ഷണത്തിന്റെ ഇടവേളയിൽ കാര്യം അവതരിപ്പിച്ചു.

അപ്പൻ എല്ലാം കേട്ട് ശാന്തനായി "അവന്റെ മനസ്സിലിരുപ്പ് ഇന്നോ ഇന്നലെയോ അല്ല. ഒരുപാട് നാളായിട്ട് അറിയാം. അവന് ആ പറമ്പിൽത്തന്നെയായിരുന്നു കണ്ണ്. അതെങ്കിലും നഷ്ടപ്പെടുത്താതെ നിങ്ങൾക്ക് തരണമല്ലോ എന്ന് ആലോചിച്ചിട്ടാണ് ഞാനൊന്നും ചെയ്യാതിരുന്നത്. അവന് അതും വിറ്റ് നശിപ്പിച്ച് ഒന്നുമില്ലാതാക്കാനുള്ള ഭ്രാന്തിളകി ഇരിക്കുകയാണ്. ഇപ്പോ... അവൻ പറഞ്ഞപോലെ ആ പറമ്പ് വിറ്റ് മൂന്നായി ഭാഗം വേക്കേണ്ട ആവശ്യമൊന്നുമില്ല. ആ പറമ്പ് പണയപ്പെടുത്തി എവിടെനിന്നെങ്കിലും പണം കടം വാങ്ങിക്കാം. ആ കടം അടച്ചു വീട്ടാൻ ഞാൻ ഒരാളെക്കൊണ്ട് സാധിക്കുമോ... നീ തന്നെ പറാ....." അപ്പന്റെ ചോദ്യത്തിന് ഉത്തരം പറയാനാകാതെ അവൻ നോക്കിനിന്നു.

"എന്താ ഒന്നും മിണ്ടാത്തത്" "ഒന്നുമില്ല. കടം. അപ്പനെ കൊണ്ട് ഒറ്റയ്ക്ക് വീട്ടാൻ കഴിയില്ല."

"ശരി.... അപ്പോ പിന്നെ ആ കടം ആരു വീട്ടും? അത് പറയൂ..."

"മക്കളായ ഞങ്ങൾ തന്നെ ചെയ്യണം...."

"ആ വിചാരം നിനക്കുണ്ട്. ഈ സ്വത്തിൽ എല്ലാവർക്കും അവകാശം ഉള്ളതുപോലെ വാങ്ങിയ കടം അടയ്ക്കാനുള്ള ബാധ്യത എല്ലാവർക്കുമുണ്ട്. പക്ഷേ, നിന്റെ ചേട്ടന്റെ ഉദ്ദേശ്യം അതല്ലല്ലോ. അവൻ ഇതിനൊന്നും സമ്മതിക്കാതെ.... എപ്പോ ഭാഗം വെച്ച് കിട്ടും. നാളെത്തന്നെ അത് വിറ്റ് കിട്ടുന്ന പണത്തിൽ പുട്ടും കടലയും വാങ്ങി വിഴുങ്ങിയിട്ട് ഏമ്പക്കം വിട്ട് നടക്കും. എന്നാണ് വിചാരിക്കുന്നത്. അത് ന്യായമാണോ?" സംസാരിച്ചിരിക്കുമ്പോൾ അപ്പന്റെ ഉള്ളിൽ അടക്കി വെച്ചിരുന്ന ദേഷ്യം പുറത്തു വരുന്നത് നടേശന് മനസ്സിലാക്കാൻ കഴിഞ്ഞു.

"നീ ഞാൻ പറഞ്ഞത് കേൾക്ക്. ഒരുത്തന്റടത്തും അഭിപ്രായം ചോദിക്കാൻ പോണ്ടാ. കുനിയമുത്തൂരിൽ ഒരാളോട് ചോദിച്ചിട്ടുണ്ട്.... പണം കിട്ടും. അതു വെച്ച് നമുക്ക് ധനത്തിന്റെ കല്യാണം ഭംഗിയായി നടത്തിവിടാം." എന്ന് പറഞ്ഞ് അവസാനിപ്പിച്ചു.

നടേശന് അപ്പൻ പറയുന്നത് ശരിയെന്ന് തോന്നി. അനിയത്തിക്കു വേണ്ടി ബാധ്യത ഏറ്റെടുക്കാൻ താൻ തയ്യാറാണ്. അതുപോലെ അനിയനും സമ്മതിക്കും. അധ്വാനിച്ച് കടം വീട്ടാൻ ശ്രമിക്കാം. പറ്റാത്ത ഒരു സാഹചര്യം വരികയാണെങ്കിൽ അപ്പോൾ നമ്മുടെ ഭാഗം വിറ്റ് കടം വീടാം. ആ പറമ്പ് ആൺമക്കൾക്ക് കിട്ടുന്നതിനെക്കാളും ഭേദം പെൺമക്കൾക്ക് നല്ല ജീവിതം കിട്ടുന്നതിനായി ഉപകരിക്കുന്നതാണ്. അപ്പൻതന്നെ ഇങ്ങനെ ഒരു ഉപായം പറഞ്ഞാലും ഞാൻ സമ്മതിക്കും എന്നൊക്കെ അവൻ തന്റെ മനസ്സിൽ കരുതി.

അപ്പൻ പറഞ്ഞതുപോലെ ആ പറമ്പ് പണയപ്പെടുത്തി കടം വാങ്ങിച്ചു. കമലവും ഭാഗ്യവും വളരെ ഉത്സാഹത്തോടെ പങ്കെടുത്തു. കൊഴിഞ്ഞാമ്പാറയിലെ ചെറുക്കനുമായുള്ള ധനത്തിന്റെ വിവാഹ മുഹൂർത്തം നിശ്ചയിച്ചു. ചാമിക്കണ്ണിനും അയ്യാച്ചാമിക്കും ഇതിൽ ഒരു പരിഭവവും ഇല്ല. അവരുടെ മറ്റ് രണ്ട് പെൺമക്കളെ വിവാഹം ചെയ്തു

കൊടുത്തപ്പോഴും ഇങ്ങനെയാണ് ചെയ്തിരുന്നത്. കടം കുറച്ചു കുറച്ചായി അദ്ദേഹംതന്നെ തീർക്കും. വീണ്ടും അടുത്തഘട്ടത്തിന് തുടക്കമിട്ടിരിക്കുന്നു. വിശ്രമമില്ലാതെ കറങ്ങുന്ന പമ്പരമാണ് നടേശന്റെ ഓർമ്മയിൽ വന്നത്. അത് എപ്പോൾ വിശ്രമിക്കും. കറങ്ങിക്കഴിയുമ്പോൾ അല്ലേ അത് താഴെ വീഴുന്നത്. എന്നോർത്തപ്പോൾ മനസ്സിലൊരു വേദന തുളച്ചു.... ആണിയാണോ കുത്തിയത്.... അവൻ കൈവിരലുകൾകൊണ്ട് നെഞ്ചിൽ തലോടി നോക്കി.... പമ്പരം വേഗത്തിൽ കറങ്ങുന്നത് കാണുമ്പോൾ അത് വളരെ സ്പഷ്ടമായി ദൃഢതയോടെ ലയിച്ചു കറങ്ങുന്നതായി തോന്നും. അത് വെറും മായാദൃശ്യമാണ്. അതുപോലെ താൻ ചെയ്യുന്ന ജോലിയിൽ അപ്പനും ലയിച്ചുപോകുന്നു. വിശ്രമം എന്നത് ഉറങ്ങുമ്പോൾ മാത്രമാണ്. അപ്പോഴും അദ്ദേഹത്തിന്റെ ഹൃദയം തന്റെ കുടുംബത്തിനായി മിടിച്ചുകൊണ്ടേയിരിക്കുന്നു. എന്നൊക്കെ ചിന്തിച്ചുകൂട്ടി.

സുബ്രഹ്മണ്യൻ ഒഴികെ മറ്റ് കുടുംബാംഗങ്ങളും ബന്ധുക്കളും അവരാൽ ആകുന്ന സഹായങ്ങൾ വിവാഹത്തിനായി ചെയ്തു കൊടുത്തു. അവനും ഇടയ്ക്കിടെ പ്രത്യക്ഷപ്പെട്ട് അവിടെ നടക്കുന്ന കാര്യങ്ങളുടെ സ്ഥിതിവിശേഷങ്ങൾ എന്തെന്ന് നിരീക്ഷിക്കുന്നുണ്ട്.

നാട്ടുകാർ എല്ലാവരെയും ക്ഷണിച്ച് നടത്താനുള്ള സമ്പത്തും സൗകര്യവും ഇല്ലാത്തതുകൊണ്ട് തങ്ങളുടെ ജാതിയിൽപ്പെട്ട അടുത്ത ചില ബന്ധുക്കളെ മാത്രം ക്ഷണിച്ച് കോവിലിൽവച്ചാണ് വിവാഹം നടത്തിയത്.

പുതുമണവാളനെയും പെണ്ണിനെയും വീട്ടിലേക്ക് അയച്ചു കഴിഞ്ഞപ്പോൾ ജ്യേഷ്ഠത്തിമാർക്ക് തങ്ങളുടെ അനുജത്തിയെ ദൂരെ തെക്കുദേശത്തേക്ക് വിവാഹം കഴിപ്പിച്ച് അയച്ചതിൽ പശ്ചാത്താപം തോന്നി. എങ്കിലും ആവശ്യത്തിന് പോയി വരാനുള്ള ദൂരമേയുള്ളൂ എന്ന് സമാധാനിച്ചു. ഈ നാട്ടിലെ പെൺകുട്ടികളെ അവിടേക്കും അവിടത്തെ പെൺകുട്ടികളെ ഇവിടേക്കും വിവാഹം ചെയ്തു കൊടുക്കുന്ന പതിവുള്ളതാണ്... സാരമില്ല... എവിടെയാണെങ്കിലും പോയ സ്ഥലത്ത് എല്ലാ ഐശ്വര്യങ്ങളോടും കൂടി ജീവിക്കട്ടെ എന്ന് മനസ്സിനുള്ളിൽ അനുഗ്രഹിച്ചു.

പൊന്നിക്കാണ് സങ്കടം സഹിക്കാനാവാത്തത്. ഇനി എനിക്ക് ആരുണ്ട്? ഒറ്റയ്ക്ക് തന്നെ ഇരിക്കണം. അവൾ വീട്ടിനുള്ളിൽ കറങ്ങി നടന്നാലും എല്ലാ കാര്യങ്ങളും ചെയ്യുമായിരുന്നു. ഇനി ഇവിടെ പച്ചവെള്ളം വേണമെങ്കിലും കൊണ്ടുവന്നു തരാൻ ആരുണ്ട്? നമ്മൾ തന്നെ പോയി എടുത്തു കുടിക്കണം എന്നെല്ലാം സ്വയം പിറുപിറുത്തുകൊണ്ട് അവൾ സങ്കടപ്പെട്ടു.

"ശരി ശരി. ഈ വർഷം അവസാനമോ അതിനുശേഷമോ തന്നെ അടുത്ത് എവിടെയെങ്കിലും ഒരു നല്ല പെണ്ണിനെ നോക്കി നടേശനെക്കൊണ്ട് കെട്ടിക്കാം. അപ്പോ പിന്നെ ഈ വീടിന്റെ കാര്യങ്ങളൊക്കെ അവളെ ഏൽപ്പിച്ചിട്ട് നിനക്ക് വിശ്രമിക്കാട്ടോ." എന്ന് സമാധാനിപ്പിക്കുന്ന കൂട്ടത്തിൽ ബന്ധുക്കളിൽ ചിലർ ഇങ്ങനെ ഉപദേശങ്ങളും കൊടുത്തു.

"പറഞ്ഞത് ശരിയാ.... നിങ്ങളൊക്കെ അക്കാര്യത്തിലും മുൻകൈയെടുത്ത് അതുംകൂടെ ഒന്ന് നടത്തിത്തരണം."

അവളുടെ മനസ്സിലെ ആഗ്രഹങ്ങൾ സങ്കടത്തോടുകൂടി പറഞ്ഞു തീർത്തു.

"ഇപ്പോ അതിനുള്ള സമയംതന്നെ. അവന്റെ സമപ്രായക്കാരൊക്കെ കല്യാണം കഴിച്ച് രണ്ട് പിള്ളേരുടെ അച്ഛനായി കുടുംബമായി കഴിയുന്നു. അതൊക്കെ അവരവരുടെ കുടുംബസ്ഥിതി അനുസരിച്ച് ഇരിക്കും. നമ്മുടെ കുടുംബസ്ഥിതിക്ക് അനുസരിച്ച് അല്ലേ നമുക്ക് ചെയ്യാൻ കഴിയുള്ളൂ. അതിനുള്ള നേരവും കാലവും വരട്ടെ.... എല്ലാറ്റിനും ഒരു യോഗം വരണമല്ലോ. യോഗം വന്നാൽ പിന്നെ ആര് തടഞ്ഞാലും നിൽക്കില്ല. അതുപോലെതന്നെ അവനെ കെട്ടാൻ പോകുന്ന പെണ്ണിന്റെ ജാതകത്തിലെ താലിയോഗവും വന്നുചേരണമല്ലോ. അതനുസരിച്ച് ജാതകപ്പൊരുത്തംകൂടി ചേർന്നാൽ നമുക്കെല്ലാവർക്കുംകൂടി ഒരേ മനസ്സോടെ കാര്യം അങ്ങ് നടത്തി വിടണം."

ഇങ്ങനെ അയൽവാസികൾ സംസാരിച്ചുകൊണ്ടിരിക്കുമ്പോഴാണ് ഭാഗ്യം കുറച്ചുദിവസമായി തന്റെ മനസ്സിൽ കൊണ്ടുനടന്നിരുന്ന ആഗ്രഹം പുറത്തു പറഞ്ഞത്.

"എന്തിനാ? അവിടെയും ഇവിടെയും ഒക്കെ പെണ്ണ് തേടി നടക്കുന്നത്. നമ്മുടെ കമലത്തിന്റെ മോള് ഭവാനിയെക്കൊണ്ട് കെട്ടിച്ചാൽ എന്താ? അതിന് അവൾക്ക് വിയോജിപ്പൊന്നും ഉണ്ടാവില്ലല്ലോ..... എന്തിനും അവളോടും അളിയൻ അയ്യാച്ചാമിയോടും ചോദിച്ചാൽ പോരെ? വേറെ ആരും അല്ലല്ലോ. അവൾക്ക് മൂന്ന് പെൺപിള്ളേർ അല്ലേ..... മൂത്തവൾ വയസ്സ് അറിയിച്ചിട്ട് ഒരു വർഷത്തോളം ആകും. അവളെ തന്റെ നാട്ടിൽത്തന്നെ കൂടപ്പിറപ്പിന് കൊടുക്കാൻ അവൾക്ക് സമ്മതംതന്നെയാണ്. ഇപ്പോഴുള്ള ബന്ധം കുറച്ചുകൂടെ ബലപ്പെടുമല്ലോ."

ഇങ്ങനെ ഓരോന്നും ആഗ്രഹിച്ചിരിക്കുമ്പോഴാണ് കമലത്തിന് അനിയൻ സുബ്രഹ്മണ്യൻ വേറൊരു തലവേദന ഉണ്ടാക്കിവെച്ചത്. അത് ചിന്തിച്ച് എന്തുചെയ്യണമെന്ന് അറിയാതെ ഇരിക്കുകയാണ് അവൾ.

ഒരു ജോലിയും ഒത്തുവരാത്തതുകൊണ്ട് കുറച്ചു പണം മുടക്കി ഒരു തൊഴിൽ തുടങ്ങണം. അതിനായി പറമ്പ് പണയപ്പെടുത്തി പണം വാങ്ങിയ കുനിയമുത്തൂർക്കാരനിൽനിന്നും കുറച്ചുകൂടി പണം വാങ്ങിച്ചു തരണമെന്ന് അപ്പനോട് പറയാൻ ആവശ്യപ്പെട്ടു. താൻ നേരിട്ട് അപ്പനോട് ചെന്ന് ചോദിച്ചാൽ വഴക്കും വക്കാണവുമായിത്തീരും. ഇത് ന്യായമായ ആവശ്യമാണെന്നും എനിക്കുവേണ്ടി കമലം അപ്പനോട് സംസാരിക്കണമെന്നും അവൻ ആവശ്യപ്പെട്ടു.

"അളിയന്മാരോട് പറഞ്ഞു കാര്യം നടത്താൻ മുതിരാതെ എന്തിനാ ഇവൻ പെണ്ണുങ്ങളോട് പറഞ്ഞിട്ട് പ്രശ്നമുണ്ടാക്കുന്നത്?" എന്തായാലും അനുജനോട് ഇക്കാര്യം പറയാമെന്ന് കമലം തീരുമാനിച്ചു.

നടേശനും ആറുമുഖനും പറയുന്നതൊന്നും സുബ്രഹ്മണ്യൻ മുഖ വിലയ്ക്കെടുക്കില്ല. അതുകൊണ്ട് ഇക്കാര്യത്തിൽ ചാമിക്കണ്ണും അയ്യാച്ചാമിയുംതന്നെ തീരുമാനമെടുക്കണം. "എല്ലാം നടേശന്റെ കെട്ട് കഴിഞ്ഞിട്ട് സംസാരിച്ച് ഒത്തുതീർപ്പാക്കാം. അല്ലെങ്കിൽ ആ കാര്യം അവിടെ കിടക്കും. അതുവരെ ഈ പ്രശ്നം ആദ്യം ഒന്ന് ആറാൻ വീട്ടാൽ എന്താ! പക്ഷേ, അവന്റെ പ്രശ്നത്തിന് ആദ്യം തീരുമാനമെടുക്കെന്ന് പറഞ്ഞ് അവൻ തിരക്കുകൂട്ടുന്നു. അവന്റെ വായിൽനിന്നും വരുന്നത് സഹിക്കാൻ വയ്യേ. എത്രയും പെട്ടന്ന് ജാതകം പൊരുത്തം നോക്കി നടേശന്റെ കെട്ട് നടത്തിവിടണം...." എന്നൊക്കെ ചിന്തിച്ചുകൂട്ടി.

തനിക്ക് വിവാഹത്തിന് ഇപ്പോൾ ഒട്ടും താൽപര്യമില്ലെന്ന മട്ടിലാണ് നടേശൻ. എങ്കിലും അപ്പനമ്മമാരെ നോക്കാൻ ഒരു പെണ്ണ് ആവശ്യമുണ്ട്. ഏതെങ്കിലും ഒരു പെണ്ണിനുപകരം തന്റെ സ്വന്തം ജ്യേഷ്ഠത്തിയുടെ മകൾ തന്നെ വന്നുചേരുകയാണെങ്കിൽ അതിനെ തട്ടിത്തെറിപ്പിക്കുന്നത് ശരിയല്ല. ഈ അനുജന്റെ ജീവിതം നന്നാക്കാൻ മാത്രമല്ല ജനിച്ച വീടിനോടുള്ള സ്നേഹം, മുത്തശ്ശൻ മുത്തശ്ശി എന്ന ബഹുമാനത്തിൽ മാത്രം ഒതുക്കിനിർത്താതെ അമ്മായിയപ്പൻ അമ്മായിയമ്മ എന്ന സ്ഥാനം കൂടി കൊടുത്ത് സഹായിക്കാൻ സഹോദരി കമലം നടത്തുന്ന പരിശ്രമം കണ്ടില്ലെന്നു നടിക്കാൻ പറ്റില്ല.....

"ശരി. എല്ലാം നിങ്ങളുടെ ഇഷ്ടംപോലെ ആകട്ടെ..." നടേശൻ ജ്യേഷ്ഠത്തിമാരെ സമ്മതം അറിയിച്ചു.

പന്ത്രണ്ട്

അവന്റെ ആ സമ്മതം അവർക്ക് വിവാഹം കഴിഞ്ഞതിന് തുല്യമായിരുന്നു. കമലത്തിന്റെ ആഗ്രഹത്തിന് അയ്യാച്ചാമിയും എതിരു നിന്നില്ല. തന്റെ മൂത്ത മരുമകനായി സ്വന്തം അളിയൻ വരുന്നതിൽ അയാൾക്ക് സന്തോഷംതന്നെ. നടേശൻ അളിയനോട് ആദ്യം മുതൽക്കേ ഒരു പ്രത്യേക താൽപര്യം ഉണ്ടായിരുന്നു അയ്യാച്ചാമിക്ക്.

എന്നാലും എന്തോ ആ സന്തോഷം പുറത്ത് പ്രകടിപ്പിക്കാതെ ഇരിക്കുന്നതുകണ്ട് അയാളുടെ മനസ്സ് അറിയാനെന്നവണ്ണം കമലം ചോദിച്ചു.

"നിങ്ങളേ... അവൾക്ക് വേറെ എവിടെയെങ്കിലും ചെക്കനെ കണ്ടു വെച്ചിരുന്നോ."

"ചോദിച്ചത് കേൾക്കുന്നുണ്ടോ?"

"പിന്നെ കേൾക്കാണ്ട്? നീ വാക്ക് കൊടുത്തിട്ട് വന്ന് കഴിഞ്ഞല്ലോ. ഇനി അത് വേണ്ടാന്ന് വെക്കാൻ പറ്റുമോ?"

"അതല്ലാന്ന്. ഞാൻ അവന്റെ കൂടപ്പിറപ്പാ.... അതല്ലെങ്കിലും നിങ്ങൾ അവിടുത്തെ മരുമകനും അല്ലേ. ഇപ്പോൾ ബന്ധക്കാരാകാൻ പോകുന്നു."

"അതെ ഇപ്പോ അതിനെന്താ. ബന്ധുവായി കഴിഞ്ഞില്ലേ പിന്നെന്താ?"

അവർ സംസാരിച്ചുകൊണ്ടിരിക്കെ ഭാഗ്യവും ചാമിക്കണ്ണും അവിടെയെത്തി. അവരെ പുഞ്ചിരിയോടെ സ്വീകരിച്ചിരുത്തി. വിവാഹക്കാര്യങ്ങളെക്കുറിച്ച് സംസാരിക്കാൻ തുടങ്ങി. ജാതകപ്പൊരുത്തവും ചേർച്ചയും നല്ലപിള്ളയിൽനിന്നും വന്നിരുന്ന ധനലക്ഷ്മിയുടെ ബന്ധുതന്നെ നോക്കി തന്നു. വിവാഹത്തിനുള്ള നാളും കുറിച്ചു തന്നു.

"ചെക്കന്റെ പ്രായം വെച്ച് നോക്കുമ്പോൾ പെൺകുട്ടിയുടെ പ്രായം കുറവാണ്. കുഴപ്പമില്ല.... സ്വന്തം മാമനെ തന്നെ കെട്ടുകയല്ലേ. അവർ

ഒത്തൊരുമിച്ച് നന്നായി ജീവിക്കാൻ വേണ്ടിയാണല്ലോ. നമ്മള് കാരണവന്മാർ ഈ ഏർപ്പാടൊക്കെ ചെയ്യുന്നത്..." എന്ന അദ്ദേഹത്തിന്റെ വാക്കുകൾ ഇരുവീട്ടുകാരുടെ അഭിപ്രായമായും ബന്ധുമിത്രാദികളുടെ അനുഗ്രഹമായും ഭവിച്ചു.

വിവാഹം നാടെങ്ങും ക്ഷണിച്ച് വിപുലമായി നടത്താനുള്ള സാമ്പത്തികസ്ഥിതി ഇല്ലാത്തതുകൊണ്ട് വളരെ ലളിതമായി നടത്താൻ തീരുമാനിച്ചു. അങ്ങനെ പേരൂർ നടരാജൻ സന്നിധിയിൽവച്ച് ലളിതമായി ആ ചടങ്ങ് നടന്നു.

തന്റെ കൂട്ടുകാർ കുറച്ചുപേരെ മാത്രമേ നടേശൻ വിവാഹത്തിന് ക്ഷണിച്ചിരുന്നുള്ളൂ. എല്ലാവരും ക്ഷണം സ്വീകരിച്ച് എത്തി. ആശംസകൾ നൽകി. അന്നേദിവസം ഉൾനാട്ടിലെ ബന്ധുമിത്രാദികൾക്ക് ചെക്കന്റെ വീട്ടിലും മറുവീട് കാണൽ ചടങ്ങിന് അയ്യാച്ചാമിയുടെ വീട്ടിലും സൽക്കാരം ഒരുക്കി.

"അവന്റെ മനസ്സുപോലെ അവൻ എല്ലാവിധ ഐശ്വര്യങ്ങളോടും കൂടി നന്നായി ജീവിക്കും."

നല്ലണ്ണൻ, സേതു മാഷ്, സ്വാതന്ത്ര്യസമര സേനാനി പൊന്നയ്യ മുതലായവർ ഹൃദയം നിറഞ്ഞ് അനുഗ്രഹിച്ചത് നടേശനെ വളരെ ഏറെ സന്തോഷിപ്പിച്ചു.

പൊന്നിക്ക് കമലത്തോട് കൂടുതൽ സ്നേഹവും കരുതലും തോന്നി. തന്റെ മകളെ ഈ വീട്ടിലേക്ക് മരുമകളായി തന്നല്ലോ! ഇത്രയും ദിവസം ചെറിയ കുട്ടിയെപ്പോലെ 'മുത്തശ്ശി മുത്തശ്ശി' എന്ന് വിളിച്ചുകൊണ്ടിരുന്ന കൊച്ചുമകൾ ഭവാനി ഇപ്പോൾ പുതുപ്പെണ്ണായി മരുമകൾ എന്ന സ്ഥാനത്തോടെ ഈ വീട്ടിലേക്ക് വന്നത് ഓർക്കുമ്പോൾ പൊന്നിക്ക് അത് പുത്തൻ ഉണർവേകി. അതുപോലെ ചെല്ലമുത്തുവിനും ഉള്ളിൽ കുറെ നാളായി കൊണ്ടുനടന്ന ഭാരം കുറഞ്ഞ് മനസ്സിൽ പ്രസന്നത പടർന്നു.

ഇനി താൻ അല്പം വിശ്രമിച്ചാലും സാരമില്ലെന്ന് തോന്നി. വീട്ടുകാര്യങ്ങളൊക്കെ ഈ മകനെ ഏൽപ്പിച്ച് തന്നാൽ കഴിയുന്ന ചെറുജോലികൾ മാത്രം ചെയ്യുന്നതല്ലേ നല്ലത്. നടേശൻ അങ്ങാടിയിലേക്ക് ചെന്ന് ജോലി ചെയ്ത് കിട്ടുന്ന സമ്പാദ്യംകൊണ്ട് കുടുംബം നടത്തിക്കൊണ്ട് പോകാൻ സാധിക്കുമോ.... എന്ന് മനസ്സിൽ സംശയവും ആശങ്കയും ഉടലെടുത്തു.

ഇനി കുറച്ചു ദിവസങ്ങൾകൂടി, തനിക്ക് ആവുന്നകാലത്തോളം ജോലിക്ക് പോകണം. ഇനിയും ഉത്സാഹിച്ചുതന്നെ പോകണം. ഇവന്റെ വിവാഹം കഴിഞ്ഞെന്ന് കരുതി എല്ലാ ബാധ്യതകളും അവസാനിച്ചു എന്ന് കരുതാൻ പാടില്ല.... ഇവന്റെ അനുജൻ ആറുമുഖത്തിനും ഇതുപോലെ സ്വന്തത്തിൽത്തന്നെ പെണ്ണ് കണ്ടെത്തി വിവാഹം കഴിപ്പിക്കണം. അതിന് ഇനിയും രണ്ടുമൂന്ന് കൊല്ലം ആയാലും സാരമില്ല. അതുവരെ എങ്കിലും

പണിയെടുക്കണം. അപ്പന്റെ ഉള്ള് തന്റെ മുന്നിലുള്ള ഉത്തരവാദിത്വങ്ങളെ ഓർമ്മിപ്പിച്ചു.

'വേറെ കുടിയിരുത്തണം' എന്ന അയ്യാച്ചാമിയുടെ അഭിപ്രായത്തെ കമലം വകവെച്ചില്ല. 'നമ്മുടെ ഭവാനി ഇനി ആ വീട്ടിൽത്തന്നെ കുടുംബം നടത്തും. അവൾ ഇപ്പോൾ നമ്മുടെ കുട്ടിയല്ല... എന്ന് വിചാരിച്ചോളീൻ. കല്യാണം കഴിഞ്ഞപ്പോ തൊട്ട് അവള് ആ വീട്ടിലെ കുട്ടിയാ...' എന്ന് അവൾ തീർത്ത് പറഞ്ഞു. പൊന്നിക്ക് ഇത് കേട്ടതും സന്തോഷമായി.

നടേശൻ തന്റെ വിവാഹശേഷം തനിക്ക് വന്നുചേർന്ന പുതിയ പല ബാധ്യതകളൊക്കെ സ്വാഭാവികമായി കാണുകയും അത് കൈക്കൊള്ളുകയും ചെയ്തു. തന്നെ മാത്രമല്ല തന്റെ അപ്പനമ്മമാരെ സ്നേഹിക്കാനും സംരക്ഷിക്കാനും തനിക്ക് ഒരു തുണയായി വന്നതിൽ ഭവാനിയോടും സ്നേഹം തോന്നി.

അയ്യാച്ചാമിക്കും കമലത്തിനും മകളെക്കാണാൻ ആഗ്രഹിക്കുമ്പോഴൊക്കെ വീട്ടിൽ വരാൻ കഴിയുന്നതിൽ സന്തോഷം തോന്നി. പക്ഷേ, കിഴക്കേ തെരുവിലെ തന്റെ വീട് വിട്ടുനിൽക്കാൻ പ്രയാസമുള്ള ഭവാനി ഇടയ്ക്കിടെ അവിടേക്കും പോകും. നടേശൻ ജോലിക്കായിപ്പോയാൽ ഉടൻ അവൾ അവളുടെ വീട്ടിലേക്ക് ചെല്ലും. ഇത് പൊന്നിയിൽ അസ്വാരസ്യം ഉണ്ടാക്കി. ചില ദിനങ്ങളിൽ ചെല്ലമുത്തുവിന് ജോലിക്ക് പോകാൻ കഴിയാതെ വീട്ടിലിരിക്കേണ്ട സാഹചര്യങ്ങൾ വരും. അപ്പോഴാണ് ഇക്കാര്യം അയാളുടെ ശ്രദ്ധയിൽപ്പെട്ടത്.

അവരായിട്ട് ഇക്കാര്യം നടേശനോട് പറയാൻ മുതിർന്നില്ല. എന്നാലും അവൻ ജോലി കഴിഞ്ഞ് വീടെത്തിയാലും അവളെ കാണാത്തതുകൊണ്ട് നടേശന് കാര്യങ്ങൾ ഒരുവിധം മനസ്സിലായി. "നിന്റെ വീട്ടിലേക്ക് പോയാലും സന്ധ്യ ആകുന്നതിന് മുമ്പെങ്കിലും തിരിച്ചെത്തി വിളക്ക് കൊളുത്തിക്കൂടെ" എന്ന് നടേശൻ ചോദിച്ചു. "ഞാൻ വരുന്നതിനുമുമ്പ് നിങ്ങടെ വീട്ടിൽ ആരും വിളക്കുകൊളുത്താറില്ലേ..." അതായിരുന്നു അവളുടെ മറുപടി.

"ഇവൾടെ സ്വഭാവം ഇങ്ങനെയായിരിക്കും എന്ന് ഞാൻ സ്വപ്നത്തിൽപോലും വിചാരിച്ചില്ല." അമ്മയോട് അവൻ സങ്കടം പറഞ്ഞു. ചെറിയ ചെറിയ കാര്യങ്ങൾക്കുംപോലും അവൾ മുഖം തിരിക്കുന്നത് കണ്ടു പൊന്നിക്കും വിഷമം തോന്നി. ഈ വീട്ടിൽ അച്ഛനമ്മമാർക്കൊപ്പം ജീവിക്കാൻ അവൾ ഇഷ്ടപ്പെടുന്നില്ലെന്ന് തോന്നുന്നു. ഇക്കാര്യം മനസ്സിലാക്കാൻ ആറേഴു മാസങ്ങൾ വേണ്ടിവന്നു. സ്നേഹത്തിന് ഒരു കുറവും വരുത്താത്ത അപ്പനമ്മമാരുടെ വലിയ മനസ്സിനെ വേദനിപ്പിച്ചുകൊണ്ട് എന്തിനും മുഖം തിരിക്കുന്ന ഒരു മരുമകളായി അവൾ കാണപ്പെട്ടു.

തെക്കേ തെരുവിലും വടക്കേ തെരുവിലും വാടകയ്ക്ക് വീടുണ്ട് എന്നറിഞ്ഞ് നടേശനെ അവിടേക്ക് താമസം മാറാനായി അവൾ നിർബന്ധിച്ചു. ഇക്കാര്യത്തിൽ അയ്യാച്ചാമിയും കമലവും അനുകൂലിച്ചില്ല.

"നിനക്ക് ഇവിടെ എന്തിന്റെ കുറവാ.... ഇവിടെ ഇല്ലാത്ത സൗകര്യമാണോ അവിടെ കിട്ടാൻ പോകുന്നത്.... മിണ്ടാതെ ഇവിടെത്തന്നെ ഇരിക്ക്." ഭാഗ്യം അവളെ വഴക്കുപറഞ്ഞു.

അടുക്കളജോലിയിൽപോലും പൊന്നിയെ സഹായിക്കുന്നതിൽ നിന്നും ഭവാനി അകന്നുനിന്നു. "അവൾക്ക് പറ്റുന്ന ജോലി ചെയ്ത് സുഖമായി ഇരിക്കട്ടെ... കുറച്ച് കഴിഞ്ഞാൽ ഉത്തരവാദിത്വമൊക്കെ വരും. ചെറുപ്പമല്ലേ" അവർ സ്വയം സമാധാനിച്ചു.

ചാമിക്കണ്ണിനെ ചുണ്ടക്കാമുത്തൂരിലെ ബസ് സ്റ്റാൻഡിൽവെച്ച് കണ്ടുമുട്ടിയ സുബ്രഹ്മണ്യൻ "ഞാനും എന്റെ അപ്പന്റെ വീട്ടിലേക്കു തന്നെ താമസം മാറാമെന്ന് വിചാരിക്കുകയാണ്. എന്റെ അനുജന്റെ പൊടി പോലും കാണുന്നില്ലല്ലോ. അവനെ കണ്ടാലേ ഒന്ന് പറഞ്ഞേക്കണേ..." എന്ന് സൂചിപ്പിച്ചിരുന്നു. നടേശൻ അത് നിസ്സാരമായി കണ്ടു. തന്റെ ജോലിയിൽ മുഴുകി.

തന്റെ മനസ്സും സ്വഭാവവും അറിഞ്ഞ് പെരുമാറുന്ന ഒരു ഭാര്യയായി ജീവിക്കാതെ തന്റെ സ്വന്തം ജ്യേഷ്ഠത്തിയുടെ മകൾ ഇങ്ങനെ പ്രതികൂല സ്വഭാവമുള്ളവളായത് നടേശനെ ഉലച്ചു. എങ്കിലും തന്റെ ക്ഷമ കൊണ്ടും ബുദ്ധികൊണ്ടും പതിയെ ശരിയാക്കാം എന്നും എത്രയുംവേഗം ഈ പ്രശ്നത്തിന് ഒരു പരിഹാരം കണ്ടെത്താമെന്നും പറഞ്ഞ് അവൻ അപ്പനമ്മമാരെ ആശ്വസിപ്പിച്ചു.

അപ്പനമ്മമാരെ വിട്ട് വേറെ കുടിയിരിക്കുന്നത് ഉചിതമല്ല. വിവാഹം കഴിച്ചത് എല്ലാവരും ഒത്തൊരുമിച്ച് സന്തോഷമായി കഴിയാൻ വേണ്ടിയാണ്. അവന്റെ ഈ ഉപദേശങ്ങൾ ഒന്നും ഭവാനിക്ക് സ്വീകാര്യമായിരുന്നില്ല.

അടുക്കളജോലിയൊന്നും ചെയ്യാതെ തന്റെ പ്രതിഷേധം അവൾ പ്രകടിപ്പിച്ചു. മാത്രമല്ല പുറമെ ജോലികൾക്ക് പോകാനും തുടങ്ങി. അത് നടേശനെ വല്ലാതെ വേദനിപ്പിക്കുകയും ചൊടിപ്പിക്കുകയും ചെയ്തു.

'വിവാഹത്തിനുമുമ്പ് ജോലിക്ക് പോകരുതെന്ന് ഒരു നിയന്ത്രണവും പറഞ്ഞിരുന്നില്ലല്ലോ. അങ്ങനെയായിരുന്നെങ്കിൽ വിവാഹത്തിന് സമ്മതിക്കില്ലായിരുന്നു.' എന്ന് കമലത്തിനോട് ഭവാനി കയർത്തു സംസാരിക്കാൻ തുടങ്ങി.

ചേച്ചി തന്നെ അവളെ ഉപദേശിച്ചു നന്നാക്കി തിരിച്ചയക്കട്ടെ എന്ന് മനസ്സിലുറപ്പിച്ച് തന്റെ ദേഷ്യം മുഴുവൻ അടക്കിപ്പിടിച്ച് നടേശൻ തന്റെ കർത്തവ്യങ്ങൾ യാതൊരു വീഴ്ചയും ഇല്ലാതെ ചെയ്തുകൊണ്ടിരുന്നു.

മകന് ഇങ്ങനെ ധിക്കാരിയായ ഒരു പെണ്ണ് ഭാര്യയായി വന്നത് സങ്കടമായല്ലോ? ആലോചിക്കാതെ പെട്ടെന്ന് എടുത്തുചാടി അവന് യോജിക്കാത്ത ഒരു പെണ്ണിനെ വിവാഹം ചെയ്തു കൊടുത്തല്ലോ എന്ന വീർപ്പുമുട്ടലായിരുന്നു ചെല്ലമുത്തുവിനും പൊന്നിക്കും.

ഈ സമയത്താണ് സുബ്രഹ്മണി കമലത്തിനെയും ഭാഗ്യത്തിനെയും കണ്ട്, തനിക്ക് കുടുംബവീട്ടിൽ താമസിക്കാൻ സ്ഥലം വേണമെന്ന് ഇടയ്ക്കിടെ വന്നും പോയും ഓർമിപ്പിച്ചുകൊണ്ടിരുന്നത്.

"ഇവിടെയുള്ള പ്രശ്നം പോരാണ്ട് അവന് ഇപ്പോഴാണ് അവസരം ഒത്തു വന്നത്. അവൻ പ്രശ്നം ഉണ്ടാക്കാൻ തക്കം നോക്കിയിരിക്കുകയാണ്."

കമലം അയ്യാച്ചാമിയോട് കാര്യം പറഞ്ഞു. അതറിഞ്ഞ അയാളുടെ മനസ്സമാധാനവും പോയി.

"പണിക്ക് പോയാല് കൂടുതൽ വരുമാനം കിട്ടുമല്ലോ. അവള് പോകുന്നെങ്കിൽ പോട്ടെ.... അതിനെന്തിന് നമ്മൾ തടയുന്നത്." അയാൾ തന്റെ അഭിപ്രായം പറഞ്ഞു.

"അതോടെ അവൾ നിർത്തില്ലല്ലോ. ആ വരുമാനം വെച്ച് വേറെ പോകണമെന്നല്ലേ അവൾ ശാഠ്യം പിടിക്കുന്നത്. അതും കേട്ട് നടേശൻ പോയാ... പിന്നെ അവന്റെ വീട് കയ്യേറി ഇരിപ്പ് തുടങ്ങും. പിന്നെ ദാഹിച്ച വായിക്ക് പച്ചവെള്ളം കിട്ടില്ല."

ഭാഗ്യം പറഞ്ഞത് ഒഴിവാക്കാനാവാത്ത യാഥാർത്ഥ്യമാണ്. ഇവർ സംസാരിക്കുന്നതെല്ലാം ആറുമുഖം കേൾക്കുന്നുണ്ടായിരുന്നു. ചേട്ടൻ നടേശൻ കുടുംബനാഥനായി ഭാര്യയോടൊപ്പം ഈ വീട്ടിൽ അപ്പനമ്മമാരെ സംരക്ഷിച്ചുകൊണ്ട് താമസിച്ചോട്ടെ..... താൻ ഒറ്റത്തടി ആയതുകൊണ്ട് ജോലി ചെയ്യുന്ന സ്ഥലത്തുതന്നെ എവിടെയെങ്കിലും കഴിഞ്ഞുകൂടാം എന്നവൻ കണക്കുകൂട്ടി. അങ്ങനെ തന്നെ ചെയ്യാൻ ഒട്ടും മടിയില്ലാത്തവൻ ആയിരുന്നു ആറുമുഖം.

എല്ലാരും ചേർന്ന് അവസാനം അപ്പനെയും അമ്മയെയും പട്ടിണിക്കിടുമോ... ഇത്രയും നാളില്ലാതെ ഇപ്പോൾ ഭാര്യയും മക്കളുമായി അവിടേക്ക് താമസം മാറണമെന്ന് മൂത്തവന് തോന്നാൻ കാരണം എന്താണാവോ!

'അനുജനെക്കൊണ്ട് കല്യാണം കഴിപ്പിച്ചത് അവന് സഹിച്ചിട്ടില്ല. കണ്ണ് കടിയാ. അതാ ശല്യപ്പെടുത്താൻ വരുന്നത്. അത് നന്നായി മനസ്സിലാകുന്നുണ്ട്. അവൻ ഇവിടേക്ക് വന്നാൽ വീട്ടിൽ സ്ഥലം പോരാതാകും. ഇടയ്ക്ക് ഒരു മറ കെട്ടി കഴിയേണ്ടി വരും. ഇത് അവന് തന്നെ ആലോചിക്കാനേയുള്ളൂ.... പക്ഷേ, അവന് വഴക്കിടാനല്ലേ? ഇവിടം പൂരപ്പറമ്പാക്കും. എല്ലാവരും അറിയും.'

പെൺമക്കളുടെ ഈ വേവലാതി ചെല്ലമുത്തുവിന് മനസ്സിലായി. അതിൽ തനിക്ക് വിഷമമൊന്നും ഇല്ലെന്ന് ഭാവിച്ച് അദ്ദേഹം അവരെ വിളിപ്പിച്ചു.

"പിന്നെ. ഇപ്പോ അവൻ ചോദിക്കണപോലെ വീട് തുണ്ട് തുണ്ടമായി ഭാഗം വെയ്ക്കാനൊന്നും സാധിക്കില്ല. കല്യാണം കഴിച്ചവന്മാർ

എവിടെങ്കിലും പോയി ഒരു വീട് നോക്കി ജോലി ചെയ്ത് ജീവിക്കാൻ പറ. അവന്മാർ എവിടെ പോകും... എന്ത് ചെയ്യും.... എങ്ങനെ ജീവിക്കും എന്നൊന്നും എനിക്ക് അറിയേണ്ട കാര്യമില്ല. ഇനിയൊരു ആറുമാസത്തിലോ ഒരു വർഷത്തിലോ ഇളയവനെയും കൂടി ഒരു കല്യാണം കഴിപ്പിക്കണം. പിന്നെ അവനും ചേട്ടന്മാരെപ്പോലെ പുറത്തുപോയി ജീവിക്കട്ടെ." അപ്പൻ തന്റെ തീരുമാനം അറിയിച്ചു.

"എന്താണപ്പാ ഇങ്ങനെ പറയുന്നു. നിങ്ങൾ കഷ്ടപ്പെട്ട് തന്നെ അവസാനം വരെ കഞ്ഞി കുടിച്ച് കഴിയേണ്ടിവരുമല്ലോ. ഇത്ര മക്കൾ ഉണ്ടായിട്ട് ഒരു ഉപകാരവും ഇല്ല എന്നാവില്ലേ..." ഒട്ടും താങ്ങാനാവാത്ത വിഷമത്തോടെ ഭാഗ്യം അപ്പനോട് ചോദിച്ചു.

"എന്തു ചെയ്യാൻ. ആ അവസ്ഥയിലേക്കല്ലേ എന്നെ എത്തിച്ചിരിക്കുന്നത്. അപ്പനമ്മമാരുടെമേൽ എല്ലാ മക്കൾക്കും തുല്യ അവകാശമുണ്ട്. പക്ഷേ, ആ അവകാശം വെച്ച് നമ്മുടെ മുതലിനെ പിടുങ്ങാനും ഭാഗം വെക്കാനും മാത്രമായിട്ടല്ലേ കാണുന്നുള്ളൂ. ഞങ്ങളെ നോക്കാനാണ് ഇങ്ങനെ മത്സരിക്കുന്നതെങ്കിൽ വേണ്ടില്ലായിരുന്നു..... കാരണവന്മാർക്കും സങ്കടമുണ്ടാവില്ലായിരുന്നു. ഇത്രയും കാലം സ്വന്തമായി പാടുപെട്ട് അധ്വാനിച്ച് വാരിക്കൊടുത്ത കൈയാണ് എന്റേത്. ഇനിയും എനിക്ക് ആവതുള്ള കാലംവരെ പണിയെടുത്ത് ഞങ്ങൾ കഴിഞ്ഞോളാം. കൈയും കാലും വയ്യാതെ കിടക്കുന്ന കാലത്തെങ്കിലും നിങ്ങളൊക്കെ വന്നു നോക്കുമല്ലോ."

അപ്പന്റെ മനസ്സിലെ വിഷമം കരകവിഞ്ഞ് ഒഴുകുന്നതുകണ്ട്, "ഞങ്ങള് വരാണ്ടിരിക്കുവോ. അവന്മാർ പോകട്ടെ. ഞങ്ങ നിങ്ങളേ കൈവിടില്ല അപ്പാ." ഭാഗ്യം പറഞ്ഞു.

"ആ.... ശരി. പിന്നെ ഒരു കാര്യംകൂടി പറയാം. അതും നിങ്ങൾ അവരോട് പറഞ്ഞേക്കണം. ഞങ്ങൾ രണ്ടാളെയും ആര് നോക്കി കൂടെത്തന്നെ ഇരിക്കുന്നോ? അവന് മാത്രമേ ഈ വീട്ടിൽ ജീവിക്കാൻ അവകാശമുള്ളൂ. അതിന് സമ്മതിച്ച് വരുന്ന മക്കൾ ആരെങ്കിലും ഉണ്ടെങ്കിൽ വരട്ടെ. എന്റെ അപ്പനേം അമ്മയേം ഞാൻ നോക്കാമെന്ന് നെഞ്ചിൽ കൈവെച്ച് പറയട്ടെ....."

ഇതൊക്കെ കേട്ടുകൊണ്ടിരുന്ന പൊന്നിക്കും അത് ശരിയെന്ന് തോന്നി. അപ്പന്റെ ന്യായമായ ഈ തീരുമാനം മക്കളുടെ മനസ്സിൽ എന്നും നിലകൊള്ളട്ടെ. അവളും കരുതി. നടേശന് അപ്പന്റെ ആ വാശി കണ്ടപ്പോൾ അത്ഭുതം തോന്നി. ഈ നാട്ടിൽത്തന്നെ അടുത്തെവിടെയെങ്കിലും താമസിച്ച്, അവരെ കരയിക്കാതെ നോക്കാനാണ് തന്റെ തീരുമാനം എന്നത് അറിയുമ്പോൾ അവർ സമ്മതിച്ചാൽ മതിയായിരുന്നു എന്ന് പ്രാർത്ഥിച്ചു.

അനുജനുവേണ്ടി ഇനിയും ഒരുപാട് കാര്യങ്ങൾ നടത്താനുണ്ട്. ഈ പ്രശ്നത്തിൽ അവന്റെ കാര്യങ്ങൾകൂടി ശ്രദ്ധിക്കാതെ പോകാനും പറ്റില്ല.

ഭവാനിയുടെ നിർബന്ധത്തിന് വഴങ്ങി അപ്പനമ്മമാരെ വിട്ടിട്ട് പോകുന്നത് പാപം തന്നെയാണ്. ചേട്ടനാണെങ്കിൽ ഇവിടെ കയറിവന്നിട്ട് ഒരു ഗുണവുമില്ല. എന്നൊക്കെ ചിന്തിച്ചുകൂട്ടി. തനിക്ക് ആരാ ഒരു നല്ല മാർഗ്ഗം നിർദ്ദേശിക്കുക! മനസ്സ് വിങ്ങി. ഈ സമയം അളിയന്മാർക്കു തന്നെ വിളിച്ച് ഉപദേശിക്കാമായിരുന്നു. പക്ഷേ, അവർ അത് ചെയ്യുന്നില്ല.. എന്തായിരിക്കും ഈശ്വരാ. എന്തിനാ എന്നെ ഇങ്ങനെ പരീക്ഷിക്കുന്നത്. ഇതൊരു കളിയായി കരുതിയാണോ വിവാഹത്തിന് എന്നെ സമ്മതിപ്പിച്ചത്. പക്ഷേ, പിന്നീട് സമാധാനത്തോടെ ജീവിക്കാൻ എന്നെ സമ്മതിച്ചോ. ഇങ്ങനെയുള്ള പ്രശ്നങ്ങൾ ഭാവിയിൽ വരും എന്ന് നേരത്തേ ഒരു സൂചന തന്നിരുന്നെങ്കിൽ ഞാൻ കൂടുതൽ കരുതലോടെ ഇരിക്കുമായിരുന്നില്ലേ.... എന്റെ രക്ഷിതാക്കളെ ഇങ്ങനെ വിഷമിപ്പിക്കാൻ ഞാൻ സമ്മതിക്കില്ലായിരുന്നല്ലോ. അവൻ തന്റെ വേദനകൾ കോവിലിനു മുന്നിൽ കരഞ്ഞു തീർത്തു.

പതിമൂന്ന്

ഭർത്താവിനോടൊപ്പം തനിച്ച് താമസം മാറിയാൽ മാത്രമേ താൻ കുടുംബം നടത്തുകയുള്ളൂ എന്ന് ഭവാനി ഇത്രയധികം ശാഠ്യം പിടിക്കും എന്ന് കരുതിയിരുന്നില്ല. ഇതിനിടയിലാണ് സുബ്രഹ്മണ്യൻ തന്റെ കുടുംബസമേതം അപ്പന്റെ വീട്ടിലേക്ക് താമസം മാറാനുള്ള വരവ് അറിയിച്ചിരിക്കുന്നത്. അവൻ അവിടെവന്ന് താമസിച്ചാലുള്ള അവസ്ഥ ആലോചിക്കുമ്പോൾ അവരുടെ ഹൃദയസ്പന്ദനം നിലയ്ക്കുന്ന പോലെയാണ്.

"ഈ സമയത്താ... നീ എന്നോടൊപ്പം അവിടെ വന്ന് ഉറച്ചുനിൽക്കേണ്ടത്. ഇല്ലെങ്കിൽ നമ്മൾ അവരെ പേടിച്ച് മാറിനിൽക്കുകയാണെന്ന് തോന്നില്ലേ. ഞാൻ പറയുന്നത് കേൾക്ക്. നീ എന്റെ കൂടെ വാ" എന്ന് നടേശൻ ആവോളം അപേക്ഷിച്ചുനോക്കി. പക്ഷേ, ഭവാനി അത് നിരസിച്ചു.

സുബ്രഹ്മണ്യൻ വണ്ടിയിൽ കൊണ്ടുവന്ന പാത്രങ്ങളും സാമഗ്രികളും ഉമ്മറത്തിണ്ണയിൽ ഇറക്കിവെച്ചുകൊണ്ടിരുന്നു. അവനെ സഹായിക്കാനായി അവന്റെ ഭാര്യയും കൂടെയുണ്ടായിരുന്നു. കുട്ടികൾ അകത്തും പുറത്തുമായി ഓടിക്കളിക്കുന്നു. തടസ്സം പറഞ്ഞ് പുറത്താക്കാനോ സ്വീകരിക്കാനോ പൊന്നിയും ചെല്ലമുത്തവും മുതിർന്നില്ല. നടക്കുന്നത് നടക്കട്ടെ... വരുന്നത് വരട്ടെ... എന്നമട്ടിൽ ഇരുവരും പരസ്പരം നോക്കിയിരുന്നു.

ജോലി കഴിഞ്ഞ് എത്തിയ ആറുമുഖം തന്റെ ഇളയ ജ്യേഷ്ഠം കുടുംബം വീട്ടിൽനിന്ന് പുറത്താവുകയും പകരം മൂത്ത ജ്യേഷ്ഠന്റെ കുടുംബം അവിടെ കുടിയേറി പാർക്കുകയും ചെയ്ത വിവരം അറിഞ്ഞു ഞെട്ടിപ്പോയി. കണ്ണുകൾ നിറഞ്ഞു. ഇനി ഇതിനെത്തുടർന്ന് എന്തൊക്കെ സംഭവവികാസങ്ങൾ അരങ്ങേറും എന്ന ഭയവും ഉണ്ടായി.

തിണ്ണയിൽ ഒരു തടുക്കുവെച്ച് മറയുണ്ടാക്കി തനിക്ക് കിടക്കാനുള്ള

സൗകര്യം തൊട്ടടുത്ത ദിവസംതന്നെ ഉണ്ടാക്കിയെടുത്തു. ഒരു വശത്ത് സുബ്രഹ്മണ്യന്റെ കുടുംബവും മറുവശത്ത് ചെല്ലമുത്തുവും പൊന്നിയും ഇങ്ങനെ ആ വീട് രണ്ടായി ഭാഗിക്കപ്പെട്ടു.

'ഈ നടേശൻ എവിടെപ്പോയി... ചോറുണ്ടോ.... ആവോ...' ആറുമുഖത്തിന് ചോറുവിളമ്പിയപ്പോൾ പൊന്നി ഓർത്തു. അവരുടെ കണ്ണുനിറഞ്ഞു. അതുകണ്ട് ആറുമുഖം ദുഃഖം സഹിക്കാനാവാതെ എഴുന്നേറ്റുപോയി. അവന് ഭക്ഷണം ഇറങ്ങുന്നില്ലായിരുന്നു. കിഴക്ക് തെരുവിലെ ജ്യേഷ്ഠത്തിയുടെ വീട്ടിലേക്ക് നടേശനെ അന്വേഷിച്ച് ചെന്നു. നടേശൻ അവിടെ ഉണ്ടായിരുന്നില്ല. ഒരുപക്ഷേ, സങ്കടംകൊണ്ട് ജോലിസ്ഥലത്തുതന്നെ താമസമാക്കിയിരിക്കുമോ. എന്തായാലും അവിടം വരെ ചെന്ന് ഒന്ന് അന്വേഷിക്കാം.

അപ്പനും മകനും അവിടെയുണ്ടായിരുന്നു. അവന് ആശ്വാസമായി. അനിയൻ എന്തെങ്കിലും സഹായം ചോദിച്ചു വന്നതാണോ എന്ന് നടേശൻ സ്നേഹത്തോടെ അന്വേഷിച്ചു. എന്നാൽ അവൻ തനിക്ക് സഹായം ചെയ്യാനായി വന്നതാണെന്ന് നടേശന് മനസ്സിലായി. " അപ്പനെയും അമ്മയെയും ഞാൻ നോക്കിക്കൊള്ളാം. നീയും ചേട്ടത്തിയും വിഷമിക്കേണ്ടാ. ചേച്ചിയും അളിയനും പറയുന്നതുപോലെ വേറെ വീട് നോക്കി കുടുംബമായിട്ട് കഴിയണമെങ്കിൽ അങ്ങനെതന്നെ ആയിക്കോ." അവൻ അഭിപ്രായപ്പെട്ടു.

ചെല്ലമുത്തുവിന് ഈ രണ്ടുമക്കളെയും കണ്ട് മനസ്സ് വല്ലാതെ വേദനിച്ചു. ഇരുവരെയും കൂട്ടിക്കൊണ്ടുപോയി ഭക്ഷണം കഴിച്ചു. ശേഷം ആറുമുഖം വർക്ക്ഷോപ്പിലേക്കായി പോയി.

പൊന്നിയുടെ പരിശ്രമം ഫലം കണ്ടില്ല, ഭവാനിയെ ചെന്നുകണ്ട് യാചിക്കുംവിധം അനുനയിപ്പിക്കാൻ ശ്രമിച്ചെങ്കിലും അവൾ അലിഞ്ഞില്ല.

നടേശൻ ജോലികഴിഞ്ഞ് തന്റെ വീട്ടിലേക്കാണ് എത്തിയത്. "കെട്ടിയ പെണ്ണിനെ വിട്ടിട്ട് ഇവിടെ വന്നിരിക്കുന്നു." എന്ന മട്ടിൽ സുബ്രഹ്മണി തിണ്ണയിലിരുന്ന് അവനെ നോക്കുന്നുണ്ടായിരുന്നു; അവന്റെ ഭാര്യയും. അവൻ ഒന്നും ഉരിയാടിയില്ല.

"ചെറിയച്ഛാ"... എന്ന് വിളിച്ചുകൊണ്ട് ഓടിവന്ന കുട്ടികളോട് മാത്രം നടേശൻ ആശ്വാസവാക്കുകൾ പറഞ്ഞു.

അൽപസമയം കഴിഞ്ഞ് പൊന്നി അടുപ്പ് കത്തിച്ച് ചോറുണ്ടാക്കി. വാങ്ങിക്കൊണ്ടുവന്ന പലചരക്ക് സാധനങ്ങൾ എടുത്തുകൊണ്ട് നടേശനും സഹായിച്ചു. ആറുമുഖം അവസാനത്തെ ബസിൽ വീടെത്തി.

നല്ലണ്ണനെ കണ്ട് കാര്യങ്ങളുടെ കിടപ്പ് ഇങ്ങനെയൊക്കെയാണെന്ന് അറിയിച്ചു. ഇതെങ്ങനെയെങ്കിലും ശരിയാക്കണം. കുറച്ച് ക്ഷമയോടെ വേണം കൈകാര്യം ചെയ്യാൻ എന്ന് അദ്ദേഹത്തിന് തോന്നി. "നടേശനെ നാളെയോ മറ്റന്നാളോ ഞാൻ വിളിച്ചു സംസാരിക്കാം" എന്നു പറഞ്ഞു.

ഭവാനിയുടെ പുറകെചെന്ന് അവൾ പറയുന്നതുപോലെ അനുസരി

ക്കാൻ നടേശൻ സമ്മതിച്ചില്ല. അമ്മയെ വിട്ടുപിരിയാനാവാതെ അവിടെ നിന്നുകൊണ്ടുതന്നെ ജോലിക്ക് പോയി വരികയും ചെയ്തു.

ആൽമരച്ചുവട്ടിലെ തിണ്ണയിലിരുന്ന് കൃഷ്ണനും അപ്പണ്ണനും അവനെ അവജ്ഞയോടെ നോക്കിക്കൊണ്ടിരുന്നു.

"അപ്പോ കല്യാണം കഴിഞ്ഞിട്ടും അവൻ ബ്രഹ്മചാരി എന്നാണോ.... എന്തോ സ്വന്തം കാര്യം നോക്കാൻ അറിയാത്തവരാണ് ഇന്നത്തെ പിള്ളാര്...... പഠിച്ചാൽ മാത്രം മതിയോ... ബുദ്ധി വേണ്ടേ...."

"പിന്നെന്ത് ചെയ്യണം എന്നാ പറയണേ?"

അതൊക്കെ ഇവിടെ വെച്ച് അങ്ങനെയൊന്നും പറയാൻ പറ്റില്ല. നീ തനിച്ച് വാ. പറഞ്ഞുതരാം.

"ഒന്നു പറയടാ കേൾക്കട്ടെ."

"ഞാൻ ബ്രഹ്മചാരിയല്ലെന്ന് പറഞ്ഞില്ലേ. ആളെ വിട്ടേ. പത്ത് ദിവസത്തിനൊരിക്കൽ കൈയിൽ പൈസ കിട്ടിയാൽ എനിക്ക് കല്യാണം തന്നെ. ഈ താലി കെട്ടുന്ന പണിയൊന്നും അവിടെയില്ല. എനിക്ക് ജാതിയോ മതമോ ഒന്നും നോക്കാനില്ല. നിനക്കറിയാമല്ലോ എന്നെക്കുറിച്ച്..." അപ്പണ്ണനെ പ്രേരിപ്പിച്ച് അയാൾ പറയുന്ന കാര്യങ്ങൾ കേട്ട് രസിച്ചിരിക്കുകയാണ് കൃഷ്ണൻ.

ആരെ കേൾപ്പിക്കാനായിട്ടാണ് അവർ പരോക്ഷമായി ഇങ്ങനെയുള്ള വർത്തമാനം പറയുന്നത് എന്ന ബോധ്യത്തോടെയാണ് നടേശൻ ആ വഴി കടന്നുപോയത്.

അന്ന് വൈകുന്നേരം നല്ലണ്ണൻ അവനെ വിളിപ്പിച്ചു. തന്റെ കുടുംബ പ്രശ്നം അദ്ദേഹത്തിന്റെ അറിവിൽ എത്തിക്കാണും. അതിനെക്കുറിച്ച് ചോദിച്ചറിയാനാണ് തന്നെ വിളിപ്പിച്ചത് എന്ന ബോധ്യത്തോടുകൂടി അവൻ നല്ലണ്ണനെ ചെന്നുകണ്ടു. നടന്നതെല്ലാം കേട്ടറിഞ്ഞശേഷം "ആ പെണ്ണിന്റെ വഴിക്കുതന്നെ പോയി വേണം നീ പതുക്കെ പതുക്കെ അവളെ നിന്റെ വഴിക്ക് കൊണ്ടുവരാൻ എന്നാണ് തോന്നുന്നത്. അവള് നിന്റടുത്തേക്ക് വരട്ടെ എന്നു കരുതി വാശിപിടിച്ച് നീ ഇവിടെത്തന്നെ ഇരുന്നാ അവൾ അവളുടെ വീട്ടിൽ അവരുടെ അപ്പന്റകൂടെത്തന്നെ ഇരിക്കും രണ്ടാളും രണ്ടു വഴിക്ക് എന്നായി തീരും."

ആ വലിയ മനുഷ്യന്റെ വാക്കുകൾ ശ്രദ്ധയോടെ ശ്രവിച്ചു നടേശൻ. "ഞാൻ അപ്പനമ്മമാരെ വിട്ടിട്ട് അവളോടൊപ്പംപോയി ജീവിക്കണമെന്നാണോ പറയുന്നത്.?" എന്ന് ചോദിച്ചു.

"അങ്ങനെ ചെയ്യുന്നതിൽ തെറ്റൊന്നുമില്ല. നിന്റെ അപ്പനും അമ്മയും പട്ടിണിയൊന്നും കിടക്കില്ല. അഥവാ കിടക്കേണ്ട സ്ഥിതി വന്നാൽ കിടക്കട്ടെ. അപ്പഴേ വീട്ടിൽ ഇനിയും രണ്ടു മക്കളുണ്ടല്ലോ. അവരുടെ സ്വഭാവം എന്താണെന്നും അച്ഛനമ്മമാരുടെ കാര്യത്തിൽ അവർക്ക് എത്രത്തോളം ശ്രദ്ധയും കരുതലും ഉണ്ടെന്നും അറിയാൻ പറ്റൂ. അതിൽ നല്ലത് ഏത് പൊള്ള ഏത് എന്ന് അറിയാൻ സാധിക്കൂ. സ്വത്തിൽ കണ്ണുവെച്ച് വന്നവൻമാരൊക്കെ അതോടെ തന്റെ പാട് നോക്കി ഓടും."

നല്ലണ്ണൻ പറഞ്ഞ കാര്യങ്ങൾ കേട്ടിരുന്ന നടേശൻ തന്റെ മനസ്സിലെ ആകുലത പ്രകടപ്പിച്ചു.

“ചേട്ടനോ അനുജനോ അവിടെത്തന്നെ താമസിച്ച് അപ്പനെയും അമ്മയെയും നോക്കി ജീവിച്ച് കഴിയുകയാണെങ്കിൽ. നാട്ടുകാർക്ക് എന്നെക്കുറിച്ച് കുറ്റം പറയാൻ ഒരു സാഹചര്യം ഞാൻ കൊടുത്ത പോലെ ആവില്ലേ. കെട്ടിയോളെ കിട്ടിയപ്പോൾ അപ്പനെയും അമ്മയെയും വിട്ടിട്ട് അവളുടെ പുറകെപോയി ജീവിക്കുന്നു എന്നാവില്ലേ? ഇവനെ എത്ര കഷ്ടപ്പെട്ടിട്ടാ അവർ പഠിക്കാൻ വിട്ടത്... ഇത്രയും വലുതാക്കിയത്. അതൊക്കെ അവൻ മറന്നില്ലേ. എന്ന് പറയില്ലേ. നടേശന്റെ ആധി നല്ലണ്ണന് മനസ്സിലായി.

“നീ അങ്ങനെയൊന്നും വിഷമിക്കണ്ടാ. കുറച്ച് ദിവസം നീയും ഭാര്യയും തനിച്ച് കുടുംബമായി ജീവിച്ചതുകൊണ്ട് നീ എല്ലാറ്റിനെയും മറന്നു എന്ന് വരില്ലല്ലോ. കുടുംബജീവിതത്തിൽ കയറ്റവും ഇറക്കവും ഒക്കെയുണ്ടാകും. ഇതൊരു സന്ദർഭമാണെന്ന് കരുതിയാൽ മതി.”

നല്ലണ്ണന്റെ ഉപദേശങ്ങൾ മനസ്സാൽ സ്വീകരിച്ച് നടേശൻ വീട്ടിലേക്ക് മടങ്ങി. അമ്മയുടെയും അപ്പന്റെയും സമ്മതവും ഏറ്റുവാങ്ങി പിന്നീട് ഭവാനിയെ ചെന്ന് കാണാമെന്ന് അവനോർത്തു. തനിച്ചിരിക്കുന്നൊരു സന്ദർഭത്തിൽ സമാധാനത്തോടെ അവരോട് ഇക്കാര്യം അവതരിപ്പിച്ചു.

“നീ എവിടെയാണെങ്കിലും നന്നായിരിക്കും.” അവർ അവനെ അനുഗ്രഹിച്ചു.

വാടകയ്ക്ക് വീട് നോക്കി അവിടേക്ക് മകളെയും മരുമകനെയും കുടിയിരുത്താൻ കമലത്തിനും അയ്യാച്ചാമിക്കും കുറച്ച് വിഷമങ്ങളൊക്കെ ഉണ്ടായിരുന്നു. കുറച്ചുദിവസം തങ്ങളുടെ വീട്ടിൽ പാർക്കാം എന്ന് ഭവാനിയും പറഞ്ഞിരുന്നു. പക്ഷേ, അവളെ കൂടാതെ വീട്ടിൽ രണ്ട് പെൺമക്കൾ ഉള്ളതുകൊണ്ട് അവിടെ താമസിക്കാൻ സൗകര്യങ്ങൾ ഉണ്ടായിരുന്നില്ല.

ഉൾനാട്ടിലിരുന്നു ജോലിക്കായി പോകുന്ന സ്ത്രീകളോടൊപ്പം ഭവാനിയും തുണിക്കടയിൽ സെയിൽസ് ഗേളായി പോകുന്നതിൽ താല്പര്യം കാണിച്ചു. പക്ഷേ, നടേശന് അത് വേണ്ടെന്ന നിലപാടായിരുന്നു.

“എന്നാപ്പിന്നെ പാടത്തോ പറമ്പിലോ കൂലിപ്പണിക്കുതന്നെ പോകേണ്ടിവരും..... വേറെന്ത് തൊഴിലാ ഇവിടെയുള്ളത്. ഇവിടെ കിട്ടുന്ന കൂലിയേക്കാൾ എത്രയോ മെച്ചമല്ലേ. തുണിക്കടയിൽനിന്നും കിട്ടുന്നത്.”

ഭവാനിയോട് ജോലിക്ക് പോകരുതെന്ന് പറയാൻ അവനും കഴിഞ്ഞില്ല. അങ്ങനെ നടേശൻ പോകരുതെന്ന് പറഞ്ഞാൽ അനുസരിക്കുന്നവളാണോ എന്ന സംശയമാണ്.

“ആ... ശരി നിങ്ങളുടെ വീട്ടിൽ വന്നിട്ട് ഞാൻ എന്തിന് തർക്കത്തിന് നിൽക്കണം. നിങ്ങൾ എന്തു പറയുന്നോ അതുപോലെ കേൾക്കാം.” കമലത്തോട് മാത്രമേ അവന്റെ ഉള്ളിലുള്ളത് പറയാൻ കഴിഞ്ഞുള്ളൂ.

അയ്യാച്ചാമിയുടെ വാക്കുകൾ മാനിച്ച് അവൻ അവിടെത്തന്നെ കുറച്ചു

ദിവസംകൂടി കഴിച്ചുകൂട്ടി. ഉണ്ണുമ്പോഴും ഉറങ്ങുമ്പോഴും സ്വസ്ഥതയില്ലാത്തൊരു അവസ്ഥ. കണ്ണുകൾ അടയ്ക്കും. പക്ഷേ, ഉറക്കം വരില്ല. നെഞ്ചിനകത്ത് ഒരു നൊമ്പരം ഇടവിടാതെ ഒരു തീവണ്ടി കണക്കേ ഓടുന്നു.

തങ്ങളുടെ കൺമുമ്പിൽ കഴിയുന്ന മൂത്തമകന്റെ അലസതയാർന്ന ജീവിതം ദിവസങ്ങൾ കഴിയുന്തോറും ചെല്ലമുത്തുവിനെയും പൊന്നിയെയും അസ്വസ്ഥരാക്കി. കടംകൊടുത്തവർ വീട് തേടി വരുന്നതും ആ സമയം നോക്കി സുബ്രഹ്മണി ഓടിയൊളിക്കുന്നതും സ്വാഭാവികമായി അരങ്ങേറുന്ന കാര്യങ്ങളായി മാറി.

കഞ്ഞിവെയ്ക്കാൻപോലും വകയില്ലാത്ത അവസ്ഥ. അവന്റെ ഭാര്യ പാടുപെട്ട് കുടുംബത്തെ ഒരുവിധം തള്ളിനീക്കിക്കൊണ്ടിരിക്കുന്നു. ജോലിക്കുപോയി കിട്ടുന്ന ചെറിയ ശമ്പളം പോരാതെ ദുരിതം അനുഭവിക്കുന്നത് ഇവരും കണ്ട് വേദനിക്കട്ടെ എന്ന് കരുതിയാണോ അവൻ ഇവിടേക്ക് താമസം മാറ്റിയത് എന്ന് തോന്നിപ്പോയി.

പൊന്നിക്ക് ഇതൊന്നും കണ്ടുനിൽക്കാനായില്ല. അവൾ അടുക്കളയിൽനിന്ന് ഭക്ഷണം എടുത്ത് കുട്ടികൾക്ക് കൊടുത്തു. ഒരു ഉച്ചസമയം ആ വീട്ടിലേക്ക് എത്തിയ ചുണ്ടക്കാമുത്തൂരിലെ ഒരാൾ സുബ്രഹ്മണി പറഞ്ഞയച്ചിട്ട് വന്നതാണെന്നും. വീടിന്റെ ഒരു വശം വാടകയ്ക്കായി നോക്കാൻ വന്നതാണെന്നും അറിയിച്ചു. അവിടെ ചുറ്റിനടന്ന് കണ്ടു. തിരികെ പോയി. ഇക്കാര്യം പൊന്നിക്ക് മനസ്സിലായില്ല. പക്ഷേ, മരുമകൾക്ക് കാര്യം പിടികിട്ടി.

"ഈ വീട്ടിലേക്ക് കുടിയേറി പാർക്കാൻ വന്നതാണെന്ന്." ഈ വീടിന്റെ ഒരു ഭാഗം ആക്രമിച്ചതും പോരാഞ്ഞാ ഏതോ ഒരുത്തന് വീട് വാടകയ്ക്ക് കൊടുക്കാൻ ശ്രമിക്കുന്നു. തന്റെ ഭർത്താവിന്റെ ബുദ്ധി മനസ്സിലായി. ഇതറിയുമ്പോൾ മുതിർന്നവരുടെ അമർഷം എത്രത്തോളം ഉണ്ടാകുമെന്ന് അവൾക്ക് ഊഹിക്കാവുന്നതേയുള്ളൂ.

ആ ആഴ്ചയിൽത്തന്നെ ഇക്കാര്യം അറിഞ്ഞ് ആറുമുഖം ചേട്ടനോട് തട്ടിക്കയറി.

"നീ നിന്റെ പണി നോക്കി പോടാ.. എന്റെ വഴി മുടക്കാൻ വരല്ലേ എന്ന് മുഖത്തടിക്കുംപോലെ സുബ്രഹ്മണി പറഞ്ഞു.

"കണ്ണിൽ കണ്ടവന്മാരോടൊക്കെ കടം വാങ്ങിച്ചിട്ട് അത് തിരികെ കൊടുക്കുന്നതുമില്ല അവന്മാർ വീട് കേറി നിരങ്ങുന്നു. ഞങ്ങൾക്കാണ് അതിന്റെ നാണക്കേട്." എന്ന് ആറുമുഖം പറഞ്ഞു. അവനെ തല്ലാൻ കൈയോങ്ങി സുബ്രഹ്മണി. അവന്റെ ഭാര്യ അവനെ തടഞ്ഞു. രണ്ടാളും തമ്മിൽത്തമ്മിൽ ഒന്നും രണ്ടും പറഞ്ഞു വാക്കുതർക്കമായി. കയ്യാങ്കളിയിൽ കലാശിക്കുമോ എന്ന് പേടിച്ച് "അയ്യോ... രണ്ടാളും ഒന്നും മിണ്ടാതെ ഇരിക്കെടാ" എന്നുപറഞ്ഞുകൊണ്ട് പൊന്നി ഓടി വന്ന്, ആറുമുഖത്തിനെ കൂട്ടിക്കൊണ്ടുപോയി. അപ്പോഴും സുബ്രഹ്മണ്യൻ തന്റെ വായിൽ തോന്നിയത് വിളിച്ചുപറഞ്ഞുകൊണ്ടിരുന്നു.

"എന്റെ ഭാഗം ഞാൻ വാടകയ്ക്ക് കൊടുക്കും. വേണ്ടിവന്നാൽ

വിൽക്കുകയും ചെയ്യും. അത് ആരാ ചോദിക്കാൻ വരുന്നതെന്ന് ഞാൻ നോക്കട്ടെ.. നീ മിണ്ടാതെ പോക്കോണം... ഇനി എന്തെങ്കിലും ചോദിച്ചിട്ട് ഇങ്ങോട്ട് വാ. കാണിച്ചു തരാം."

അവന്റെ വിദ്വേഷം നിറഞ്ഞ വാക്കുകൾ കേൾക്കാൻ നിൽക്കാതെ തന്റെ മക്കളെയുംകൂട്ടി ഭാര്യ അവളുടെ സ്വന്തം വീട്ടിലേക്ക് പോയി. ചെല്ലമുത്തു കാര്യം അറിഞ്ഞുവന്നപ്പോഴേക്കും ഇരുൾ പടർന്നിരുന്നു. ആറുമുഖം ജോലി കഴിഞ്ഞ് എത്തിയിട്ടില്ല. പല പല ചിന്ത അടിഞ്ഞുകൂടി പൊന്നിയുടെ മനസ്സിനെ വല്ലാതെ ഉലച്ചു.

അവനെക്കൂടി ഒരു കല്യാണം കഴിപ്പിച്ചിട്ട് ഈ വീട് ഭാഗം വെച്ച് കൊടുക്കണം. എവിടെയോ പോയി നന്നാവട്ടെ എന്ന് വിചാരിക്കുമ്പോൾ ഈ പോക്കണംകെട്ടവൻ വഴക്കിനും വക്കാണത്തിനും ഇറങ്ങിയിരിക്കുകയാണല്ലോ. മനസ്സ് വല്ലാതെ പിടയ്ക്കുന്നു.

അവൻ ഇവിടെ വന്നപ്പോൾത്തന്നെ തടയേണ്ടതായിരുന്നു. എന്റെ തെറ്റ്. അന്ന് അത് ചെയ്തതാണെങ്കിൽ ഇപ്പോൾ വീട് വാടകയ്ക്ക് കൊടുക്കാൻ ആളെ കൊണ്ടുവരുമായിരുന്നോ? ചെല്ലമുത്തു ഉറങ്ങാൻ ശ്രമിച്ചു. പറമ്പ് പണയപ്പെടുത്തി എടുത്ത കടംതന്നെ പലിശയും അതിന്റെ പലിശയും കേറി.

ആ പറമ്പ്തന്നെ വിൽക്കേണ്ട സ്ഥിതി വന്നിരിക്കുന്നു. പെൺമക്കളുടെയും ആൺമക്കളുടെയും വിവാഹം നടത്താനായി വാങ്ങിയ കടം തന്നെ ആര് അടച്ചുതീർക്കും. ആ വിചാരം ഒട്ടുമില്ലാതെ ഈ മൂന്ന് ഇഞ്ച് സ്ഥലം ഭാഗം വെയ്ക്കാനായി ഉപദ്രവിക്കുന്ന മൂത്തമകൻ കൺമുന്നിൽത്തന്നെ നിൽക്കുന്നു. ഇവനെപ്പോലെ എടുത്തുചാടുന്ന ബുദ്ധി മറ്റുള്ളവർക്കും ഉണ്ടായിരുന്നെങ്കിൽ ഇപ്പോൾ വീടിന്റെ മുറ്റം ഒരു യുദ്ധക്കളം ആയിട്ടുണ്ടാവും. നാട്ടുകാരൊക്കെ അറിഞ്ഞ് കാഴ്ച കാണാൻ കൂടുന്ന അവസ്ഥ എത്തുന്നതിനുമുമ്പ് എന്തെങ്കിലും ഒരു തീരുമാനം ഉണ്ടാക്കണം. ചെല്ലമുത്തു തന്നോടുതന്നെ പറഞ്ഞുകൊണ്ടിരുന്നു.

മനസ്സ് ഉറക്കമില്ലാതെ തനിക്ക് അറിയുന്ന വഴികളിലൂടെ സഞ്ചരിച്ചു നോക്കി. ഇത്രയുംകാലം പാടുപെട്ടിട്ടും അതിന് ഒരു അവസാനം കണ്ടെത്താൻ കഴിഞ്ഞില്ലല്ലോ. ഈ കുടുംബം എന്ന വണ്ടിയുടെ ഒരുവശത്തെ ചക്രമായി മാറി നടേശൻ ഓടിക്കൊണ്ടിരുന്നു. ഇവനെ വിവാഹം കഴിപ്പിച്ച സമയം ദോഷമോ.... എന്തോ... അവനെ ഇവിടെനിന്നും അകറ്റിയിരിക്കുന്നു. അവന് ആ ബന്ധം ഉപേക്ഷിക്കാനോ സ്വീകരിക്കാനോ പറ്റാത്ത അവസ്ഥയിലായിരിക്കുന്നു.

മക്കൾ മൂന്നാളും ഒത്തൊരുമിച്ച് പരസ്പരധാരണയോടെ ഭാഗം വെച്ചിരുന്നാൽ എത്ര നന്നായിരിക്കും. പക്ഷേ, അതൊക്കെ നടക്കുവോ... നടേശനും ആറുമുഖവും ഒത്തൊരുമിച്ച് ശാന്തമായി പോകുന്നവരാണ്. പക്ഷേ, മൂത്തവനാണ് പ്രശ്നങ്ങൾ സൃഷ്ടിച്ച് അടിയും വഴക്കും വക്കാണവും ഉണ്ടാക്കി ശാന്തിയും സമാധാനവും ഇല്ലാതാക്കുന്നത്. ഇങ്ങനെ പലതും കൺമുന്നിൽ തെളിഞ്ഞുവന്നു.

ചെല്ലമുത്തുവിന് പ്രായമായി വരുന്നതിനാൽ ആരോഗ്യനില മോശമായി വരികയാണ്. മുൻപത്തെപോലെ പണിയും കിട്ടുന്നില്ല. റെഡിമെയ്ഡ് കിടക്കയും തലയണയും വിൽക്കുന്ന കടകൾ ധാരാളമായി തുറന്നു പ്രവർത്തിക്കുന്നു. അത് കൂടാതെ അങ്ങാടിയിൽനിന്നും സൈക്കിളിൽ ചുമടാക്കി ഗ്രാമങ്ങളിലെ തെരുവുകളിൽ വിൽക്കാനായി എത്തുന്ന ചെറുകിട കച്ചവടക്കാരും ഏറിവരുന്നു

നടേശൻ കുടുംബജീവിതത്തിന്റെ ഒരു സുഖവും ഇല്ലാതെ കഴിഞ്ഞകൂടുന്നു. മെത്തമേൽ കിടക്കുമ്പോൾ പാറമേൽ കിടക്കുന്നൊരു അനുഭവം. തലയണയോ... പുതരിന്മേൽ തലചായ്ക്കുന്നൊരു പ്രതീതി സൃഷ്ടിച്ചു. അപ്പനമ്മമാരെ വിട്ട് വന്നതിനുശേഷം ആ വീട്ടിൽ ചേട്ടൻ സൃഷ്ടിച്ചുകൊണ്ടിരിക്കുന്ന പ്രശ്നങ്ങൾ ചിലന്തിവല കണക്കെ തൂങ്ങിയാടുന്നു. അത് ശ്വാസംമുട്ടിക്കുന്നു. ഇടതടവില്ലാത്ത ചുമ കണ്ണുനീർ പടർത്തുന്നു. തൊണ്ട വരണ്ടു വേദനിക്കുന്നു. ചുമ നിൽക്കുന്നില്ല... അയാൾ കിടക്കയിൽനിന്നും എഴുന്നേറ്റിരുന്നു.

പതിനാല്

മനസ്സിലുണ്ടായ ചലനങ്ങളുടെ ഭാരം, ക്ഷീണം ഇവയെല്ലാം ചേർന്ന് നടേശന്റെ ആരോഗ്യനില മോശമായിവരുന്നത് കമലത്തിനും ഭർത്താവിനും മനസ്സിലാവുന്നുണ്ടെങ്കിലും മകൾക്ക് ഇടയ്ക്കിടെ താൻ നല്കിവരുന്ന ഉപദേശങ്ങൾ അവൾ ഉൾക്കൊള്ളുന്നില്ല എന്ന ബോധ്യം അവർക്ക് ഉണ്ടായിരുന്നു.

ആറുമുഖത്തിന് മില്ലിൽ ഒരു ജോലി തരപ്പെട്ടു. അത് മാത്രമേ ആശ്വാസം പകരുന്നതായിട്ടുള്ളു. വർക്ക്ഷോപ്പിൽ അവന് കാര്യമായ ശമ്പളം ഇല്ലാതെയാണ് ജോലിക്ക് പോയിരുന്നത്. ഈ ജോലിയിൽ അത്യാവശ്യം ശമ്പളവും മറ്റ് ആനുകൂല്യങ്ങളും കിട്ടും. എങ്ങനെയും അപ്പനമ്മമാരെ ഒരു കുറവും ഇല്ലാതെ അവൻ സംരക്ഷിക്കും. നടേശന്റെ ഈ വിശ്വാസം അവന് വല്ലാത്തൊരു ആശ്വാസമായി.

ഭാഗ്യത്തിനും ചാമിക്കണ്ണിനും തങ്ങൾക്ക് ഒരു മകൾ ഉണ്ടായിരുന്നെങ്കിൽ അവളെ ആറുമുഖത്തിന് വിവാഹം ചെയ്തുകൊടുത്തു മരുമകനാക്കാമായിരുന്നു എന്ന ആഗ്രഹം ഉടലെടുത്തു. "എന്ത് ചെയ്യാനാ" ആൺകുട്ടിയായി പോയില്ലേ! ശരി. പകരം നമ്മൾ മുന്നിൽനിന്ന് അവന് ഒരു പെണ്ണ് അന്വേഷിച്ച് വിവാഹം നടത്തി കൊടുക്കാം എന്ന് തീരുമാനിച്ചു. അതേസമയം ജ്യേഷ്ഠത്തിയുടെ വീട്ടിൽനിന്നും വിവാഹം ചെയ്ത നടേശന്റെ അവസ്ഥ ഇനിയും കഷ്ടത്തിലാണെന്ന കാര്യം ഓർമ്മയിൽ തെളിഞ്ഞുവന്നു.

ഇത്തവണ ജ്യേഷ്ഠത്തിമാരെ മാറ്റി നിർത്തി ധനലക്ഷ്മിതന്നെ തന്റെ ഭർത്താവിന്റെ ബന്ധത്തിൽനിന്നും ഒരു പെണ്ണിനെ കണ്ടെത്തി അവിടം വരെ ചെല്ലാമെന്ന് പറഞ്ഞു. പല വിഷമങ്ങൾ നെഞ്ചിൽ നിറഞ്ഞുകിടക്കുന്നുണ്ടെങ്കിലും പൊന്നിക്കും ചെല്ലമുത്തുവിനും അത് ഒരു

ആശ്വാസമായി. ഇളയമകനുംകൂടി നല്ല കാര്യം നടക്കുന്നതിൽ ഒരു തടസ്സവും വരാതെ അതിനും ഒരു വഴി തുറന്നു എന്നത് മഴയ്ക്കുശേഷമുള്ള വെയിൽപോലെ തെളിഞ്ഞുനിന്നു. ഇതിനുമുമ്പ് വാങ്ങിയ കടത്തോടൊപ്പം വിവാഹച്ചെലവും ചുണ്ടക്കാമുത്തൂർക്കാരനിൽനിന്നും ചോദിച്ചു വാങ്ങി കാര്യം നടത്താം. പറമ്പിന്റെ മേലുള്ള കടം വീട്ടുന്നത് മക്കൾ തങ്ങളുടെ ബാധ്യതയായി ഏറ്റെടുക്കട്ടെ. അവരുടെ തുല്യഭാരം ചുമക്കണമല്ലോ...

ആൺമക്കളെ ഒരുമിച്ച് വിളിച്ചുവരുത്തി അഭിപ്രായം ചോദിച്ച് അവരുടെ സമ്മതം വാങ്ങിച്ചശേഷം ഒരു കാര്യം ചെയ്യുക എന്നത് ഇപ്പോഴത്തെ അവസ്ഥയിൽ സാധ്യമെന്ന് തോന്നുന്നില്ല. 'ആർക്ക് കല്യാണം നടത്തിയാൽ എന്ത്?... കച്ചേരി നടത്തിയാൽ എന്ത്?' എന്ന് ധിക്കാരത്തോടെ സംസാരിക്കും സുബ്രഹ്മണ്യൻ. ഇതൊക്കെ ജ്യേഷ്ഠത്തിമാർക്ക് അറിയാവുന്ന കാര്യംതന്നെ.

നല്ലേപിള്ളിയിൽപോയി കണ്ട പെണ്ണിനെ ആറുമുഖത്തിനും ഇഷ്ടപ്പെട്ടു. ആഡംബരമൊന്നുമില്ലാതെ വളരെ ലളിതമായി പെൺവീട്ടിൽ വെച്ച് വിവാഹം നടത്തി. പുതുപ്പെണ്ണ് വന്ന് കയറുന്ന സമയമെങ്കിലും നന്നായിരിക്കണമേ അപ്പനമ്മമാർക്ക് ഐശ്വര്യങ്ങൾ ഉണ്ടാകണമേ... എന്ന് മീൻകുളത്തി ഭഗവതിയെ ഓർത്ത് നടേശൻ മനസ്സുരുകി പ്രാർത്ഥിച്ചു.

വാടകവീട്ടിലെ താമസവും വരുമാനക്കുറവും നടേശന്റെ കഷ്ടപ്പാടുകൾ വർദ്ധിപ്പിച്ചു. ആറുമുഖം അപ്പനമ്മമാരൊത്ത് ഒരു കുടുംബമായിട്ട് താമസിച്ച് ജോലിക്കുപോയി വരുന്നത് ഓർക്കുമ്പോൾ, അവൻ തന്നെക്കാളും വലിയവനായി മാറിയതിൽ അഭിമാനവും സന്തോഷവും തോന്നി. ആ വീട് ഭാഗം വെച്ച് അപ്പുറത്ത് കഴിയുന്ന പിശുക്കനായ സുബ്രഹ്മണ്യത്തിന് ഇനിയെങ്കിലും വല്ല മാറ്റവും ഉണ്ടാകുമോ? അവൻ അവന്റെ പെണ്ണിനെയും കുട്ടികളെയും പട്ടിണിക്കിടാതെ നോക്കിയാൽ മതി... പുണ്യം കിട്ടിയില്ലെങ്കിലും പാപമെങ്കിലും കുറയും.

"ഇനിയങ്ങോട്ട് നിന്റെ അപ്പനെക്കൊണ്ട് തൊഴിലൊന്നും ചെയ്യാൻ പറ്റില്ല. ശരീരം സഹകരിക്കുന്നില്ല. അദ്ദേഹത്തിനോട് വീട്ടിലിരുന്ന് വിശ്രമിക്കാൻ പറ. എത്ര കാലംതന്നെ ആ മനുഷ്യൻ പാടുപെടും..." എന്ന് അങ്ങാടിത്തെരുവിൽവെച്ച് നടേശനനെ കാണുന്നവർ അവനെ ഓർമ്മപ്പെടുത്തി.

അവനുതന്നെ ഇപ്പോൾ ആവശ്യത്തിന് പണി ലഭിക്കുന്നില്ല. ഒരുപാട് ദൂരെ പണിക്ക് ചെന്നാലും കിട്ടുന്ന കൂലി മുതലാവുകയില്ല... കൂലി എന്തായി? ഇന്നൊന്നും കിട്ടിയില്ലേ? ഉള്ളതും തൊലച്ചിട്ട് വെറുകൈയോടെ എന്തിനു വരണം? ഇതാണോ ആണുങ്ങളുടെ ലക്ഷണം? ഭവാനിയുടെ ചോദ്യത്തിന് ഉത്തരം പറയാൻ കഴിഞ്ഞില്ല.

ലോട്ടറി എടുക്കുന്ന ശീലവും അവൻ തുടങ്ങിയിരുന്നു. സമ്മാനം ഇന്ന് വീഴും... നാളെ വീഴും... എന്ന് ആശിച്ച് തന്റെ അൽപവരുമാനം പോലും അവൻ നശിപ്പിച്ചുകൊണ്ടിരുന്നു.

കോവിലുകളിൽ കയറിയിറങ്ങി അതിലൂടെ എങ്കിലും തന്റെ ജീവിതത്തിൽ വല്ല മാറ്റങ്ങൾ സംഭവ്യമാകില്ലേ എന്ന പ്രതീക്ഷയോടെ വീട്ടിലേക്ക് തിരിക്കും.

“വീട്ടിലേക്ക് അഞ്ചിന്റെ പൈസ കൊടുക്കാൻപോലും കഴിയില്ല.... പിന്നെ ഏത് പെണ്ണാ കെട്ടിയവനെ ചീത്തവിളിക്കാതിരിക്കുക... പിന്നെ വല്ല വിലയും ഉണ്ടാകുമോ... ഇവനൊക്കെ എന്തിനാ കെട്ടണേ?” എന്നിങ്ങനെയും അഭിപ്രായങ്ങൾ പുറത്തുവരുന്നു.

ഇരുവരുടെയും മധ്യേ ദാമ്പത്യജീവിതംതന്നെ സംഭവ്യമായിട്ടില്ലെന്ന മട്ടിൽ കുടുംബജീവിതം നിർജ്ജീവമായി മാറി. സ്വർഗത്തിൽ വെച്ച് നടക്കുന്നു എന്നു കരുതി നടത്തിയ വിവാഹം നേരെ വിപരീതമായതിൽ അയ്യാച്ചാമിക്കും കമലത്തിനും അതിലുള്ള വിശ്വാസം ഇല്ലാതാവുകയും വെറുപ്പുളവാക്കുകയും ചെയ്തു.

കോവിലിൽ പോകുമ്പോഴൊക്കെ നടേശന്റെ കാഴ്ചയിൽ പതിക്കുന്ന ശില്പങ്ങൾ അവനെ പലവഴിക്കും സഞ്ചരിക്കാൻ പ്രേരിപ്പിച്ചു. പറഞ്ഞറിയിക്കാൻ പറ്റാത്ത വികാരങ്ങളെ ഉണർത്തി. മുകളിൽനിന്ന് തൂങ്ങിനിൽക്കുന്ന ചങ്ങലകൾ പല പല കാലങ്ങളുടെ കണ്ണികളായി പ്രതിഫലിച്ചു. വസന്തമണ്ഡപത്തിലെ തൂണുകളിൽ കൊത്തിവെച്ച ശൃംഗാര രസം തുളുമ്പുന്ന സ്ത്രീശില്പങ്ങളും സ്ത്രീപുരുഷ അനുരാഗം സ്പഷ്ടമാക്കുന്ന, തേരിൽ കൊത്തിവെച്ചിട്ടുള്ള സമ്പർക്കരൂപങ്ങളും മനസ്സിനെ വികാരനിർഭരമാക്കി. പക്ഷേ, അതെല്ലാം ഒരു സ്വപ്നം കണക്കെ മറന്നുകളയണമെന്ന് അവൻ ആഗ്രഹിച്ചു.

തിരഞ്ഞെടുക്കാൻ ശ്രമിക്കുന്ന മോഹവികാരം. എവിടെയെല്ലാമോ അലഞ്ഞു ക്ഷീണിതനായ നടേശന്റെ മനസ്സ് തോറ്റുമടങ്ങി. നല്ലണ്ണനെപോലുള്ളവരെ അഭിമുഖീകരിക്കാൻ ലജ്ജ തോന്നി. അവരുടെ ഓർമകളിൽ ഇന്നും താൻ തങ്ങി നിൽക്കുന്നുവോ... ഇല്ലയോ... എന്ന ആകുലത ഇടയ്ക്കിടെ ഉണരും. മറ്റ് വീടുകളിൽ ആഘോഷങ്ങൾക്കായി ചെല്ലുന്നതിൽപോലും സങ്കോചം തോന്നി.

നാട്ടിൽ എവിടെയും അവനെ കാണാൻ സാധിക്കാത്തവിധം അവൻ ജോലിക്കായി പലയിടങ്ങളിലും അലഞ്ഞ് നടന്നു. എന്നാലും ഇവിടെ നടക്കുന്ന മാറ്റങ്ങളെ അറിയേണ്ടത് അനിവാര്യമായി. തെരുവിൽ സൂചിയും നൂലും കൊണ്ട് തലയണ തുന്നിച്ചേർക്കാൻ പോയിരുന്നവർ ആ തൊഴിൽ ഉപേക്ഷിച്ചു. അതിൽ ചിലർ മുതലിറക്കി പേരൂർ കോവൈപുതൂർ കുനിയമുത്തൂർ ഭാഗങ്ങളിലായി സ്വന്തമായി കട തുടങ്ങി സമ്പാദിച്ചു.

ചെറിയ തോതിൽ വർക്ക്ഷോപ്പുകളും പണിപ്പുരകളും ഉൾനാട്ടിൽ വ്യാപിച്ചു വന്നു. ഇതൊക്കെ നോക്കി നടത്തുന്നവർ നടേശന്റെ അത്രപോലും വിദ്യാഭ്യാസം ഇല്ലാത്തവരാണ്. പൊടുന്നനെ തങ്ങളുടെ തൊഴിൽ പുരോഗതിയിൽ എത്തിക്കാനുള്ള വിദ്യകൾ അറിയുന്നവരായിരുന്നു അവർ.

തോട്ടത്ത് ദുരൈച്ചാമി നോട്ടമിട്ടിരുന്ന ആ ടീച്ചറെത്തന്നെ വിവാഹം

കഴിച്ച് വടക്ക് തെരുവിലെ വീട്ടിൽ കുടുംബം നടത്തി വരുന്നു. മുമ്പ് അയാൾക്ക് ചാർത്തിക്കിട്ടിയ മിരാസുധാർ എന്ന നാമവിശേഷം ഇപ്പോഴും പിന്തുടർന്നുവരുന്നു. അയാളുടെ കൈയാളുകളുമായി പ്രവർത്തിച്ചവർ ചാമിക്കണ്ണ് ഉൾപ്പെടെ രണ്ടുമൂന്നുപേർ മാത്രമേ അയാളോടുള്ള സഹ വാസം വേണ്ടെന്നന്നുവെച്ച് പോയിരുന്നുള്ളൂ.

ഗോവിന്ദച്ചാമിയുടെ മകൾ കലാവതിയെ പെണ്ണ് ചോദിച്ചെത്തിയ രാമപ്പന്റെ ശ്രമം വിഫലമായി. ഇസ്കൂലി പങ്കജം അവന്റെ മോഹ ങ്ങൾക്കൊക്കെ വഴങ്ങി അവനിൽനിന്നും പലതും നേടിയെടുത്ത് പിന്നീട് ഒന്നും നടന്നിട്ടില്ലെന്ന് ഭാവിച്ച് ടൗണിലുള്ള ഒരു സ്ഥിരം വരുമാനക്കാ രനെ വിവാഹം കഴിച്ച് അവിടെനിന്നും പോയി.

കലാവതിയെ ഇപ്പോഴൊക്കെ കാണാൻ കിട്ടുന്നത് അപൂർവ്വമായി ട്ടാണ്. അപ്രതീക്ഷതമായി കണ്ടാലും കണ്ടില്ലെന്ന മട്ടിൽ അവൾ പോകും. അവൾക്ക് പുറം നാട്ടിൽനിന്നാണ് ചെക്കനെ ശരിയാക്കിയത്, പക്ഷേ, അവൾ ഉൾനാട്ടിൽത്തന്നെ താമസമാക്കി.

ഹരിജന കോളനിയിൽനിന്നും കുമരപ്പൻ നടേശനെ അന്വേഷിച്ചു വീട്ടിൽ ചെന്നു. ഭവാനി അവനെ ശകാരിച്ച് തിരികെ അയച്ചു. അവന് സർക്കാർ ബസിൽ കണ്ടക്ടറായി ജോലി ലഭിച്ചതോടെ നല്ല ശമ്പളവും ഒരുവിധം സുഖസൗകര്യങ്ങളുമായി കഴിഞ്ഞുകൂടുന്നു. ആ കോളനിയിൽ ത്തന്നെ ടി വി, ഗ്യാസ് അടുപ്പ്, ഇരുമ്പ് കട്ടിൽ മുതലായ സൗകര്യങ്ങൾ അവന്റെ വീട്ടിൽ മാത്രമേ ഉണ്ടായിരുന്നുള്ളൂ. ഒരു കിടക്ക ഓഡർ നൽകാ നായാണ് നടേശനെ അന്വേഷിച്ച് ചെന്നതെന്നും അറിയാൻ കഴിഞ്ഞു.

ജാതിഭേദമെന്യേ എല്ലാവരോടും ഇടപഴകുന്നവനാണ് നടേശൻ എന്നത് പൊതുവായി എല്ലാവർക്കും അറിയാമായിരുന്നു. ഒരു സങ്കോചം ഇല്ലാതെ ആ കോളനിയിൽച്ചെന്ന് പണി ചെയ്ത് കൊടുക്കാം എന്ന് ഉറപ്പു നൽകുന്നവനായിരുന്നു. പീളമേട്, എട്ടിമട ഭാഗത്തുള്ള ഹോസ്റ്റലുകളിൽ കിടക്കകൾ നന്നാക്കാനുള്ള പണി ലഭിക്കുമെന്നറിഞ്ഞ് അവൻ അവി ടേക്കും പോയി. ചാമിക്കണ്ണിന്റെ മകനെയും ഈ ജോലിക്കായി കൂടെ ക്കൂട്ടി പഠിപ്പിക്കാം എന്ന് ആലോചിച്ചു. പക്ഷേ, മുമ്പുള്ളതുപോലെ ഇത് സ്ഥിരം ഇല്ലാത്ത ജോലി ആയതുകൊണ്ടും ക്ഷയിച്ചുകൊണ്ടിരിക്കുന്ന തൊഴിലായതുകൊണ്ടും അവനത് ഒഴിവാക്കി.

നാട്ടിലെ ചുറ്റുവട്ടമൊക്കെ മാറിക്കൊണ്ടിരിക്കുന്ന അവസ്ഥയിൽ താൻ മാത്രം വീട്ടിലെ ഉത്തരം നോക്കി കിണറ്റിലിട്ട കല്ല് കണക്കേ കിട ക്കുന്നു. അങ്ങനെ ചിന്തിച്ചുകൂട്ടുന്നത് അവനെ ദുഃഖിപ്പിച്ചു. അപ്പനമ്മ മാരെ കുറിച്ചുള്ള ഓർമകൾ നെഞ്ച് പിളർത്തുന്നു.

പൊന്നിയാകട്ടെ അവനോട് പങ്കുവെയ്ക്കാനായി പല സങ്കടങ്ങളും അടക്കിപ്പിടിച്ചിരുന്നു. പക്ഷേ, അവനെ ചെന്ന് കാണരുതെന്ന് ശാഠ്യം ഉള്ള തുപോലെ, ചെല്ലമുത്തു വീട്ടിൽത്തന്നെ ഇരുന്നു.

അനുജൻ ആറുമുഖനും വിവാഹശേഷം കുറച്ചുദിവസം മാത്രമേ അപ്പനമ്മമാരെ സംരക്ഷിച്ചിരുന്നുള്ളൂ. അവന്റെ ഭാര്യയുടെ ചൊൽപ്പടിക്ക് നടക്കുന്നവനായി അവനും മാറിയിരിക്കുന്നു.

‘‘നിങ്ങടെ ചേട്ടൻ ഇവിടെത്തന്നെയല്ലേ ഉള്ളത്? അവര് അപ്പനമ്മമാരെ നോക്കട്ടെ.. അവരും മകനല്ലേ. നിങ്ങൾ മാത്രം എന്തിന് ഇങ്ങനെ കഷ്ടപ്പെടണം. ഇതില്ലെങ്കിൽ ഇനിയൊരു ചേട്ടൻ ഉണ്ടല്ലോ നാട്ടിൽ തന്നെ. അവര് വന്ന് നോക്കട്ടെ...” എന്ന് അവന്റെ ഭാര്യ കൂടെക്കൂടെ പറഞ്ഞുകൊണ്ടിരുന്നു.

“ഈ വീട് നിങ്ങൾക്ക് മാത്രമായി എഴുതിവെക്കില്ലല്ലോ. കുറച്ച് പറമ്പും ഉണ്ടെന്ന് പറഞ്ഞില്ലേ. അതെങ്കിലും വിറ്റിട്ട് ആ കാശ് സ്വന്തമായിട്ട് ഒരു തൊഴിൽ ചെയ്യിൻ എന്ന് പറഞ്ഞ് തരുവോ? ഒരു ഉപകാരവുമില്ലാതെ നമ്മൾ എന്തിനാ ഇവർക്കുവേണ്ടി പാടുപെടുന്നത്...” എന്ന് ഭാര്യ ആറുമുഖത്തെ പിരികേറ്റിവിട്ടു.

ആറുമുഖം പാമ്പിന്റെ വായിൽ അകപ്പെട്ട തവള പോലെയായി.

ഇതിനിടയിൽ സുബ്രഹ്മണ്യന്റെ ഭാര്യയും അവളും തമ്മിൽ വാക്കുതർക്കം ആരംഭിച്ചിരുന്നു. ഈ വൈഷമ്യങ്ങൾക്കിടയിൽ പൊന്നിക്കും ചെല്ലമുത്തുവിനും അൽപം കഞ്ഞി കുടിക്കാൻപോലും സമാധാനമില്ലാത്ത അവസ്ഥയായി.

സഞ്ചി ചുരുട്ടി കൈയിൽ പിടിച്ച് തട്ടിയും മുട്ടിയും ചെല്ലമുത്തു ബസ് കയറി അങ്ങാടിത്തെരുവിലെ ജോലിക്കായി പോകുന്ന നിർഭാഗ്യകരമായ കാഴ്ച നടേശൻ കാണാൻ ഇടയായി. അനുജൻ ഈ വിധം അപ്പനമ്മമാരെ വേദനിപ്പിക്കുമെന്ന് അവൻ കരുതിയതേയില്ല. ചേട്ടനോടുള്ള അമർഷം ഇപ്പോൾ അനിയനിലേക്ക് തിരിഞ്ഞു. അമർഷം മാത്രം വെച്ചുകൊണ്ട് അവനോട് ചെന്ന് തർക്കിക്കുന്നതിൽ കാര്യമില്ല. തനിക്ക് സന്തുഷ്ടമായ ഒരു കുടുംബജീവിതം ഉണ്ടായില്ലെന്ന മനഃക്ലേശം തന്നിൽ അടക്കി അവിടെയും ഇവിടെയുമായി അലഞ്ഞുതിരിയുന്നു.

കഴിയുന്നത്ര ദൂരംവരെ അവൻ കാൽനടയായിത്തന്നെ പോകുന്നത് കണ്ട് സഹതപിക്കുന്നവരും ഉണ്ടായിരുന്നു.

“ഇത്രയും കാലമായിട്ടും ഒരു സൈക്കിൾ ചവിട്ടാൻ അവൻ പഠിച്ചോ? ഇല്ല.... കൂടെ പഠിച്ചവരൊക്കെ മക്കളെ സ്കൂട്ടറിലും മോപ്പട്ടുകളിലും ഇരുത്തി കൊണ്ടുപോയിവിടുന്നു. ഇവന്റെ ഉത്തരക്കടലാസു നോക്കി കോപ്പിയടിച്ച് പാസായവരാ അവരൊക്കെ. ഇതൊക്കെ പറഞ്ഞാ ആരെങ്കിലും വിശ്വസിക്കുമോ? ചാലിൽ വെള്ളം നെറഞ്ഞാമതി, അക്കരയ്ക്ക് പോവാൻ മടിക്കുന്നവനാ. ഇത്രയും കാലം നീന്താനും പഠിച്ചില്ല. ബീഡി, സിഗരറ്റ് എന്നിവ വലിച്ചാൽ ആരോഗ്യം കേടുവരും, ശ്വാസംമുട്ടും എന്നൊക്കെ ഉപദേശിക്കും. ബീഡി വലിക്കുന്നവർ അടുത്തുപോലും ഇരിക്കില്ല. അങ്ങനെയുള്ളവനാണ് മൂക്കടപ്പും ചുമയുമൊക്കെ വന്ന് അവസ്ഥപ്പെടുന്നത്.”

സർക്കാർ എംപ്ലോയ്മെന്റ് ഓഫീസിൽ ഇവന്റെ വിദ്യാഭ്യാസയോഗ്യതകളെ രേഖപ്പെടുത്തിവെച്ചിരുന്നു. സമയത്തിന് അത് പുതുക്കുകയും ചെയ്തിരുന്നു. എന്നിരുന്നാലും ഇതുവരെ ഒരിക്കൽപ്പോലും അഭിമുഖ

ത്തിനുള്ള കത്തൊന്നും വന്നില്ല. ആ നിരാശയിൽ ഇതൊന്നും വിശ്വസിച്ചിട്ട് ഒരു കാര്യമില്ല എന്ന വിരസതമാത്രം അവശേഷിച്ചു.

വടക്ക് തെരുവിലെ പൊന്നുചാമി ഇവന്റെ കുടുംബപ്രശ്നങ്ങൾ അറിഞ്ഞ് അത് പരിഹരിക്കാൻ പിന്തുണയുമായി ഇടയ്ക്കിടെ വരുമായിരുന്നു. ചില സ്ഥലങ്ങളിലേക്ക് വിളിച്ചുകൊണ്ടുപോയി പല ആശയങ്ങൾ പകർന്നുകൊടുത്തു. പക്ഷേ, ഇവൻ അതൊന്നും പ്രയോഗിക്കാനായി മുതിർന്നില്ല. സങ്കോചം ഒരു വേട്ടയാടുന്ന പിശാച് കണക്കെ അവന്റെ പുറകെക്കൂടി അവനെ പിന്നോട്ട് വലിച്ച് വീഴ്ത്തുന്നു.

വിവാഹം പോലുള്ള ആഘോഷങ്ങൾക്കായി പല വീട്ടുകാരും പുതിയ തലയണ, കിടക്കയ്ക്ക് ഓർഡർ നൽകുമ്പോൾ മുമ്പൊക്കെ പ്രത്യേക ശ്രദ്ധയോടുകൂടി ചെയ്തുകൊടുത്ത ദിവസങ്ങൾ ഓർമയിൽ തെളിയും. മാനത്ത് പറന്നുനടക്കും മേഘങ്ങൾപോലെ എത്ര പഞ്ഞിക്കെട്ടുകളെ ഓർമയിൽ ചുമക്കാൻ സാധിക്കും. കാലം തെളിക്കും വഴിയേ ജീവിതം പോകുന്നതും നിഷേധിക്കാൻ കഴിയാത്ത യാഥാർത്ഥ്യമാണ്.

മരണവീടുകളിൽ ദുഃഖത്തിൽ പങ്കുചേരാതിരിക്കാൻ സാധിക്കില്ലല്ലോ. ക്ഷൗരം ചെയ്യാത്ത മുഖത്തോടെയും ക്ഷീണിച്ച കണ്ണുകളോടെയും മെലിഞ്ഞ് തളർന്ന ശരീരത്തോടെയും നടേശനെ കാണുന്നവർ തങ്ങളുടെ ദുഃഖം മറന്നുപോകും. ശവം അടക്കിനായി ശ്മശാനത്തിലേക്ക് കൊണ്ടുപോകുന്നതിനിടെ മരണപ്പെട്ടവർ ഉപയോഗിച്ചിരുന്ന പായയും തലയണയും ഒരു വശത്ത് ഉപേക്ഷിച്ച് പോകുന്നത് പതിവാണ്. അത് കാണുമ്പോൾ മരണപ്പെട്ടവർ രോഗാവസ്ഥയോടെ പായയിൽക്കിടന്ന് അനുഭവിച്ച ബുദ്ധിമുട്ടുകൾ അവന്റെ ചിന്തകളിൽ ഓടിയെത്തി വലിഞ്ഞുമുറുക്കും. അതുപോലെ ഈ തലയണ നിർമ്മിച്ചവന്റെ ജീവിതം ഇനി ഏത് അവസ്ഥയിലായിരിക്കുമോ... എന്തോ....

“മനുഷ്യശരീരമേ നീ കാറ്റുനിറച്ച സഞ്ചിയാ. ദേഹമേ ഇത് കപടമാണ്” എന്ന് മുനിവരന്മാർ പാടിവെച്ചതിൽ എല്ലാറ്റിനും അർത്ഥവും വ്യാഖ്യാനവും ഉണ്ടെന്ന് പുതിയൊരു വെളിപാട് കണ്ടെത്തിയവനെ പോലെ സ്വയം അഭിമാനിക്കും.

നടേശന് ഭാര്യയുമായി സുഗമമായ ബന്ധം ഇല്ലെന്ന കാര്യം കമലത്തിനും അയ്യാച്ചാമിക്കും മാത്രമല്ല ഭാഗ്യത്തിനും ചാമിക്കണ്ണിനും വിഷമം ഉണ്ടാക്കി. ഇക്കാര്യം പതിയെ പതിയെ പല വീഥികളും കടന്ന് ആൽമരത്തിണ്ണയിലും എത്തി. അതൊരു പൊതുചർച്ചാവിഷയമായി.

എന്തിനും ഏതിനും പഞ്ചായത്ത് കൂടുന്ന കൃഷ്ണൻ “ഞാൻ വേണങ്കി അവരെ വിളിച്ച് എന്താ ഏതാണെന്ന് അന്വേഷിക്കട്ടെ” എന്ന് അപ്പണ്ണനോട് ചോദിച്ചു.

“തനിയെ പഴുത്തില്ലെങ്കിൽ വടികൊണ്ട് തല്ലി പഴുപ്പിക്കണം. അറിയില്ലേ? നമ്മുടെ ദുരൈച്ചാമി ചേട്ടൻ ഇക്കാര്യത്തിൽ കേമനാ. എങ്ങനെ എന്ന് ചോദിക്ക്. ഞാൻ പറയാം. ആ ടീച്ചർ ആള് സുന്ദരിയാ. ഈ മുതലാളിയുടെ കണ്ണിൽപ്പെടാതെ ഭദ്രമായി സ്കൂളിലേക്കുപോയും വന്നും ഇരുന്നു.

പക്ഷേ, ഇയാള് പുലിയല്ലേ... എങ്ങനെയോ പിന്നാലെ നടന്ന് അവളെ വളച്ചെടുത്തു. താലിയും കെട്ടി ഭാര്യയാക്കി. വിവാഹശേഷം കായായി ഇരുന്നവളെ എങ്ങനെ പഴുക്കാൻ വെച്ചെന്ന് കണ്ടില്ലേ... തനിയെ പഴുക്കാത്തതിനെ തല്ലി പഴുപ്പിച്ചു. ഇതാണ് അയാളുടെ ഒരു സാമർത്ഥ്യം.. കണ്ടോ.."

കൃഷ്ണന്റെ അഭിപ്രായത്തിന് മറുപടി പറയാതെ മൂളിക്കേട്ടുകൊണ്ടിരുന്ന അപ്പണ്ണന് ഹരിജൻ കോളനിയിൽവെച്ച് വടിയെടുത്ത് തല്ലാനായി ഓടിച്ച സംഭവം ഓർമയിൽ വന്നു.

"ഓ ശരി.... ഇപ്പോ ഈ അടിയുടെയും വടിയുടെയും കാര്യമൊക്കെ എന്തിനാ? എന്നോട് പറയുന്നത്." എന്ന് കൃഷ്ണൻ ചോദിച്ചു.

"എന്താടാ ഇത്. നമ്മുടെ ചാമിക്കണ്ണിന്റെ അളിയൻ ഭാര്യയുമായി സ്വരച്ചേർച്ച ഇല്ലാതെ ബ്രഹ്മചര്യവ്രതമെടുത്ത് നടക്കുകയല്ലേ... എന്തൊക്കെ ന്യായം പറഞ്ഞാലും അവനെ അതുപോലെ ഒന്ന് ഉപദേശിച്ച് നേരെയാക്കായിരുന്നില്ലേ..."

"നീ വേണങ്കീ പറ."

"എവിടെയെങ്കിലും വെച്ച് കാണും. അപ്പൊ പറയാം."

"അവന്റടത്ത് പോയി വടി കടി എന്നൊക്കെ പറഞ്ഞ് പേടിപ്പിക്കല്ലേ.... ചെക്കൻ വഴക്കുന്ന കേസാ."

"എന്താ വഴക്കുന്ന കേസ്സോ! അവനേക്കാൾ ഇളയതുകളൊക്കെ മരുമകളെ എടുക്കാറായി." കുറച്ചകലെ നല്ലണ്ണൻവരുന്നതുകണ്ട് അവരുടെ സംസാരം നിലച്ചു.

സന്ധ്യാകിരണങ്ങൾ കോവിലിൻനടയിൽ മകരന്ദകണംപോലെ ചിതറിക്കിടക്കുന്നതുകണ്ട് കൊട്ടയുമെടുത്ത് അദ്ദേഹം നന്ദനത്തിനകത്ത് ചെന്നു. രണ്ടുദിവസമായി പൂപറിക്കാത്തതുകൊണ്ട് അവയെല്ലാം ചെടിയിലും വള്ളിയിലുമായി തൂങ്ങിക്കിടക്കുന്നു. അത് കാണുമ്പോഴൊക്കെ ആ നാട്ടിലെ കുരുന്നുമക്കളുടെ മുഖമാണ് അദ്ദേഹത്തിന്റെ ഓർമയിൽ വരുന്നത്. ഒരുവശത്ത് ശീമത്തെങ്ങിൻ തൈകൾ ആളുയരത്തിലേക്ക് വളർന്ന് നിൽക്കുന്നു. വടക്കുകിഴക്ക് ജലമൂലയിൽ മുല്ലപ്പൂവള്ളികൾ പടർന്നുപന്തലിച്ച് വെൺമുത്തുകൾപോലെ, പുഷ്പിച്ച് പുഞ്ചിരി തൂകി നിൽക്കുന്നു. അവിടെനിന്നും കുറച്ച് പടിഞ്ഞാറുഭാഗത്തേക്ക് ചെന്നാൽ പിഞ്ചുകുഞ്ഞിനെ എന്നപോലെ ഒരു തോട്ടവാഴ അദ്ദേഹത്തെ നോക്കി സ്നേഹം ചൊരിഞ്ഞ് നിൽക്കുന്നു.

അദ്ദേഹം നടേശനെ ഓർത്തു. കുറച്ചുദിവസങ്ങൾക്കുമുമ്പ് എവിടെയോനിന്ന് കിട്ടിയ തൈയാണെന്ന് പറഞ്ഞ് അവനാണ് ഇത് കൊണ്ടുവന്നു നട്ടുപിടിപ്പിച്ചത്. ചുവന്ന നിറമുള്ള കൈപ്പത്തി നീട്ടി തന്റെ പക്കൽ നിൽക്കുന്നവർക്ക് എന്തോ നൽകുന്നതുപോലുള്ള അതിന്റെ രൂപം പവിത്രമായിരുന്നു.

ഈ വാഴ യഥാസമയത്ത് പുഷ്പിക്കും. പക്ഷേ, അവ കായ്ക്കുകയില്ല. അതിന്റെ ഇലകൾ ഭക്ഷണം കഴിക്കാനായി ഉപയോഗിക്കാം.

സ്നേഹപൂർവ്വം അവയെ നോക്കിക്കൊണ്ട് അദ്ദേഹം നന്ദവനത്തിൽ നിന്നും പുറത്തേക്ക് കടന്നു. പൂക്കുട്ട നിറഞ്ഞിരുന്നു.

നടേശനുമായി യാതൊരു അടുപ്പവും പുലർത്താത്ത ഭവാനിയുടെ പെരുമാറ്റം അവളുടെ അച്ഛനമ്മമാരെ ഏറെ വിഷമിപ്പിച്ചു. അവൾക്ക് താഴെയുള്ള രണ്ട് പെൺകുട്ടികളും വയസ്സറിയിച്ച് നിൽക്കുന്നു. പക്ഷേ, വരുന്ന ആലോചനകൾപോലും ആ മൂത്തവളുടെ സ്വഭാവം കാരണം വൈകുന്നുവെന്ന് പരോക്ഷമായി മനസ്സിലായി.

നേരം പുലരുമ്പോൾ ഏത് വാർത്ത കേൾക്കും എന്ന അസ്വസ്ഥത യോടെയാണ് കമലം കണ്ണുതുറക്കുക. കിട്ടുന്ന വരുമാനം അച്ഛനമ്മമാർക്ക് നൽകുന്നതല്ലാതെ വീട്ടിലേക്ക് ഒന്നും തരാറില്ല എന്ന തന്റെ ഭർത്താവി നെക്കുറിച്ചുള്ള പരാതി വലിയ കുറ്റമെന്ന മട്ടിൽ പറഞ്ഞ് നടന്നു ഭവാനി.

"നാലാളുടെ മുമ്പിൽവെച്ച് അവനെ നാണം കെടുത്തുമല്ലോ ആ പെണ്ണ്. നിങ്ങളെങ്കിലും അവരെ ഇങ്ങോട്ടുവിളിച്ച് ഒരു തീരുമാനം ഉണ്ടാക്കി അയച്ചുവിടീൻ..." കമലം പറഞ്ഞു.

അത് കേട്ടപ്പോൾ അയ്യാച്ചാമിയുടെ അസ്വസ്ഥത വർദ്ധിച്ചു.

പൊണ്ണുച്ചാമിയുടെ വീട്ടിലേക്ക് നടേശനെയും ഭവാനിയെയും വിളി ച്ചുവരുത്തി സന്ധി സംഭാഷണം നടത്തി. ഭവാനിയുടെ പക്ഷം സംസാ രിച്ചവർ നടേശനെ കുറ്റപ്പെടുത്തുകയും ശകാരിക്കുകയും ചെയ്യുന്നതു കേട്ട് അയാൾക്ക് സങ്കടം തോന്നി. കമലം ഇതൊന്നും താങ്ങാനാവാതെ അവനുവേണ്ടി കണ്ണുനീർ ഒഴുക്കി. പൊണ്ണുച്ചാമിക്ക് മാത്രമേ നടേശനോട് സഹതാപം തോന്നിയുള്ളൂ. അയാൾ സമാധാനപരമായി ഇടപെടാൻ ശ്രദ്ധിച്ചു.

"ഞാനല്ലാതെ എന്റെ അപ്പനെയും അമ്മയെയും നോക്കാൻ വേറെ ആരുമില്ലല്ലോ...." എന്ന ദുഃഖം മാത്രമായിരുന്നു നടേശന്!

പതിനഞ്ച്

നടേശൻ വീട്ടിലേക്ക് തിരിച്ചെത്തിയപ്പോഴേക്കും രാത്രി ഏറെ വൈകിയിരുന്നു. വിളക്ക് കെടുത്തി ഭവാനി കിടന്നുവെന്നു മനസ്സിലാക്കിയ നടേശൻ അവളെ വിളിച്ചുനോക്കി. പ്രതികരണം ഉണ്ടായില്ല. വാതിലും തുറന്നില്ല. ഈ കുടുംബത്തിന്റെ അസ്വാരസ്യത്തെപ്പറ്റി സമീപവാസികൾക്ക് അറിയാവുന്നതുകൊണ്ട് ഈ ഇരുട്ടിൽ മുറ്റത്തു നിന്നുകൊണ്ട് വിളിക്കുന്നത് ഉചിതമായി തോന്നിയില്ല. താൻതന്നെ കുടുംബത്തെ നാണം കെടുത്തുന്നത് ശരിയല്ലല്ലോ. അതുകൊണ്ട് തിണ്ണയിൽത്തന്നെ കിടന്നു. എവിടെയോ പതിഞ്ഞ സ്വരത്തിൽ മുറിവേറ്റ ഒരു പക്ഷി ചിലയ്ക്കുന്നത് കേട്ടു.

നേരം പുലർന്നതും അവളോട് കാര്യം ചോദിച്ചു. പക്ഷേ, കൃത്യമായ മറുപടി ഒന്നും ലഭിച്ചില്ല. “ഞാനും ഇതുപോലെ നേരം വൈകി തെണ്ടിത്തിരിഞ്ഞ് വന്നാൽ നീയും വാതിൽ തുറക്കണ്ടാ” എന്നവൾ വെറുപ്പോടെ അറിയിച്ചു.

അവനോടുള്ള അവളുടെ പെരുമാറ്റം മോശമായിക്കൊണ്ടിരുന്നു. ഭക്ഷണം പാചകം ചെയ്യുന്നത് ഇല്ലാതായി. എന്തെങ്കിലും ചോദിച്ചാൽ, “നീ അധ്വാനിച്ച് ഇവിടെ വല്ലതും കൊണ്ടുവന്നാ ഉണ്ടാക്കി വെക്കാൻ” എന്ന് തിരിച്ചു ചോദിക്കും. വിശപ്പോടുകൂടി അവൻ ജോലിക്കായി പുറപ്പെട്ടു. ഇതൊന്നും അവന് വലിയ പ്രശ്നമായി തോന്നുന്നില്ല. ഇടയ്ക്കിടെ ഇങ്ങനെ പട്ടിണി കിടക്കുന്നത് ഒരു ശീലമായി മാറിയിരിക്കുന്നു. അതുപോലെ തന്റെ അപ്പനമ്മമാരുടെ വിശപ്പിന് ആരെങ്കിലും എന്തെങ്കിലും കൊടുത്തോ ഇല്ലയോ എന്ന മനഃക്ലേശം അവനെ അലട്ടിക്കൊണ്ടിരുന്നു.

“എന്താടാ നീ ഇങ്ങനെ ക്ഷീണിച്ചുപോയത്. നിന്റെ ഈ തൊഴിൽ നിന്നെ ഒരു രോഗിയാക്കിയല്ലോ.... നീ ഈ പണിവിട്ടിട്ട് വേറെ വല്ല

പണിക്കും പോകുന്നതാ നല്ലത്." അങ്ങാടിത്തെരുവിൽ വെച്ചുകണ്ട ദേവരാജൻ ഉപദേശിച്ചു.

അവൻ തലയാട്ടി, സൂചിയും നൂലുമായി കടകൾ തോറും കയറിയിറങ്ങി.

ദണ്ഡപാണി മുഖേന നടേശന്റെ അവസ്ഥയറിഞ്ഞ ചട്ടിയുരുട്ടിയപ്പൻ ആ ഭ്രാന്തന്മാരെയൊക്കെ ആ വീട്ടിൽതന്നെ ഇരുത്തിയിട്ട് അപ്പനമ്മമാർക്ക് പോലും ചോറു കൊടുക്കാണ്ട് എന്താണു ചെയ്യുന്നത്? എന്ന് ദേഷ്യപ്പെട്ടു. തന്നാൽ കഴിയുന്ന സഹായം ചെയ്യാനും അയാൾ തയ്യാറായി. അവൻ ഇതുവരെ ആരോടും സഹായം ചോദിച്ച് കൈനീട്ടിയിട്ടില്ല. ചെറുപ്പത്തിൽ അവൻ എങ്ങനെ മറ്റുള്ളവരെ സഹായിച്ചോ അതുപോലെ തന്നെയാ ഇപ്പോഴും- ദണ്ഡപാണി വ്യക്തമാക്കി. അത് കേട്ടതും അവർക്ക് എവിടെ ടാ ഭഗവാൻ നല്ല വഴി കാട്ടുന്നെ? എന്ന് കോവിലിലേക്ക് നോക്കി പറഞ്ഞുകൊണ്ട് മനോവിഷമത്തോടെ ചട്ടിയുരുട്ടിയപ്പൻ പോയി.

ദിവസങ്ങൾ കടന്നുപോകുന്തോറും നടേശന്റെ ആരോഗ്യസ്ഥിതി ക്ഷയിച്ച്, അവൻ മെലിഞ്ഞ് വരുന്നതറിഞ്ഞ് അമ്മയുടെ മനസ്സ് ഇടറി. മകനെ തേടി വന്ന അവരുടെ കണ്ണുകൾ ഈറനണിഞ്ഞു. അവർ അവനെ തൊട്ടുതലോടി. സുഖവിവരങ്ങൾ അന്വേഷിച്ചു. അത് നടേശന് അൽപം ആശ്വാസം നൽകിയെങ്കിലും അമ്മ പറഞ്ഞിട്ടു പോയ കാര്യങ്ങൾ കറ്റാർവാഴയുടെ മുള്ള് കണക്കേ കുത്തി വേദനിപ്പിച്ചു.

പത്തുപതിനഞ്ച് ദിവസമായി സുബ്രഹ്മണ്യൻ വീട്ടിലേക്ക് ചെന്നിട്ടില്ല. എവിടേക്ക് പോയെന്നും അറിയില്ല. ഇക്കാര്യം ആരോടു പറയും. എങ്ങനെ കണ്ടെത്തും എന്നറിയാതെ അവന്റെ ഭാര്യ വിഷമിച്ചിരിക്കയാണ്.

അവൻ നാട് മുഴുവൻ കടം വാങ്ങിയതിനാൽ ശല്യം വർദ്ധിച്ചു. ഏത് സമയത്തും അവനെ തൂക്കിയെടുത്ത് കൊണ്ടുപോകാൻ ആളുകൾ അന്വേഷിച്ച് വരുന്നതുകൊണ്ട് തൽക്കാലം കുറച്ച് നാളുകൾ മറഞ്ഞിരിക്കാമെന്ന് കരുതി പോയതാണോ? അതോ അവന്റെ വഞ്ചനയ്ക്ക് ഇരയായവർ അവനെ വല്ലതും ചെയ്തിരിക്കുമോ? ഒന്നും മനസ്സിലാകുന്നില്ല.

"പൊലീസ് സ്റ്റേഷനിൽ ഒരു പരാതി കൊടുക്കുന്നത് നല്ലതാണ്. പിന്നീട് എന്തുകൊണ്ട് നേരത്തേ പരാതി തന്നില്ലെന്ന് ചോദ്യം വരും. അവർ അവനെ എവിടെയെങ്കിലുംപോയി തിരഞ്ഞ് കണ്ടുപിടിക്കും. പോകുമ്പോ ഒന്ന് പറഞ്ഞിട്ട് പോയതാണെങ്കിൽ ഒരു സമാധാനം ആയേന്നെ. ഇങ്ങനെ ചെയ്താൽ എന്ത് ചെയ്യാൻ കഴിയും."

സുബ്രഹ്മണ്യയുടെ അമ്മായിയപ്പനും നല്ലണ്ണനും ഇക്കാര്യം അന്വേഷിക്കാനായി എത്തി. അവർക്കും ഇതിന്റെ ആശയക്കുഴപ്പമുണ്ട്. "കുട്ടികളെയും വെച്ചുകൊണ്ട് സുബ്രഹ്മണ്യന്റെ ഭാര്യ എത്ര ദിവസം ഇങ്ങനെ ഒറ്റയ്ക്ക് കഴിയും? അവരെയും കൂട്ടി അമ്മായിയപ്പൻ തന്റെ വീട്ടിലേക്ക് പോയി. അവനെ ഒരു ചെട്ടിപ്പെണ്ണുമായി മേട്ടുത്തോട്ടിൽ കണ്ടെന്ന് അപ്പണ്ണൻ വന്ന് പറഞ്ഞ കാര്യം നിഷ്പക്ഷമായി തള്ളിക്കളയാൻ പറ്റില്ല.

എന്നാൽ വിശ്വസിക്കാനും വയ്യ. .. മനസ്സ് സമ്മതിച്ചില്ല. ചുണ്ടക്കാമുത്തൂരിൽ പോയി അവനെക്കുറിച്ച് അന്വേഷിക്കാനായി പുറപ്പെട്ടു. ബസ്സ്റ്റാൻഡിനരികെ ഭർത്താവിനോടൊപ്പം മുറുക്ക് കച്ചവടത്തിൽ മുഴുകിയിരിക്കുന്ന ചെട്ടിപ്പെണ്ണിനെ കാണാൻ കഴിഞ്ഞു.

"എല്ലാവരോടും പഴകുന്നപോലെ തന്നെയാ ഈ ചേട്ടനോട് പഴകിയത്.. അല്ലാണ്ട് നിങ്ങൾ വിചാരിക്കുന്നതുപോലെ അയാൾക്കും എനിക്കുമിടയിൽ ഒന്നുമില്ല. ഞാൻ അയാളെ കണ്ടിട്ട് മൂന്ന് കൊല്ലത്തിലേറെയാവും." എന്നുപറഞ്ഞ് അവൾ ഒഴിഞ്ഞുമാറി.

ഈ പ്രശ്നങ്ങളൊക്കെ ഉണ്ടാകാൻ കാരണം ചെല്ലമുത്തുവിന്റെ വീട്ടിലേക്ക് താമസം മാറ്റിയതാണ് എന്ന് സുബ്രഹ്മണ്യന്റെ ഭാര്യ പറഞ്ഞു.

"ഏതെങ്കിലും കോവിലിൽ പോയി പ്രാർത്ഥിക്കൂ... മനസ്സിന് ഇത്തിരി ആശ്വാസം കിട്ടും." നടേശൻ ചേട്ടത്തിയമ്മയെ ആശ്വസിപ്പിച്ചു. "കഴിഞ്ഞുപോയ തലമുറയിലെ ഒരു പെൺകുട്ടിയുടെ ശാപം ഈ വീടിന് ഏറ്റിട്ടുണ്ട്. അതിന് ഹോമം ചെയ്ത് ശാപം ഇല്ലാതാക്കണം അതാണ് പരിഹാരം." എന്ന് പെരുന്തുറയുടെ സമീപത്തുള്ള കൂണംപട്ടി കോയിലിൽവെച്ച് സ്വാമി പറഞ്ഞതായി നടേശൻ ഭാഗ്യ ചേച്ചിയോട് പറഞ്ഞു. പക്ഷേ, അവൾക്ക് ഇതിൽ വിശ്വാസമില്ല. അനുജത്തി ധനലക്ഷ്മിക്ക് താൻ ജനിച്ച വീടിന്റെ അവസ്ഥ നേരിൽ കണ്ടപ്പോൾ സഹിക്കാനായില്ല.

"അപ്പനെയോ അമ്മയെയോ ആരെങ്കിലും ഒരാളെ ഞാൻ കൊണ്ടുപോയി നോക്കാം" എന്ന് യാചിച്ചു നോക്കി. പക്ഷേ, നടേശൻ അതിന് സമ്മതം മൂളിയില്ല.

അതിനിടയിലാണ് ആറുമുഖം നൈറ്റ് ഷിഫ്റ്റ് കഴിഞ്ഞ് വീട്ടിലേക്ക് തിരിക്കുംനേരം കാല് തെറ്റി താഴേക്കുവീണ് ആശുപത്രിയിലായത്. ഇടുപ്പിനും മുതുകിനും സാരമായ പരിക്കുണ്ട്. എല്ല് പൊട്ടിയിട്ടുണ്ടാവും. വേറെ എവിടെയെങ്കിലും എന്തെങ്കിലും പറ്റിയിട്ടുണ്ടോന്ന് എക്സ്റേ, സ്കാൻ എല്ലാം ചെയ്തുനോക്കിയാലേ അറിയാൻ കഴിയൂ. നടേശൻ പരിഭ്രാന്തനായി. ദണ്ഡപാണിയെപ്പോലുള്ളവർ സഹായത്തിനായി എത്തി.

ആറുമുഖത്തിന്റെ നിലവിളിയും അവന്റെ ഭാര്യയുടെയും മക്കളുടെയും കരച്ചിലും ഡോക്ടർമാർ ഒട്ടും വകവെച്ചില്ല. ഏത് അപകടമായാലും ഞങ്ങളെക്കൊണ്ട് ചെയ്യാൻ കഴിയുന്നതേ ചെയ്യൂ എന്ന മട്ടിലാണ് അവരുടെ പെരുമാറ്റം. നടേശൻ എല്ലാം നേരിൽ കാണുന്നുണ്ടായിരുന്നു. ഇംഗ്ലീഷ് ചികിത്സാവിധിയിൽ ഇതുപോലുള്ള ചികിത്സാരീതികൾ വേണ്ടെന്ന് വെക്കാൻ സാധിക്കാത്തതുകൊണ്ട് ആ പരിചരണം തേടി.

തൊഴിലാളി ക്ഷേമനിധി, അപകടം ആശ്വാസനിധി എന്നിവയൊന്നും ആറുമുഖത്തിന് ലഭിച്ചില്ല. സംഭവം നടന്നത് ജോലിചെയ്തുകൊണ്ടിരിക്കുമ്പോൾ അല്ല. ജോലി സമയം കഴിഞ്ഞ് വീട്ടിലേക്ക് തിരിക്കുമ്പോഴാണ്. വാഹനം ഇടിച്ചുണ്ടായ അപകടവും അല്ല. ഒരു യന്ത്രത്തിലും ശരീരഭാഗങ്ങൾ കുടുങ്ങിയിട്ടില്ല. എന്നിങ്ങനെയുള്ള നിയമങ്ങളൊക്കെ ഒരു വൻമതിൽപോലെ അവന് എതിരായി നിന്നു. തടസ്സങ്ങളൊക്കെ മറിക

ടന്ന് അവന്റെ കണ്ണുനീർ തുടച്ചുമാറ്റാനും കഷ്ടങ്ങൾ തീർക്കാനും ഒരു വഴിതുറക്കും എന്ന പ്രതീക്ഷയും അസ്തമിച്ചു. “ആശുപത്രി ചികിത്സ കഴിഞ്ഞ് അവൻ ആരുടെയും സഹായമില്ലാതെ ഒറ്റയ്ക്ക് നടക്കാനാകുമ്പോൾ മില്ലിലേക്ക് വന്നാൽ മതി. അപ്പോഴത്തെ അവന്റെ സ്ഥിതി നോക്കിയിട്ട് ജോലി തരാം.” എന്ന് മില്ലുടമ പരോക്ഷമായി പറഞ്ഞു. ആറുമുഖത്തിന് നട്ടെല്ലിനും ഇടുപ്പെല്ലിനും മധ്യേ ശക്തമായി അടിയേറ്റതുകൊണ്ട് പൂർണ്ണമായും സുഖം പ്രാപിക്കാൻ കഴിയില്ല. മേജർ ഓപ്പറേഷൻ വേണ്ടിവരും. പക്ഷേ, അതിനിപ്പോൾ സാധിക്കില്ല. അതിനുള്ള വലിയ തുക ശരിയാക്കിയശേഷം അതിനുള്ള ചികിത്സ തേടാനായി വിദഗ്ധ ഡോക്ടർ നിർദ്ദേശിച്ചു.

അവൻ ആശുപത്രിയിൽ കാത്തുകിടന്ന് സഹായിക്കുന്നതും ഡോക്ടർമാരെ കാണാനായി ഓടിനടക്കുന്നതും ഭവാനിക്ക് അസഹ്യമായ കാഴ്ചയായിരുന്നു. താടിയും മുടിയും വളർന്ന് ആറുമുഖത്തിന്റെ രൂപം മാറിക്കൊണ്ടിരിക്കുന്നു. അവന്റെ അവസ്ഥ കണ്ട നടേശന് തന്റെ കഷ്ടപ്പാടുകളൊന്നും അത്ര പ്രയാസമുള്ളതല്ലെന്ന് തോന്നി.

കിടക്കുന്ന സമ്പാദ്യം അനുജന്റെ കുടുംബത്തിനും അപ്പനമ്മമാർക്കും ചെലവാക്കി കൈയിൽ ഒന്നുമില്ലാതെ വീട്ടിലേക്ക് കയറിച്ചെല്ലുന്ന നടേശനെ വളരെ രൂക്ഷമായി വിമർശിക്കുകയും ശകാരിക്കുകയും ചെയ്തിരുന്നു ഭവാനി.

“അവർക്ക് ചെല്ലിനും ചെലവിനും കൊടുക്കുമ്പോൾ ഇവിടെ കെട്ടിയോൾ ഒരുത്തിയുണ്ടല്ലോ എന്ന് ഓർക്കണം. അവർക്ക് അരവയർ കഞ്ഞി കുടിക്കാൻ വല്ലതും കൊടുക്കണം. അതിനുള്ള ഉളുപ്പ് കുറച്ചെങ്കിലും മനുഷ്യനുണ്ടാകണം.”

“എനിക്ക് മനസ്സ് കേട്ടില്ല. നാളേയ്ക്ക് പൈസ കിട്ടും. വേണ്ട അരിയും പരിപ്പുമൊക്കെ വാങ്ങിച്ചു തരാം.”

“ഓ... ഇപ്പോ.... പിന്നെ ഏതു മുഖം വെച്ചിട്ടാണ് തിന്നാനായി വന്നത്? അവിടേക്കുതന്നെ പൊയ്ക്കൂടേ? ഇല്ലെങ്കിൽ ഒരു ചട്ടിയെടുത്ത് പോയി ഭിക്ഷ യാചിക്കൂ.” അവളുടെ വാക്കുകൾ സഹിക്കാവുന്നതിനും അപ്പുറമായിരുന്നു.

നടേശൻ എഴുന്നേറ്റ് അവളെ തല്ലാനായി കൈയോങ്ങി.

“എന്നെ തൊട്ടുപോകരുതെന്ന് പറഞ്ഞിട്ടില്ലേ. മറന്നോ... എന്ത് ധൈര്യത്തിലാ എന്റെ അടുത്തേക്ക് വരുന്നത്. നിങ്ങളുടെ കൈവിരൽ എന്റെ ദേഹത്ത് പെട്ടാൽ ഞാൻ മണ്ണെണ്ണയിൽ കുളിച്ച് ചാവും” അവളുടെ വാക്കുകൾ അവൻ വിറങ്ങലടിച്ച് നിന്നു.

ഇത്രയും ചെയ്തത് പോരാഞ്ഞ് ഇനി അവൾ ഇങ്ങനെയൊരു കാര്യം കൂടി ചെയ്ത് കൊലപാതകിയാക്കി അഴിക്കുള്ളിൽ ആക്കാനും മടിക്കില്ലെന്ന്, അവന് വ്യക്തമായി. ഒട്ടും താമസിക്കാതെ ജ്യേഷ്ഠത്തിയെയും അളിയനെയും വിളിച്ച് നടന്ന സംഭവങ്ങൾ വിവരിച്ചു. കമലം സ്തംഭിച്ചു നിന്നുപോയി.

"നീ മര്യാദയ്ക്ക് ഇരിക്കുമായിരുന്നെങ്കിൽ അവൾ എന്തിന് ഈ അവസ്ഥയിലേക്ക് പോകുന്നത്. കുടുംബം നോക്കാൻ കഴിവില്ലെങ്കിൽ പോയി തുലഞ്ഞു കൂടെ..." അയ്യാച്ചാമി നടേശന്റെ നെഞ്ചിലേക്ക് തീ കോരിയിട്ടു.

"കുറച്ച് സമാധാനത്തിൽ സംസാരിക്കീന്നു. വായിൽ തോന്നിയത് വിളിച്ചു പറയല്ലേ... അവൻ പാവം എന്തു ചെയ്യും?" അയ്യാച്ചാമിയോട് ദേഷ്യപ്പെട്ട് കമലം നടേശനെയും കൂട്ടിക്കൊണ്ട് ഭവാനിയുടെ അടുത്തേക്ക് ചെന്നു. "നീ എന്തു വിചാരിച്ചിട്ടാടി.... ഇങ്ങനെയൊക്കെ ചെയ്യുന്നത്? നിനക്ക് ഒരു കുടുംബം നടത്തണമെന്നുണ്ടോ?... ഇല്ലയോ?... രണ്ടിൽ ഒന്ന് തീരുമാനിക്ക്" തലതല്ലി കരഞ്ഞുകൊണ്ട് അവൾ തന്റെ ആവലാതി പറഞ്ഞു.

"ഇങ്ങനെയുള്ള വിചാരമുള്ളവളെ എങ്ങനെ വിശ്വസിക്കും ഞാൻ... ആത്മഹത്യക്ക് ശ്രമിക്കില്ല. അങ്ങനെ ഞാൻ ചെയ്താലും അതിനും എന്റെ കെട്ടിയോൻ ഉത്തവാദിയല്ല എന്ന് എഴുതി ഒപ്പിട്ട് വാങ്ങിച്ചു തരണം. ഇല്ലെങ്കിൽ ഇവൾ എന്നെ വേറെ വല്ല വലിയ കുരുക്കിൽക്കൊണ്ട് ചാടിക്കും." നടേശൻ അവരോട് പറഞ്ഞു. അഴിഞ്ഞ മുടി ചുരുട്ടിക്കെട്ടി മുഖം ഒന്നു തുടച്ച്. "അങ്ങനെ വല്ലതും ചെയ്താൽ അത് അവളുടെ വിധി... അവളുടെ തലയിലെഴുത്ത് അവൾതന്നെ എഴുതിയതാണ്... ഞാൻതന്നെ വന്ന് നിനക്ക് സാക്ഷി പറയാം." എന്നായി കമലം.

ഇതെല്ലാം കേട്ടുകൊണ്ടിരുന്ന അയൽപക്കക്കാർ പിരിഞ്ഞുപോയി. ഭവാനി മുഖം വീർപ്പിച്ച് ഇരുട്ടിലേക്ക് കണ്ണുതുറപ്പിച്ച് തിണ്ണയിൽ ഇരിക്കുന്നുണ്ടായിരുന്നു. വീട് ഇടിഞ്ഞ് തന്റെ മേൽ വീഴ്ന്നിരുന്നെങ്കിലും ഇത്രയും അധികം വേദനിക്കില്ലായിരുന്നു എന്ന നിലയിൽ, വീടിന്റെ മേൽക്കൂര നോക്കി മലർന്നുകിടക്കുന്നുണ്ടായിരുന്നു നടേശനും. അവൾക്ക് ഇത്രയധികം വെറുപ്പുണ്ടാക്കാനുള്ള കാരണം എന്താണെന്ന് ഇത്രയും ദിവസം ശ്രമിച്ചിട്ടും തന്നെക്കൊണ്ട് മനസ്സിലാക്കാൻ കഴിഞ്ഞില്ലല്ലോ എന്ന് അയാൾ ഓർത്തു. മുറിവേറ്റുകിടക്കുന്ന മുയലിനെപോലെ തലയണ ഇവന്റെ തലയുടെ ഭാരം താങ്ങാനായി പരിശ്രമിക്കുന്നുണ്ടായിരുന്നു.

ഭവാനി ഇടയ്ക്കിടെ പറയുന്ന വാക്കുകൾ സൂചി കണക്കെ ഓർമയിൽ കുത്തി വേദനിപ്പിക്കുന്നു.

"എന്നെ പിടിച്ചില്ലായിരുന്നെങ്കിൽ പെണ്ണുകാണാൻ വന്നപ്പഴേ പറയാമായിരുന്നില്ലേ?" അവൻ ചോദിച്ചു.

"പറഞ്ഞാ എന്റെ അമ്മ തല്ലും എന്ന് പേടിച്ചിട്ടാ.... പറയാതിരുന്നത്" അവൾ മറുപടി പറഞ്ഞു. "അപ്പോൾ എന്നെ ഇഷ്ടമല്ലാതെയാണോ നീ കെട്ടിയത്.... അല്ലേ?"

"അതെ. എന്റെ അമ്മ നിർബന്ധിച്ചതുകൊണ്ടാണ് മനസ്സില്ലാ മനസ്സോടെ സമ്മതിച്ചത്." അവന് അവളോട് വെറുപ്പ് തോന്നിയില്ല ജ്യേഷ്ഠത്തിയോടുള്ള സ്നേഹവും ബഹുമാനവുംകൊണ്ട് കല്യാണത്തിന് സമ്മതിച്ച തന്നോടുതന്നെയാണ് വെറുപ്പ് തോന്നിയത്.

'ചേച്ചിയുടെ മകളാ നിനക്ക് യോജിച്ചത്' എന്ന് വാ തോരാതെ പറഞ്ഞ് ഈ കുരുക്കിൽ ചാടിച്ച അപ്പനമ്മമാരോട് രോഷം തോന്നി. വേറെയൊന്നും ആലോചിക്കാതെ, തടസ്സം പറയാതെ വിവാഹമോചനം നേടിത്തന്നാൽ മതിയായിരുന്നു എന്നവൻ ആശിച്ചു.

"കെട്ടിയവളെ വെച്ച് പെലത്താൻ അറിയാത്തവന് കെട്ടിയോൾ എന്തിനാ? ഞങ്ങൾ ചെയ്തത് തെറ്റാണ്.... അതിന് പ്രായശ്ചിത്തമായി ഞങ്ങടെ മകള് ഞങ്ങൾടെകൂടെത്തന്നെ ഇരിക്കട്ടെ. അവനെ അവന്റെ അപ്പനമ്മമാരുടെ കൂടെത്തന്നെ ജീവിക്കാൻ പറയീൻ...." അയ്യാച്ചാമിയുടെ അഭിപ്രായം ഉറച്ച തീരുമാനമായി കാതിൽ പതിച്ചു.

മാനാഭിമാനവും സ്നേഹവും നിറഞ്ഞവനായ അവന്റെ ലോലഹൃദയം പതറിപ്പോയി. ചക്രവാളത്തിനപ്പുറം വീണ് എങ്ങോ നഷ്ടപ്പെട്ടു പോയി.... അങ്ങ് ദൂരെ എവിടെനിന്നോ മന്ദമായി ഒരു ഗാനം ഒഴുകി വന്നു.

"കരിഞ്ഞ മുകുളമേ കരിഞ്ഞ മുകുളമേ
കണ്ണുനീർപ്പാട്ടിൻ ഈണമേ!
ഉരുകും ജീവിതത്തിൻ ഊഷ്മാവിൽ
കറുത്ത ദാരിദ്ര്യത്തിൻ തിണ്ണകൾ!
വീടുകൾ നശിച്ച് കൂടുകൾ പിരിഞ്ഞ്
ചിറകുകൾ അറ്റ കുഞ്ഞിക്കിളികളെ!
ഇടികൾ ചെടികളിൽ വീണതിനാൽ
ചിതറിയ രക്തത്തിൻ തുള്ളികൾ
ദുഃഖങ്ങൾ ദുരിതങ്ങൾ എത്രയോ....
അനുഭവപാഠങ്ങൾ പഠിച്ചവരേ....
ദുരിതത്തിൻ ഭാരം ഇത്രയോ....
യൗവനാരംഭത്തിൻ അറിഞ്ഞവരെ....
കോലങ്ങൾ മായാചിത്രങ്ങളാകും....
കിനാക്കണ്ണിൽ കറങ്ങും
കാലങ്ങൾ മാറും ...മുറിവുകൾ കരിയും
ഓർമകൾ നെഞ്ചിൽ മറിഞ്ഞിടും."

ഏത് ദിക്കിൽ നിന്ന് ആ ഗാനം ഒഴുകിയെത്തി എന്നറിയാൻ കഴിഞ്ഞില്ല. നാഡീവ്യൂഹത്തിൽ നാനാഭാഗങ്ങളിലും തുളച്ചുകയറുന്ന ഒരു അനുഭൂതി ഉണ്ടായി. ഉറങ്ങിയ ആ തരുണത്തിലും നക്ഷത്രങ്ങൾ മാത്രം ഉണർന്നുതന്നെ ഇരിക്കുന്നു.

പതിനാറ്

പൊന്നിയുടെ ആരോഗ്യസ്ഥിതി വഷളായി വരികയാണ്. നടേശൻ ആത്മവിശ്വാസം കുറയാതെ അമ്മയെ ഗവൺമെന്റ് ആശുപത്രിയിൽ കൊണ്ടെത്തിച്ചു. അപ്പനെ വീട്ടിലും അമ്മയെ ആശുപത്രിക്കിടക്കയിലും കിടത്തി ചികിത്സയ്ക്കായി അവൻ അങ്ങോട്ടുമിങ്ങോട്ടും ഓടി നടന്നു. സഹായിക്കാനായി ആരുംതന്നെ ഇല്ലായിരുന്നു. വിവേചനം നോക്കാതെ കമലം അവർക്ക് കൂട്ടിരുന്നു. ഭവാനി ആ ഭാഗത്തേക്ക് എത്തിനോക്കിയതുപോലുമില്ല. ഒരു മാസത്തോളമായുള്ള ആശുപത്രി ചികിത്സയിൽ അമ്മയുടെ ജീവൻ തിരിച്ചുകിട്ടി. ഈശ്വരന്റെ ദയവ് ഇപ്പോഴും തനിക്ക് ചൊരിയുന്നുണ്ടെന്ന വിശ്വാസത്തിൽ അമ്മയെ വീട്ടിലേക്ക് കൊണ്ടുവന്നു.

തന്റെ ആരോഗ്യം ഇനി നന്നാവില്ല എന്ന ചിന്തയോടെ, ആസ്ത്മയും അൾസറും ഇരട്ടക്കുട്ടികൾ എന്നപോലെ, അവരെയും ചുമന്നുകൊണ്ട് അവൻ ജോലിക്ക് പോയി വന്നു. ചാമിക്കണ്ണ് നൽകിയ ഹോമിയോപ്പതി മരുന്നുകൾ സേവിച്ചിട്ടും തെല്ലും ഗുണമില്ല. സിദ്ധവൈദ്യം ഈ രോഗങ്ങൾ സുഖപ്പെടുത്തും എന്ന് പറഞ്ഞറിഞ്ഞ് അതും പരീക്ഷിച്ചു നോക്കി. ഫലമില്ലായിരുന്നു. രോഗം മൂർച്ഛിച്ച അവസ്ഥയായതിനാൽ ഇംഗ്ലീഷ് മരുന്നുകളേ ഫലപ്രദമാവൂ എന്ന് മനസ്സിലാക്കി ഡോക്ടർമാരെ കണ്ടു. "പഞ്ഞി ഗോഡൗണിൽ കുറെ നാളായി ജോലി ചെയ്തതുകൊണ്ട് അസുഖം ശ്വാസകോശത്തെ ബാധിച്ചിട്ടുണ്ട്. അത് ആസ്ത്മയായി മാറിയിരിക്കുന്നു. സമയാസമയം ഭക്ഷണം കഴിക്കാത്തതുകൊണ്ട് വയറ്റിൽ പുണ്ണായിരിക്കുന്നു. ഞങ്ങളെക്കൊണ്ട് ചെയ്യാവുന്നത് ചെയ്യാം. പക്ഷേ, ഇനിമുതൽ പഞ്ഞിസംബന്ധമായ ജോലിക്ക് പോകരുത്. എങ്കിലേ കുറച്ച് കാലത്തേക്കെങ്കിലും രക്ഷിക്കാൻ പറ്റുള്ളൂ..." എന്ന് ഡോക്ടർ താക്കീതു നൽകി.

കുറച്ചുകാലത്തേക്കെങ്കിലും അവന് വിഷമമോ ഭയമോ തോന്നിയില്ല. പകരം ശരീരത്തിലെ മറ്റ് അവയവങ്ങളൊക്കെ നന്നായിട്ടുണ്ടല്ലോ.... എന്ന ആശ്വാസമായിരുന്നു. ആയുർവേദചികിത്സ ചെയ്തുനോക്കാമെന്നു കരുതി അതും പരീക്ഷിച്ചു നോക്കി. തുടർചികിത്സ ചെയ്യാനാകാതെ അതും ഉപേക്ഷിച്ചു.

അപ്പനമ്മമാർക്കൊപ്പം താമസിക്കുന്നതുമാത്രമേ ഇപ്പോൾ അവന്റെ ജീവനും ജീവിതത്തിനും ആശ്വാസമേകൂ. അവിടെ നിന്നുകൊണ്ടാണ് അവൻ ജോലിക്ക് പോയി വരുന്നത്. അവന്റെ സമ്പാദ്യംകൊണ്ട് അവരെ സംരക്ഷിക്കുന്നതിൽ അവന് മനസ്സമാധാനം തോന്നി. അവന്റെ ശരീരത്തെ ക്ഷയിപ്പിച്ച് ഭോജനമാക്കാനായി കാലം കാത്തിരുന്നതുപോലെ ദിവസങ്ങൾ കടന്നുപോയി.

ഇപ്പോൾ ആൽമരച്ചുവട്ടിലെ തിണ്ണയിലിരിക്കുന്നത് അവൻ ഒഴിവാക്കി. ഏകാന്തതയിൽ ഒരു അനാഥനെപ്പോലെ അവനിരിക്കുന്നത് കാണുന്നവർ ആവശ്യമില്ലാത്ത ചോദ്യങ്ങളുമായി അവനെ സമീപിക്കുമെന്നുള്ളതുകൊണ്ട് വീട്ടിലെ ഉമ്മറത്തിണ്ണയിലിരുന്നുകൊണ്ട് സ്കൂൾ മൈതാനവും കോവിലിന്റെ ഗോപുരവും നോക്കി അഭയാർത്ഥിയെപോലെ ഇരിക്കും.

വീടുകളിൽ വൈദ്യുതി വിളക്കുകളും മാറി മാറി പ്രകാശം പരത്തിക്കൊണ്ടിരുന്നു. മനുഷ്യർ മാറ്റത്തിനനുസരിച്ചുള്ള വീടുകളിൽ താമസിച്ചുവരുന്നത് നിത്യകാഴ്ചയായി മാറി. പക്ഷേ, നിലാവെളിച്ചം മാത്രം ഒരു കളങ്കവുമില്ലാതെ എല്ലാക്കാലവും, ദാരിദ്ര്യൻ, സമ്പന്നൻ എന്ന വിവേചനമില്ലാതെ, ഈ ഗ്രാമത്തിന്റെ മുകളിൽ പ്രകാശം ചൊരിഞ്ഞുകൊണ്ടേയിരുന്നു. തന്റെ കയ്പ്പേറിയ ജീവിതാനുഭവങ്ങൾ എല്ലാം അത് അറിഞ്ഞിരിക്കുമോ.... അവന്റെ മനസ്സ് ചിന്തിച്ചു. ഈ ഗ്രാമത്തിലെ മനുഷ്യരും മൺമറഞ്ഞു പോയിരിക്കുന്നു!

തന്റെ ജീവിതത്തിൽ സമാധാനവും സന്തോഷവും വന്നുചേരാത്തതിന്റെ മുഖ്യകാരണം എന്തൊക്കെയാവും എന്ന ചോദ്യത്തിന് അവന് ഇന്നേവരെ ഉത്തരം കണ്ടെത്താനായില്ല. ഭവാനിക്കും തനിക്കും 15 വയസ്സ് പ്രായവ്യത്യാസം ഉള്ളതും, ഇക്കാര്യം വിവാഹാലോചന തുടങ്ങിയപ്പോൾ തന്നെ കമലത്തോട് സൂചിപ്പിച്ചതും അവനോർത്തു. അതുകൊണ്ടാണോ മനസ്സുകൾ തമ്മിൽ പരസ്പരം ധാരണകൾ ഇല്ലാതായതും ശാരീരികമായി പൊരുത്തപ്പെടാൻ കഴിയാത്തതും എന്നിങ്ങനെ ആത്മവിശകലനം ചെയ്തു. ഒരു ഊഷ്മാവ് നാഡിവ്യൂഹമെങ്ങും ചുട്ടുപൊള്ളിച്ചു. കണ്ണുകളിലെ നീർ ചോർന്നുപോകുന്നു. അതിനും അസഹനീയമായ ചൂടുണ്ട്. ഇതേസമയം അവന്റെ അപ്പനമ്മമാർക്ക് അവന്റെ സന്തതിപരമ്പര വളർന്നില്ലല്ലോ.... അവനോട് കൂടിത്തന്നെ അവസാനിക്കുമല്ലോ.... എന്ന ചിന്തയായിരുന്നു. എന്നാൽ അവരുടെ അഭിലാഷം അസ്തമിച്ചിട്ടുമില്ല.

സദാശിവൻകോവിലിൽ ആ വർഷവും ഉത്സവം കൊടിയേറി. പേരൂർ ആധീനത്തിലെ സ്വാമികളും ശരവണൻപട്ടി ആധീനത്തിലെ സ്വാമികളും

വിശേഷപൂജ നടത്തി ഭക്തിപ്രഭാഷണം നടത്തി. അവർ തിരുനാവുക്കരചർ തന്റെ ജീവിതത്തിൽ അനുഭവിച്ച ദുരിതങ്ങളെയെല്ലാം വിവരിച്ചിരുന്നു. ചുണ്ണാമ്പ് ചൂളയിൽ ചാക്കിൽക്കെട്ടി അദ്ദേഹത്തെ തള്ളിയതും, കടലിൽ കല്ലിൽ ചേർത്തുകെട്ടി കൊല്ലാൻ ശ്രമിച്ചപ്പോൾ കല്ല് ചങ്ങാടമായി മാറി അദ്ദേഹത്തെ ചുമന്നുകൊണ്ട് തീരം അടിഞ്ഞതും, വിശദമാക്കി കൊടുത്തു. അത് കേൾക്കുന്തോറും മനസ്സലിഞ്ഞുപോകും. ശിവായനമഃ എന്ന തിരുനാമത്താൽ ജന്മക്ലേശം നീക്കിത്തരണമെന്ന് കൂട്ടത്തിൽ ഒരുവനായി കൈകൂപ്പി പ്രാർത്ഥിച്ചു. തിരുകുറിപ്പ് തൊണ്ടർ അലക്കുകാരനായി ഇരുന്നുകൊണ്ട് ശിവനടിയെ സേവിച്ചതും ഓർത്തുപോയി. തന്റെ അവസ്ഥയും ഇപ്പോൾ അതുപോലെയാണെന്ന് ചിന്തിച്ചു. "ജീവനെ മുഷിഞ്ഞ തുണി .... ഉപ്പു മണ്ണേ നം ജനനം... ഭൂലോക ജീവിതം എന്ന ദുഷിച്ച കല്ലിനെ ഓങ്ങി അടിച്ചാൽ.... എല്ലാം കയ്പ്പായ് മാറും" എന്ന് പാടിക്കൊണ്ട് വീട് എത്തിച്ചേർന്നു. നമുക്ക് എന്നാണ് മോക്ഷം ലഭിക്കുക....! ആ ഭക്തജനങ്ങൾ നടത്തിയ പ്രഭാഷണത്തിൽ ഉന്നയിച്ച ചോദ്യങ്ങൾ ഇപ്പോഴും ഉള്ളിൽ മുഴങ്ങിക്കൊണ്ടിരിക്കുന്നു.

ഒരു തലമുറ കടന്നുപോയി ഈ വീട് പൊളിച്ച് മാറ്റങ്ങൾ വരുത്തി പുതുക്കിക്കെട്ടിയാൽ കഷ്ടകാലങ്ങളൊക്കെ അകലുമെന്നും, വാസ്തു പ്രശ്നം വീടിന്റെ ഘടനയിലുണ്ടെന്നും അതുകൊണ്ടാണ് പ്രശ്നങ്ങൾ ഒഴിയാത്തതെന്നും വാസ്തു അനുഭവസ്ഥരിൽ ഒരാൾ പറഞ്ഞു. അത് മനസ്സിൽ വെച്ചുകൊണ്ട് അതിനുള്ള പണികൾ കടം വാങ്ങിച്ചിട്ടാണെങ്കിലും ചെയ്തുതീർക്കണം എന്ന് ചെല്ലമുത്തുവിനോട് നടേശൻ പറഞ്ഞു. ജ്യോത്സ്യന്റെ പക്കൽ ജാതകം കൊടുത്ത് ഗ്രഹനിലയും പരിശോധിച്ചു. സംഖ്യാശാസ്ത്രത്തിലും താൽപര്യം തോന്നി. തന്റെ നാമം പോലും 'നടേശു' എന്നാക്കിയാലോ എന്നായി. പിന്നീട് ആ ചിന്ത അവൻ ഉപേക്ഷിച്ചു.

ഭർത്താവ് ഒരു നാടോടിയെപ്പോലെ അലഞ്ഞുതിരിഞ്ഞ് ജോലി ചെയ്ത് അനുജന്റെ കുടുംബത്തിനും ചേട്ടന്റെ കുടുംബത്തിനും കൊടുത്തുവരുന്നതായി ഭവാനി തന്റെ ബന്ധുക്കളോടൊക്കെ പരാതി പറഞ്ഞുകൊണ്ടിരുന്നു. അപ്പനമ്മമാരെ വീട്ടിലിരുത്തി അവൻ അവർക്ക് ആഹാരം കൊടുക്കുന്നു. അവർക്ക് വേണ്ട ചികിത്സ നൽകുന്നു. ഇതൊക്കെ ആരെങ്കിലും തെറ്റാണെന്ന് പറയുവോ...? പറഞ്ഞാ അപ്പോ.... നോക്കാം...? അവൻ അവളുടെ വായടച്ചു.

"ഇങ്ങനെ നീ ജീവിച്ചാൽ... നിനക്ക് തന്നെയാണ് നഷ്ടം. അവനും എല്ലാം അവസാനിപ്പിച്ച മട്ടിൽ സന്ന്യസിക്കുന്ന ലക്ഷണമുണ്ട്. നിനക്ക് നിന്റെ കെട്ടിയോന്റെ കൂടെ ജീവിക്കണം എന്നുണ്ടെങ്കിൽ മര്യാദയ്ക്ക് അവനോടൊപ്പം പോയി ജീവിക്കാൻ നോക്കൂ...." എന്ന് ചിലർ ഭവാനിയേയും ഉപദേശിച്ചു.

നടേശൻ അപ്പന്റെ മലമൂത്രവിസർജ്ജനമൊക്കെ വൃത്തിയാക്കുന്നതുൾപ്പെടെ അദ്ദേഹത്തിന്റെ എല്ലാ കാര്യങ്ങളും ചെയ്തുവന്നു. കിടപ്പി

ലായാൽ നോക്കിക്കൊള്ളാമെന്ന് അമ്മയ്ക്കും ധൈര്യം പകർന്നുകൊടുത്തു.

തൊഴുത്തിന്റെ കോലായിൽ പക്ഷികൾ കൂടുകൂട്ടിയിരുന്നു. ഒരു കൂട്ടിൽ അമ്മപ്പക്ഷി തന്റെ കുഞ്ഞുങ്ങൾക്ക് തീറ്റ കൊടുക്കുന്ന കാഴ്ച അവൻ കണ്ടു. അത് ഈ വീടിനെ പ്രതിഫലിപ്പിക്കുന്നതുപോലെ തോന്നിച്ചു. പക്ഷേ, ഒരു മാറ്റം, പ്രായമേറിയ പക്ഷികൾ രണ്ടും പറക്കാനാവാതെ കൂട്ടിൽ തളർന്നുകിടക്കുന്നു. കുഞ്ഞ് പക്ഷി പല മൈൽ ദൂരം പറന്നുചെന്ന് തീറ്റ ശേഖരിച്ചുകൊണ്ടുവന്നു തളർന്ന ചുണ്ടുകൾ തുറന്നു തീറ്റ കൊടുക്കുന്നു. ആ മുതിർന്ന പക്ഷികൾ കുഞ്ഞുപക്ഷിയെ കൃതജ്ഞതയോടെ നോക്കുന്നു. തന്റെ വിശപ്പിനായി തീറ്റ അന്വേഷിക്കാതെ, കാറ്റ് തനിക്ക് ഭോജനമാകും എന്ന മട്ടിൽ. ആ പക്ഷി പറന്നുകൊണ്ടേയിരിക്കുന്നു.

നടേശന്റെ ഈ ത്യാഗമനോഭാവം കണ്ട് "ഞങ്ങൾ നാടിനുവേണ്ടി ചെയ്തതിനേക്കാളും ഈ ചെക്കൻ വീടിനുവേണ്ടി ചെയ്യുന്നുണ്ടല്ലോ? അത് വളരെ വലുതാണ്" എന്ന് നല്ലണ്ണൻ അഭിമാനത്തോടെ പറഞ്ഞു നടന്നു.

"ഇത്തിരി കഞ്ഞി വെയ്ക്കാൻ പോലും ശരീരം വഴങ്ങുന്നില്ല. കാഴ്ചയും പിടിക്കുന്നില്ല..." എന്ന അവസ്ഥയിലാണ് പൊന്നി. ഓടി ഓടി പണിയെടുത്ത കൈയും കാലുംകൊണ്ട് വെറുതെയിരിക്കാൻ കഴിയാതെ മുറ്റം വരെ ചെന്ന് ഇരിക്കുന്ന വയോധികനായി ചെല്ലമുത്തു.

ചേട്ടന്റെ കുടുംബവും അനുജന്റെ കുടുംബവും ഈ അവസ്ഥയിൽ അപ്പനമ്മമാരെ സംരക്ഷിക്കില്ലെന്ന് നടേശൻ നന്നായി മനസ്സിലാക്കിയിരുന്നു. തന്നെ ഒരു സേവകനായാണ് സൃഷ്ടിച്ചത്. എങ്കിലും സഹോദര സ്നേഹം ഒട്ടും ഇല്ലാതായില്ല. ഒരു മകൻ ചെയ്യേണ്ട അത്യാവശ്യമായ കടമകൾ ഇതൊക്കെയാണെന്ന് മനസ്സിലാക്കി അവൻ വിശ്രമമില്ലാതെ അധ്വാനിച്ചു കൊണ്ടിരുന്നു.

കാര്യങ്ങളുടെ പോക്കുകണ്ട് ആരോടും ഒരു അഭിപ്രായവും ആരായാതെ ഒരു തീരുമാനത്തിൽ എത്തിച്ചേർന്നു ചെല്ലമുത്തു. 'മകളുടെ വിവാഹാവശ്യങ്ങൾക്കായി തെക്കേപ്പറമ്പ് പണയപ്പെടുത്തി എടുത്ത കടം.. ഇനിയും തിരികെ അടച്ചുതീർത്തിട്ടില്ല. പലിശയും മുതലും എല്ലാം ചേർന്ന് വലിയൊരു തുകയായി ഭൂതംകണക്കെ മുന്നിൽ നിൽക്കുന്നു. മക്കളിൽ ആര് മുന്നോട്ടുവന്ന് കടം തിരികെ അടച്ചുതീർക്കാൻ....? ആ പറമ്പ് വിറ്റാൽ ആ പണം പങ്കിട്ടെടുക്കാൻ വേണങ്കി മുന്നിൽ നിൽക്കും. ഇതാണ് മക്കൾ... അപ്പനമ്മമാരെ സംരക്ഷിക്കുക എന്നത് അർത്ഥശൂന്യമായി മാറിയിരിക്കുന്നു.'

ചെല്ലമുത്തു ഒട്ടും കുലുങ്ങിയില്ല. കുനിയ മുത്തൂർക്കാരനെ വിളിച്ചുവരുത്തി "ആ പറമ്പ് നിങ്ങൾതന്നെ വിറ്റിട്ട് തരാനുള്ള തുക എടുത്തോളൂ..." എന്നു പറഞ്ഞു. അങ്ങനെ അത് വിറ്റിട്ടും ഒന്നും ശേഷിച്ചില്ല. അങ്ങനെ ആരുമറിയാതെ ആ സമ്പത്ത് നഷ്ടപ്പെട്ടു.

ശേഷിക്കുന്ന ഒരേയൊരു സമ്പത്ത് നടേശനാണ്. അവൻ മാത്രം ഞങ്ങൾക്കായി എത്രയൊക്കെ കഷ്ടപ്പെടുന്നു.? തങ്ങളുടെ കാലശേഷം അവന് ആരാണുള്ളത്...? അവന്റെ കഷ്ടപ്പാടുകൾകണ്ട് കണ്ണുനീർ ഒപ്പാൻ ഏത് ജീവനാണുള്ളത്...? എന്ന ചേദ്യങ്ങൾ സദാസമയം ഉയർന്നുവന്നു. നിനക്ക് ഞാൻ ഒരു പ്രത്യുപകാരം ചെയ്യട്ടെയെന്ന് അവനോട് ചോദിച്ചാലും അവൻ സമ്മതിക്കില്ലല്ലോ. അതുകൊണ്ട് താൻതന്നെ മുൻകൈയെടുത്ത് സ്വന്തം ഇഷ്ടപ്രകാരം ഒസ്യത്ത് എഴുതാൻ തീരുമാനിച്ചു. വിതുമ്പിക്കൊണ്ട് തന്റെ അവസാനത്തെ സമ്പാദ്യം എന്ന നിലയിൽ അയാളത് നടേശനെ ഏൽപ്പിച്ചു. നടേശൻ വിറയ്ക്കുന്ന കൈകളാൽ അത് ഏറ്റുവാങ്ങി, അതിലൂടെ കണ്ണുകൾ ഓടിച്ചു.

'രണ്ടായിരം വർഷം ആഗസ്റ്റ് മാസം ആറാം തീയതി കോയമ്പത്തൂർ താലൂക്ക് പേരൂർ ചുണ്ടക്കാമുത്തൂർ പഞ്ചായത്ത് മജറാ രാമചെട്ടിപ്പാളയം, സ്കൂൾ റോഡ്, 4/23 നമ്പർ വീട്ടിൽ താമസം പഴനിച്ചാമി മകൻ ചെല്ലമുത്തു (85) എന്ന ഞാൻ സ്വയബുദ്ധിയോടും മനസ്സോടും ആരുടെയും പ്രേരണയ്ക്കും വഴങ്ങാതെ സ്വയം എഴുതുന്ന ഒസ്യത്ത് പത്രം. എന്തെന്നാൽ എനിക്ക് ഇപ്പോൾ പ്രായം 85 ആയതുകൊണ്ടും ഇനി ഏറെ നാൾ ജീവിച്ചിരിക്കുമെന്ന വിശ്വാസം ഇല്ലാത്തതുകൊണ്ടും എന്റെ കാലശേഷം മകൻ നടേശന് താഴെ തന്നിരിക്കുന്ന സ്വത്ത് വഹകൾ കൈമാറുന്നതിൽ യാതൊരു തടസ്സവും ഉണ്ടാകാതിരിക്കാൻവേണ്ടി സ്വയം എഴുതിവെയ്ക്കുന്നു. എനിക്ക് ഭക്ഷണം വസ്ത്രം എന്നിവ നൽകി പരിപാലിച്ചുവരുന്ന എന്റെ മകൻ നടേശന് സ്വത്തുവഹകൾ കാലശേഷം മാറിക്കിട്ടാനും അനുഭവിക്കാനുംവേണ്ടി മകൻ നടേശന് മാത്രം അവകാശപ്പെടുത്തുന്നു. എന്റെ മറ്റുമക്കൾക്ക് ഇതിൽ എപ്പോഴും എക്കാലത്തും ഏത് നിലയിലും യാതൊരു അവകാശവുമില്ലാ എന്ന് സാക്ഷ്യപ്പെടുത്തുന്നു. ഈ ഒസ്യത്ത് എന്റെ കാലശേഷം മാത്രമേ സാധുവാകുകയുള്ളൂ." സ്വത്തുവഹകൾ എന്ന തലക്കെട്ടിൽ താമസിക്കുന്ന വീടിന്റെ അളവും നാല് അതിർത്തി വിവരങ്ങളും രേഖപ്പെടുത്തി ചെല്ലമുത്തുവിന്റെ വലതുകൈ തള്ളവിരൽ അടയാളം പതിപ്പിച്ചിരുന്നു. അതിന് താഴെ ചുണ്ടക്കാമുത്തൂരിലെ ഒരാളുടെ കൈയൊപ്പും വിലാസവും, ഉൾനാട്ടിലെ മറ്റ് മൂന്നുപേരുടെ കൈയൊപ്പും വിലാസവും ചേർത്തിരിക്കുന്നു.'

"ഈ ഒസ്യത്തിനെക്കുറിച്ച് ഇപ്പോ ആരും അറിയണ്ടാ. അങ്ങനെ ആരെങ്കിലും അറിഞ്ഞുവന്ന് ചോദിച്ചാൽ. അതിനുള്ള മറുപടി ഞാൻ കൊടുത്തോളാം." എന്ന് ചെല്ലമുത്തു ഉറച്ച സ്വരത്തിൽ പറഞ്ഞു.

അങ്ങാടിയിൽ ജോലി കഴിഞ്ഞാലുടൻ സന്ധ്യക്കുമുമ്പുതന്നെ വീട്ടിലെത്തും നടേശൻ. വീടെത്തിച്ചേർന്നതും കൈയിലെ സഞ്ചി അവിടെ വെച്ച്.... ഇന്ന് ഇത്രയേ കിട്ടിയുള്ളൂ അമ്മേ എന്ന് പറഞ്ഞ് അവരുടെ കൈയിൽനിന്നും ചായയോ കാപ്പിയോ വാങ്ങിക്കുടിക്കും. അടുക്കളയിൽ ഭക്ഷണം പാചകം ചെയ്തിട്ടില്ലെങ്കിൽ... അതും ചെയ്യും. ചില ദിവസങ്ങ

ളിൽ അടുത്തുള്ള ഹോട്ടലിൽനിന്നും ഇഡ്ഡലിയോ, ദോശയോ പൊതി കെട്ടി കൊണ്ടുവരും.

നവരാത്രി ആഘോഷവും കൊലു അലങ്കാരത്തിന്റെ മനോഹാരിതയും നടേശന് വളരെ ഇഷ്ടമാണ്. സദാശിവൻകോവിലിൽ വിജയദശമി പൂജ പൂർത്തിയായിരുന്നു. അവിടെച്ചെന്ന് ദർശനം നടത്തി, തിരുനീർ വാങ്ങി തിരിഞ്ഞതും ശർക്കര പൊങ്കലും വെൻ പൊങ്കലും വിജയദശമി ആഘോഷത്തിന്റെ ഭാഗമായി സംഘാടകർ വിതരണം ചെയ്തുകൊണ്ടിരിക്കുന്നത് കണ്ടു. അത് വാങ്ങാനായി കുട്ടികളും മുതിർന്നവരും ക്രമത്തിൽ നിൽക്കുന്നുണ്ടായിരുന്നു. 'ഈശ്വരന്റെ പ്രസാദമാണെന്ന്' പറഞ്ഞ് വീട്ടിലെ മുതിർന്നവർക്ക് അതുകൂടി കൊണ്ടുപോയി കൊടുക്കാമെന്ന് അവന് തോന്നി.

സ്വല്പം മഴ ചാറിയതും ക്ഷേത്രമണ്ഡപത്തിൽ ആൾത്തിരക്ക് കൂടി വന്നു. വരിയിൽ കാത്തുനിന്ന് പ്രസാദം വാങ്ങി പുറത്തേക്കിറങ്ങി. നല്ല ക്ഷീണം തോന്നുന്നു. രാവിലെ മുതൽ ഭക്ഷണം കഴിക്കാത്തതുകൊണ്ട് വയറ് ശബ്ദം ഉണ്ടാക്കിക്കൊണ്ടിരിക്കുന്നു.

അടുത്തനിമിഷംതന്നെ അപ്പനമ്മമാരുടെ വിശപ്പും ഓർമ്മയിൽ തെളിഞ്ഞു. അതോടെ അവന്റെ വിശപ്പ് ഇല്ലാതായി. പതിയെ നടന്ന് തെരുവുകൾ കടന്ന് അരികിലുള്ള ഊരിലേക്ക് ചെന്ന് പതിവായി വാങ്ങുന്ന കടയിൽനിന്നും ഭക്ഷണം പാർസൽ വാങ്ങി സഞ്ചിയിലിട്ട് പടിഞ്ഞാറ് ദിശയിലേക്ക് നോക്കി നടന്നു.

ഇന്ന് ഒരുപാട് വൈകിയല്ലോ.... ഈ സമയത്തിനുള്ളിൽ അത്താഴം കഴിപ്പിക്കേണ്ടതായിരുന്നു എന്ന് അവന്റെ മനസ്സ് മന്ത്രിച്ചുകൊണ്ടിരുന്നു. സദാശിവൻകോവിൽ പരിസരത്ത് തിരക്കില്ലായിരുന്നു. ശരീരം ഒട്ടാകെ വിയർത്ത് തളർന്ന് താഴേക്ക് വീഴുമോ എന്ന അവസ്ഥയിൽ കാൽ ഇടറിനിന്നു. അമ്പലത്തിന്റെ ചുവരിൽ പിടിച്ച് കുറച്ചുനേരം നിന്നു. സഞ്ചി താഴേക്ക് വീഴാതെ സാവധാനം ശ്രദ്ധയോടെ, അവൻ തെരുവിലൂടെ നടന്നുനീങ്ങി വീട്ടുമുറ്റത്തെത്തി. സഞ്ചി തിണ്ണയിൽ വെച്ചു. അല്പം ആശ്വാസം തോന്നി.

മുറ്റത്ത് ആളനക്കം കേട്ടിട്ട് ചെല്ലമുത്തു പതിയെ കിടക്കയിൽനിന്നും എഴുന്നേറ്റ് ഇരിക്കാൻ ശ്രമിച്ചു. പൊന്നിയും ആകാംക്ഷയോടെ "നടേശാ... വന്നോടാ..." എന്ന് ചോദിച്ച് വീട്ടിനകത്ത് നിന്നും തിണ്ണയിലേക്ക് വന്നു

തെക്ക് വശത്തുള്ള അടുക്കളയിൽ അടുപ്പ് കത്തുന്നുണ്ടായിരുന്നു. അതിനരികെ ഭവാനി ഇരിക്കുന്നതും കണ്ടു.

www.ingramcontent.com/pod-product-compliance
Lightning Source LLC
LaVergne TN
LVHW090425051026
849518LV00006B/2446
* 9 7 8 9 3 4 8 0 0 9 8 4 5 *